ഗ്രീൻ ബുക്സ്

നോഹയുടെ പറവകൾ

ഹണി ഭാസ്കരൻ

കണ്ണൂർ ജില്ലയിലെ കോളിക്കടവിൽ ജനനം.
കേരളത്തിലും ബാംഗ്ലൂരിലുമായിരുന്നു വിദ്യാഭ്യാസം.
ഹ്യൂമൻ റിസോഴ്സ് മാനേജ്മെന്റിൽ മാസ്റ്റർ ബിരുദം.
ഇപ്പോൾ യു.എ.ഇയിൽ ജോലി ചെയ്യുന്നു.
ഇരുപത്തിയഞ്ചോളം ആന്തോളജികളിൽ എഴുതിയിട്ടുണ്ട്.
മറവു ചെയ്യാത്ത ശബ്ദങ്ങൾ എന്ന
കവിതാസമാഹാരത്തിന് *2015ലെ* പ്രവാസി ബുക്ക്
ട്രസ്റ്റ് അവാർഡ്, *സീല് വെച്ച പറുദീസ എന്ന*
കവിതാസമാഹാരത്തിന് 2015ലെ ചിരന്തന
കവിതാ അവാർഡ്, ഗ്രീൻ ബുക്സ് പ്രസിദ്ധീകരിച്ച
പിയേത്ത എന്ന നോവലിന് 2017ലെ
ഷാർജ ഇന്ത്യൻ അസോസിയേഷൻ
ജി.സി.സി. നോവൽ അവാർഡ് എന്നിവ ലഭിച്ചു.
കൂടാതെ പത്രങ്ങളിലും ആനുകാലികങ്ങളിലും എഴുതുന്നു.

ഗ്രീൻ ബുക്സ് പ്രസിദ്ധീകരിച്ച
ഗ്രന്ഥകർത്താവിന്റെ ഇതര കൃതികൾ

നോവൽ
ഉടൽ രാഷ്ട്രീയം
പിയേത്താ

നോവൽ
നോഹയുടെ പറവകൾ

ഹണി ഭാസ്കരൻ

ഗ്രീൻ ബുക്സ്

green books private limited
gb building, civil lane road, ayyanthole,
thrissur- 680 003, kerala, ph: +91 487-2381066, 2381039
website: www.greenbooksindia.com
e-mail: info@greenbooksindia.com

malayalam
nohayude paravakal
novel
honey baskaran

first published october 2018
copyright reserved

cover design : mansoor cheruppa

branches:
thrissur 0487-2422515
palakkad 0491-2546162
thiruvananthapuram 0471-2335301
calicut 0495 4854662
kannur 0497-2763038

isbn : 978-93-87357-55-6

―――――――――――――――

no part of this publication may be reproduced,
or transmitted in any form or by any means,
without prior written permission of the publisher.

GBPL/1038/2018

ആമുഖം

"ലോകത്തിനു നിങ്ങൾ വെറുമൊരു ആളായേക്കാം എന്നാൽ
ലോകം തന്നെ നിങ്ങളായ ഒരാളുണ്ടായെന്നും വരാം."

- ഗബ്രിയേൽ ഗാർസിയ മാർക്കേസ്

'**ലോ**കത്തെ മാത്രമല്ല മനുഷ്യരെയും പ്രപഞ്ചത്തെയും ഒട്ടാകെ നവീകരിക്കുന്ന മാറ്റങ്ങളിലേക്കുള്ള വാതായനങ്ങൾ ആകുന്ന ദുരന്തങ്ങൾ. മണ്ണിനും മനുഷ്യനും ഇടയിൽ സ്നേഹത്തിന്റെ ദൃശ്യവും അദൃശ്യവുമായ കരങ്ങൾ കൊണ്ട് ഭൂമിയെ സ്വർഗ്ഗമെന്നും മനുഷ്യരെ ദൈവങ്ങൾ എന്നും സംബോധന ചെയ്യേണ്ടി വരുന്ന നേരറിവുകൾ. നാശങ്ങളുടെ ഒരറ്റത്ത് നിന്നും അതിജീവനത്തിന്റെ പ്രതീക്ഷയിലേക്ക് മനുഷ്യരും ജീവജാലങ്ങളും നീന്തി കരകയറുന്ന അനുഭവസാക്ഷ്യങ്ങൾ. പ്രപഞ്ചത്തിലെ ഓരോ ഓരോ മണൽത്തരിയിലും അപ്പോഴും നിറഞ്ഞു നിൽക്കുന്ന പ്രണയം. അതവസാനിക്കുന്നേയില്ല. പ്രളയരതിയുടെ ഉന്മാദം അവസാനിക്കുമ്പോൾ 'മനുഷ്യൻ' എന്ന സുന്ദരമായ പദത്തെ മനുഷ്യർ തന്നെ ഇത്ര വിസ്മയത്തോടെ നോക്കിക്കണ്ട മറ്റൊരു അനുഭവം നമുക്ക് പരിചിതമല്ല. ആകാശവും ഭൂമിയും ഇണ ചേരുന്നത് നിസ്സഹായതയോടെ നോക്കി നിൽക്കുമ്പോഴും മാനവികതയെന്ന വിശാലതയ്ക്ക് മീതെ മനുഷ്യൻ അവന്റെ അവസാന പോരാട്ടം നടത്തിയതിന്റെ കാഴ്ചകൾ. ജീവന്റെയും മരണത്തിന്റെയും നൂൽപ്പാലങ്ങൾ ഇളകിത്തുടങ്ങുമ്പോൾ അവർ ഇരു കൈകളാൽ ജലഭേരികളിൽ നിന്നും സ്വപ്നങ്ങളെ ഉയർത്തിപ്പിടിച്ചതിന്റെ ഞരക്കങ്ങൾ, സ്പന്ദന വഴികൾ. അതുകൊണ്ടാണ് ഒരടയാളപ്പെടുത്തലായി ചരിത്രത്തിൽ നിന്നും ചരിത്രത്തിലേക്ക്, പ്രണയത്തിൽ നിന്നും പ്രണയത്തിലേക്ക്, മരണമുഖത്തുനിന്നും ഉണർവ്വിലേക്ക് 'നോഹയുടെ പറവകൾ - The genesis of love in times of deluge' അതിന്റെ ചിറകുകൾ വിരിയിക്കുന്നതും.

മനുഷ്യരുടെ സ്നേഹത്തോളം അദ്ഭുതപ്പെടുത്തിയ മറ്റൊരു അദ്ഭുതവും ജീവിതത്തിൽ ഉണ്ടായിട്ടില്ല. അടിമയായി മാറിയ അവസരങ്ങൾ പോലും സ്നേഹത്തിനു വേണ്ടിയുള്ള യാചനയുടെ മറ്റൊരു മുഖമായിരുന്നു. അതിനു വേണ്ടി കീഴ്പ്പെട്ട വഴികൾ കുറ്റബോധം നിറയ്ക്കാറുമില്ല. കനൽവഴികളുടെ ഏറ്റങ്ങളിൽ, ഇറക്കങ്ങളിൽ 'ഞാൻ' എന്ന വാക്ക് പറയുമ്പോഴെല്ലാം അത് എനിക്കൊപ്പം ചേർന്ന് നടന്നവർ നൽകിയ സ്നേഹത്തിന്റെ, കരുതലിന്റെ അവസാന പദമായിരുന്നു. സ്നേഹം കൊണ്ട് ആകാശത്തോളം ഉയരത്തിൽ ചേർത്തു പിടിച്ചവർ. വീഴ്ചകളെ 'സാരമില്ലെന്ന്' കുടഞ്ഞു കളഞ്ഞവർ.

എല്ലാ കാലങ്ങളിലും മുന്നോട്ടു നയിച്ച സൗഹൃദങ്ങൾ... അതിന്റെ തീപ്പൊരി തിളക്കങ്ങൾ. 'നോഹയുടെ പറവകൾ' ഒരു നോവൽ ആകുമ്പോൾ അവകാശികൾ അവരാണ്. എന്നെ ഞാനാക്കിയവർ. അക്ഷരങ്ങളുടെ പൂമുഖത്ത് ചിലപ്പോഴെല്ലാം പതറി നിൽക്കുമ്പോൾ എഴുത്തിന് സാധ്യമായ എല്ലാ വഴികളും തുറന്നു തന്നവർ. ആ അഗ്നിയുടെ വെളിച്ചത്തിൽ അക്ഷരങ്ങൾ പൂത്തു നിൽക്കുന്നത് കാണണമെന്ന് ശാഠ്യം പിടിച്ചവർ.

അബുദാബി റസ്ക്യൂ ടീം മുതൽ ഒരു നീണ്ട നിരയുടെ സ്നേഹം ഈ നോവലിന്റെ പിന്നിൽ ഉണ്ട്. ജി. സുനിൽ കുമാർ (കേരള പൊലീസ്), കെ. ദീപക് (കേരള പൊലീസ്), നിർമൽ (ഫോർമർ ലെഫ്റ്റനന്റ് കമാൻഡർ ഇന്ത്യൻ നേവി), ഡോ. സിജു (സൈക്കോളജിസ്റ്റ്, വെങ്ങോല പെരുമ്പാവൂർ), ഡോ. സജീഷ്. എം. (സ്പെഷലിസ്റ്റ് കാർഡിയോളജി, ആസ്റ്റർ മെഡിസിറ്റി, കൊച്ചി), മാധ്യമ പ്രവർത്തകർ പിന്നെയും അക്ഷരങ്ങൾക്ക് രാവും പകലും കൂട്ടിരുന്ന ആത്മബന്ധങ്ങൾ. അവരുടെതാണീ പുസ്തകം.

ഹണി ഭാസ്കരൻ

"**വെ**റും നിശ്വാസങ്ങളെങ്കിലും
അനശ്വരങ്ങളവ
എന്റെ ഹിതാനുവർത്തികൾ
എന്റെ വാക്കുകൾ."
— സാഫോ

മൗണ്ടൻ കോർട്ടിയാർഡ്

താഴ്വാരത്ത് എവിടെയോ നിന്ന് ഒരു പള്ളിമണിയുടെ നിഗൂഢമായ മുഴക്കം ചെവിയിൽ വന്നലച്ചു. ഒരു പൂച്ചമയക്കത്തിൽ നിന്നും ജനി കണ്ണ് തുറന്നു. മലയിറങ്ങി വന്നൊരു തണുത്ത കാറ്റ് ദേഹത്തെ ആകമാനം വന്നു പൊതിഞ്ഞു. ദൂരെ... കുന്നുകൾക്കും മലകൾക്കും അപ്പുറം സൂര്യൻ ഒരു കുഞ്ഞു ആപ്പിൾപഴം പോലെ. ആകാശത്ത് അവിടവിടെ വാരി വിതറിയപോലെ ഇത്തിരി സൂര്യന്റെ ചുവപ്പ്. പതിയെ ഇഴയുന്ന മേഘങ്ങൾ കൊക്കപോലെ തോന്നിപ്പിക്കുന്ന ഗർത്തങ്ങളിലെ പച്ചപ്പിനു മീതെ ശുഭ്രവസ്ത്രം പുതപ്പിച്ചു. എങ്ങും പെയ്തുകൊണ്ടിരിക്കുന്ന മഞ്ഞിന്റെ നനവ് മാത്രം. സിൽവർ ഓക്ക് മരങ്ങളുടെ തിളക്കത്തിൽ പ്രഭാതം ഉണർന്നെണീറ്റു വരുന്നതേയുള്ളൂ.

നീണ്ട യാത്രയുടെ ആലസ്യം കണ്ണുകളിൽ ആ തണുപ്പിലും വെയിൽ പോലെ നീറി. ആലപ്പിയിൽ നിന്നും മൂന്നാറിലേക്കുള്ള യാത്ര. ആസിഫിന്റെ, താൻ ജനിച്ച നാടിന്റെ ഓർമ്മകളുടെ ഫോസിലുകൾ ഇപ്പോഴും ചിതറിക്കിടക്കുന്ന ആലപ്പുഴ. കുട്ടിക്കാലത്തെ മനോഹരമാക്കിയ, ആസിഫ് എന്ന തന്റെ പുരുഷനെ കണ്ടെത്തിയ മണ്ണ്. കിഴക്കിന്റെ വെനീസ്.

നോക്കുന്നിടത്തെല്ലാം ജലമർമ്മരങ്ങൾ.

പുലർച്ചെ രണ്ടുമണിക്ക് മൗണ്ടൻ കോർട്ടിയാർഡിൽ എത്തുമ്പോൾ ആകെ ക്ഷീണിതയായിരുന്നു. കുളിച്ച് തലയിണയും ചാരി, ആസിഫിന്റെ കുളി കഴിഞ്ഞു വരാൻ കാത്തു കിടന്നതാണ്. അതേപടി ഉറങ്ങിപ്പോയിരിക്കാം. എന്നാൽ ഉണർന്നപ്പോൾ കിടപ്പ് അങ്ങനെ ആയിരുന്നില്ലതാനും. തൂവെള്ള വിരിപ്പിൽ, ശുഭ്രവും പതുപതുത്തതുമായ രജായിക്കുള്ളിൽ ചുരുണ്ട് കിടക്കുകയായിരുന്നു താൻ എന്ന് അവൾ ഓർത്തു. ഹൃദയത്തിൽ ഒരു പുതുമഴയുടെ ഗന്ധം പടർന്നു.

മഗ്ഗിലെ കാപ്പിയുടെ ചൂട് ആറിത്തുടങ്ങിയിരുന്നു. കിടന്നിടത്ത് നിന്നും മാറ്റിക്കിടത്തിയത് ആസിഫ് തന്നെയാവണം. തലയിണ കട്ടിലിന്റെ കൈവരികളിലേക്ക് ഉയർത്തിവെച്ച് തലയതിലേക്ക് അല്പം ചാരി ജനി അവനെ നോക്കി. അരികെ ചരിഞ്ഞു കിടന്നുറങ്ങുകയായിരുന്നു അയാൾ.

അരുമയോടെ അവന്റെ ഉറക്കം കണ്ട് അവൾ കിടന്നു. ഇടയിൽ ഒരു തലയിണ ദൂരം മാത്രം. കഴുത്തിനു മീതെ പറ്റെ വെട്ടിയ മുടി. നേവിയിൽ ജോലി ആയതിനു ശേഷം അവന്റെ മുടിവെട്ട് രീതികൾ ഇങ്ങനെയാണ്. മുഖത്ത് ഒരു കുഞ്ഞിന്റെ ശാന്തത. ജനി അയാളിലേക്ക് ചേർന്നുകിടന്നു. ഉറക്കത്തിൽ ആസിഫ് ചെറുതായി ഒന്നനങ്ങി. സ്നേഹത്തോടെ അവന്റെ നെറ്റിമേൽ ഉമ്മ വെച്ച് ജനി എഴുന്നേറ്റു. മണി അഞ്ചായിരിക്കുന്നു.

യാത്രയ്ക്കിടയിൽ വായിക്കാൻ ജോഷ്വ തന്ന പുസ്തകവുമായി അവൾ ബാൽക്കണിയിൽ വന്നിരുന്നു. സ്ലൈഡിംഗ് ഡോർ തുറന്നതും രാത്രി മുഴുവൻ പുറത്ത് കാത്തു നിർത്തിയ പകയോടെ പുലർമഞ്ഞ് മുറിക്കുള്ളിലേക്ക് ഇരച്ചു കയറി. വല്ലാണ്ട് തണുത്തിട്ടാവണം, ഉറക്കത്തിൽതന്നെ ആസിഫ്, ഇടംകാലുകൊണ്ട് പുതപ്പു തിരയുന്നതു കണ്ട് അവൾക്കു ചിരി വന്നു. ഒരു ചെറിയ കുഞ്ഞിനെ എന്നോണം അത്രയേറെ വാത്സല്യത്തോടും കൗതുകത്തോടും അവൾ അവനെ നോക്കി നിന്നു. ശേഷം, സ്റ്റാന്റിൽ നിന്നും അവന്റെ മണമുള്ള ജാക്കറ്റ് ധരിച്ചു, ഡോർ ചേർത്തടച്ചു ബാൽക്കണിയിലെ കസേരയിലിരുന്നു. തണുത്ത കാറ്റ്, ഇലകൾക്കിടയിൽ നിന്നും കോരിയെടുത്ത സൂര്യവെളിച്ചം, കുസൃതിയോടെ അവളുടെ മുഖത്തേക്കൊഴിച്ചപ്പോഴാണ്, വായനയ്ക്കിടയിൽ താൻ വീണ്ടും ഉറങ്ങിപ്പോയിരിക്കുന്നു എന്നവൾക്ക് മനസ്സിലായത്. പാതി വായിച്ച പുസ്തകം 'യഹൂദരുടെ ദൈവം' നെഞ്ചിൽ നിന്നും അടർന്നു വീഴാൻ തുടങ്ങുന്നു.

വായനയാണോ സംഗീതമാണോ കൂടുതൽ പ്രധാനം എന്ന് ആസിഫ് ഇടയ്ക്കിടെ ചോദിക്കാറുണ്ട്. രണ്ടിനും ഇടയിലെ ഉന്മാദത്തെക്കുറിച്ചാണ് ജനി അപ്പോൾ ഓർക്കുക. വായനയുടെ അനന്തപ്രകാശത്തിലൂടെ പറക്കുമ്പോൾ, ഭാവനയ്ക്ക് പൊടുന്നനെ ചിറകുകൾ മുളയ്ക്കുന്നതിനെ കുറിച്ച് വിശദീകരിക്കണം വേണം എന്നു വെച്ചാൽ? സംഗീതം ശുദ്ധമാക്കുന്ന ഏകാന്തതയുടെ സഞ്ചാരങ്ങളെക്കുറിച്ച് ഭാഷ്യം ആവശ്യപ്പെട്ടാൽ?

അവന്റെ ഉന്മാദത്തോളം ഭയാനകമോ തീക്ഷ്ണമോ അല്ല ജനിയുടെ വിഭ്രാന്തിയുടെ ആഴങ്ങൾ. ലോകം കണ്ടു നടക്കുന്ന ഒരുവനിലേക്ക് അയാളുടെ കണ്ണുകളിലൂടെ എത്ര ദൂരം യാത്ര ചെയ്താലാണ് സ്വപ്നം കണ്ട കാഴ്ചകളുടെ പാതി ദൂരമെങ്കിലും എത്തുക? പ്രതീക്ഷകളുടെ താഴ്‌വരകളിലേക്ക് ഉദയസൂര്യനെപ്പോലെ പ്രകാശിച്ചു നിൽക്കാനാവുക?

ഏറെ വർഷങ്ങൾക്കു ശേഷം വീണ്ടുമൊരു ദൂരയാത്ര. എത്രയോ നാടുകൾ കടന്നുപോയിട്ടുണ്ടെങ്കിലും അത്രയും കാലത്തെ യാത്രകൾ പോലെ ആയിരുന്നില്ല അത്. പ്രണയമന്ദാരങ്ങൾ പൂത്തു നിൽക്കുന്ന വിശ്വാസങ്ങളുടെ ചൂടൻ കുപ്പായം ജനിക്കു മീതെ അയാൾ പുതപ്പിച്ചിരുന്നു. ഓരോ ചേർത്തു പിടിക്കലുകൾക്കുമൊപ്പം കാപ്പിപ്പൂക്കളുടെ വശ്യമായ ഗന്ധമുണ്ടായിരുന്നു. ആ ഗന്ധത്തെ പ്രാണവായുവിനു വേണ്ടി ശ്വാസമെടുക്കുന്നവളെ പോലെ ഉള്ളിലേക്ക് വലിച്ചെടുപ്പിച്ചിരുന്നു.

അശ്വവേഗത്തിൽ ഓടുന്ന ജീവിതത്തിലേക്ക് ഭദ്രമായ സ്നേഹത്തിന്റെ ഇലയുടുപ്പുകളും കരുതലിന്റെ പുരുഷഗന്ധവുമായി ആസിഫ് കടന്നു വരുമ്പോൾ അവൻ എക്കാലത്തേക്കും എന്റെ ആത്മാവിന്റെ നിശ്വാസങ്ങളെ മുറിപ്പെടുത്താതെ കാത്തുസൂക്ഷിക്കുമെന്ന വിശ്വാസം ജീവിതത്തെ അതിന്റെ ഉന്മാദങ്ങളുടെ വിഭിന്ന നിറമുള്ള ആകാശങ്ങളിലേക്ക് എടുത്തുയർത്തിയിരുന്നു. വിശ്വാസങ്ങൾ ഒറ്റയായി, പിണഞ്ഞു കിടക്കുമ്പോൾ അതിൽ പുണ്യപാപബോധങ്ങളില്ല.

കോഫീസെറ്റും കെറ്റിലും മുറിയിൽ ഒരുക്കിവച്ചിട്ടുണ്ടായിരുന്നു. ചൂടോടെ ഒരു കാപ്പി കുടിക്കാൻ ജനിക്ക് അതിയായ ആഗ്രഹം തോന്നി എങ്കിലും അവനോടൊപ്പം ചേർന്നിരുന്നല്ലാതെ, ലോകത്തെ ഏതു രുചിയേറിയ കാപ്പിയും പൂർണ്ണമാവില്ല എന്നവൾ ഓർത്തു.

മഞ്ഞുപെയ്ത വഴികൾ തെളിഞ്ഞു വരുന്നതേയുള്ളൂ. സ്പാത്തോഡിയൻ മരങ്ങൾ നെയ്ത പൂക്കളുടെ ജാലകങ്ങൾ. മരത്തലപ്പുകൾക്ക് ഇടയിലൂടെ എത്തി നോക്കുന്ന നറുവെട്ടം. കാടും മേടും ചുറ്റി വരുന്ന ഒരു സഞ്ചാരിയായി, ഗന്ധങ്ങളെ ചുമലിലേറ്റി കാട്ടുവഴികളും പുഴകളും കായലുകളും മുറിച്ചു കടന്നുവരുന്ന കാറ്റ്. വിളക്ക് മരങ്ങൾക്കു മീതെ പ്രഭാതമായെന്ന് കരയുന്ന കാക്കകൾ.

പുലർകാല സൂര്യൻ പ്രകൃതിയുടെ ഈ ശിരോവസ്ത്രത്തിനുള്ളിൽ എവിടെയോ കുടുങ്ങി കിടപ്പുണ്ട്. മരങ്ങൾ കുളിർ വീണ നീറ്റലിൽ എന്നവണ്ണം മെയ് വിടർത്തി . ഇലയുടുപ്പുകൾക്കിടയിൽ നിന്നും കുരുവികൾ പുറത്തെ മഞ്ഞിനെ നോക്കി ആലസ്യം പൂണ്ട് ഇണയ്ക്കൊപ്പം കുറുകിയമർന്നു. ചിലപ്പോഴൊക്കെ ഇത്തിരി ഉഷ്ണത്തിന്റെ കനം തേടിയെന്ന വണ്ണം സ്വയം ചുരുങ്ങി അകത്തേക്ക് ചിറകുകൾ ഒളിപ്പിച്ചു. പല നിറങ്ങളിലുള്ള കൊച്ചു ചുണ്ടുകൾ മാത്രം പുറത്തേക്ക് നീണ്ടു.

മേഘഫണങ്ങൾ ഭൂമിയിലേക്ക് താഴ്ന്നു തുടങ്ങി. അവ ആകാശക്കീറുകൾക്കിടയിൽ ദീപ്തമായി. തേയിലക്കാടുകൾക്കിടയിലൂടെ, തളിരിലയിൽ മഴനാരെന്നപോലെ വളഞ്ഞു പുളഞ്ഞു പോകുന്ന വഴി. ഇത്തിരി വെട്ടത്തിന്റെ പ്രതീക്ഷ നിറച്ച മിന്നാമിനുങ്ങുകൾ ഇലകൾക്കടിയിലേക്ക് ധ്യാനം തേടി. പ്രഭാതമാകെ ഇപ്പോൾ മഞ്ഞു മൂടി കിടപ്പാണ്.

ഇലകൾ തമ്മിൽ ഉരസുന്നതിന്റെ ശബ്ദം മഞ്ഞുപെയ്ത്തിന്റെ ചിലമ്പലിൽ കേൾക്കാതായിരിക്കുന്നു. ഇടുങ്ങിയ വഴികളുടെ അരികുകളിൽ നിന്നും തല നീട്ടുന്ന പുൽനാമ്പുകൾ. അടർന്ന കാറ്റിന്റെ ഗതിക്കൊപ്പം ചാഞ്ഞുപോകുന്ന ചില്ലകളുടെ അസ്വാരസ്യങ്ങൾ മാത്രം. ദൂരെ ഓക്ക് മരങ്ങളുടെ ചോലകൾക്കിടയിൽ ശ്വാസത്തിനു പോലും ഇടയില്ലാത്ത വിധം, നിരനിരയായി കൊച്ചു കൊച്ചു വീടുകൾ. പലയിടങ്ങളിലും ഓർമ്മ മങ്ങിപ്പോയ ഏതോ ഡിസംബറിന്റെ തിരുശേഷിപ്പെന്നോണം ഇപ്പോഴും അഴിച്ചു മാറ്റാതെ നക്ഷത്രക്കൂടിന്റെ വെളിച്ചങ്ങൾ.

വഴി തെറ്റി വന്നൊരു ശീതക്കാറ്റ് തുറന്നിട്ട ബാൽക്കണിയുടെ കൈവരികളിൽ നനവടയാളങ്ങൾ വരച്ചു. പുറത്തെ പൂന്തോട്ടത്തിലെ കൊച്ചു തടാകത്തിൽ വെള്ള അരയന്നങ്ങൾ ചിറകിലെ കുളിരിനെ വീശി തെറുപ്പിച്ചു. പുകയെന്ന പോലെ തടാകത്തിൽ നിന്നും മേല്പോട്ടു ഉയരുന്ന മഞ്ഞ്. ബാൽക്കണിയിലേക്ക് ചാഞ്ഞു വീണ മൾബറി മരത്തിന്റെ കൊച്ചു ചില്ല നിറയെ ഇല കാണാത്ത വിധം പഴുത്തു തുടങ്ങിയ മൾബറി പഴങ്ങൾ. ചുവപ്പും വയലറ്റും നിറങ്ങളിൽ വസന്തകാലത്തിന്റെ തോരണം തൂക്കിയ പോലെ.

പിൻകഴുത്തിൽ നിശ്വാസത്തിന്റെ ചൂട് പതിഞ്ഞു പിൻതിരിയവേ, വെയിൽകണം ചിന്നി വീണു മിന്നിയ ജനിയുടെ ചെവിക്കു കീഴിൽ ആസിഫിന്റെ അധരങ്ങൾ പതിയെ താണു.

“എന്റെ പെണ്ണ്...”

അയാളുടെ പതിഞ്ഞ ശബ്ദം ചെവിയിൽ രാത്രിസംഗീതം പോലെ സുന്ദരമായി.

“നിന്റെ മാത്രം പെണ്ണ്...” തന്നെ വട്ടം പിടിച്ച ആസിഫിന്റെ കൈകളിൽ ജനി ഒന്നുകൂടി മുറുകെ പിടിച്ചു, അവന്റെ വാക്കിനെ സ്വാർത്ഥമായ പ്രണയത്തിന്റെ കടുത്ത ചായംകൊണ്ട് പൂരിപ്പിച്ചു.

അവൻ അവളുടെ കാതിൻതുമ്പത്ത് ചുണ്ടുരുമ്മി. അവൾ അയാളുടെ കൈകൾക്കുള്ളിലേക്ക് അല്പം കൂടി ഒട്ടി നിന്നു.

“ആസിഫ്... നിനക്കൊപ്പം എനിക്കീ മൂന്നാർ മുഴുവൻ സഞ്ചരിക്കണം.” അവൾ ഉറക്കത്തിലെന്നോണം മന്ത്രിച്ചു.

“മൂന്നാർ എന്നല്ല, എനിക്കൊപ്പം ഈ ലോകം മൊത്തം സഞ്ചരിക്കണം എന്നു പറയൂ. ഞാനല്ലാതെ മറ്റാർക്കാണ് പെണ്ണേ നിന്റെ ഇഷ്ടങ്ങളെ അത്രമേൽ ആഴത്തിൽ അറിയുക? നിന്റെ കൺപീലികൾ ഒന്നിളകുന്നതുപോലും എന്നോളം ആർക്കാണ് തിരിച്ചറിയാനാവുക? നമ്മുടെ യാത്രകൾ തുടങ്ങിയിട്ടേയുള്ളൂ. കാടും മലകളും കടന്ന്, തെരുവുകളും നഗരങ്ങളും ചുറ്റി ഒടുവിൽ തണുത്തുറഞ്ഞ മഞ്ഞിന്റെ ധ്യാനത്തിലേക്ക് നമ്മൾ ഒരു ഹിമാലയൻ യാത്ര പോകും.”

ജനി അയാളുടെ നെഞ്ചിലെ ചൂടിലേക്ക് കൂടുതൽ അഭയം തേടിയെന്ന പോലെ നിന്നു. ജാലകവിരികൾ കാറ്റിൽ നൃത്തം ചെയ്തു. അതിനപ്പുറത്ത് നിന്നും ഒരു ചീന്ത് സൂര്യനാളം മുറിയിലെ കണ്ണാടിക്ക് മീതെ വെള്ളിച്ചിറക് വീശി.

ചില്ലയിൽ നിന്ന് ഒരു പഴുത്ത മൾബറിപ്പഴം അടർത്തിയെടുത്ത് അവൻ അധരങ്ങൾക്കിടയിൽ ചേർത്തു. രുചിയുടെ അങ്ങേയറ്റത്തേക്ക് കൂടുതൽ കയറിച്ചെല്ലാൻ എന്നോണം അവന്റെ ഇരുകൈകളും അവളുടെ ചെവികൾക്കു മുകളിലെ മുടിച്ചുരുളുകൾക്കിടയിലൂടെയിട്ട് അടുപ്പിച്ച്

അവളുടെ അധരങ്ങളെ കൂടുതൽ തന്നിലേക്ക് ചേർത്തു വച്ചു. ഒരേ പഴത്തിന്റെ മധുരവും ചവർപ്പും അവരൊന്നായി നുണഞ്ഞു. പ്രണയമെപ്പോഴും ഒരുമിച്ചു രുചിക്കുമ്പോൾ മധുരം കൂടുന്നതാണ്. കൂടുതൽ പഴകുംതോറും ലഹരിയേറുന്നതും.

"എന്റെ പ്രിയേ നീ സുന്ദരി... നീ സുന്ദരി തന്നെ. നിന്റെ അധരം കടുംചുവപ്പ് നൂൽപോലെയും നിന്റെ വായ് മനോഹരവും ആകുന്നു. അവ തേൻക്കട്ട പൊഴിക്കുന്നു. നിന്റെ നാവിൻ കീഴിൽ തേനും പാലും ഉണ്ട്. നിന്റെ വസ്ത്രത്തിന്റെ വാസന ലെബനോന്റെ വാസന പോലെ."

പൊടുന്നനെ പിന്നിൽ നിന്നും അമർത്തി ചവിട്ടിയുള്ള കാല്പെരുമാറ്റവും ഉച്ചത്തിൽ ആ അശരീരിയും അടുത്തു വരുന്നത് കേട്ട മാത്രയിൽ, ജനിയും ആസിഫും പരസ്പരം ഒട്ടി നിന്ന രണ്ടിലകൾ കാറ്റിൽ അടർന്നു മാറിയതുപോലെ അന്യോന്യം മാറി നിന്നു.

അത് അയാളായിരുന്നു. ജോഷ്വാ യഹൂദി... യാത്രകളിൽ അയാൾക്ക് ഏറ്റവും നല്ല ഗൈഡായി ആസിഫ് കൂടെ കൂട്ടിയ സുഹൃത്ത്, മൂന്നാറിന്റെ മിടിപ്പുകൾ അളന്നു പറയാൻ പറ്റുന്നത്ര ഈ മണ്ണിനെ അറിഞ്ഞ സഞ്ചാരി.

ഒരു ട്രേയിൽ, മയിൽ ആകൃതിയുള്ള മഗ്ഗിൽ കാപ്പിയുമായി ജോഷ്വാ അരികിലെത്തി. അയാളുടെ പച്ച നിറമുള്ള പരുത്തിയുടുപ്പിൽ നിന്നും രോമങ്ങൾ പാറി നിന്നു. കൂമൻ തൊപ്പിയുടെ അറ്റത്ത് ഒരു പക്ഷിത്തൂവൽ കിരീടം വെച്ച പോലെ ഇരുധ്രുവങ്ങളിലേക്ക് ഇളകിയാടി. കഴുത്തിൽ ഇറുകിക്കിടക്കുന്ന കൊന്തയിൽ കുരിശുരൂപം. താടിരോമങ്ങളിൽ അവിടവിടെ വെള്ളിയടയാളങ്ങൾ പ്രായത്തിൽ കവിഞ്ഞ പ്രായം ഓർമ്മപ്പെടുത്തി.

മഗ്ഗിന്റെ അറ്റത്തു നിന്നും പ്രത്യേകതരം കാപ്പിയുടെ ആവി മുറിയാകെ പരന്നു. ചുറ്റും നിറയുന്ന കാപ്പിമണം. അതിന്റെ ഗന്ധത്തെ കൊതിയോടെ ആത്മാവിലെക്കെന്ന പോലെ ജനി വലിച്ചുകയറ്റി.

"ഇവിടിരുന്ന് പ്രണയിച്ചതൊക്കെ മതി. ഒരു മണിക്കൂറിനുള്ളിൽ ഞാൻ വരും. അപ്പോഴെങ്കിലും ഇറങ്ങിയാലേ ഇന്നത്തെ നമ്മുടെ യാത്രയുടെ പ്ലാനുകൾ പൂർത്തിയാക്കാൻ പറ്റൂ..." അതും പറഞ്ഞ്, ചെറുചിരിയോടെ ജോഷ്വാ പുറത്തേക്ക് നടന്നു. വാതിൽ പുറത്തു നിന്നും പതിയെ ചേർത്തടച്ചു.

ഇവിടുത്തെ താമസം, യാത്രകൾ, ഭക്ഷണം ഒക്കെ ചാർട്ട് ചെയ്തിരിക്കുന്നത് ജോഷ്വാ യഹൂദിയെന്ന ആസിഫിന്റെ വിശ്വസ്തനായ ഈ സുഹൃത്താണ്. ഏതോ കാട്ടുയാത്രയിൽ ആസിഫിന്റെ ചങ്കിൽ കയറി പറ്റിയ സഞ്ചാരി സുഹൃത്ത്.

കേരളത്തിലെ അവശേഷിക്കുന്ന ജൂതരിൽ ഒരാൾ.

ജനി വീണ്ടും ബാൽക്കണിയിൽ വട്ടത്തിൽ നിരത്തിയിട്ട ചൂരൽ കസേരകളിൽ ഒന്നിൽ ആസിഫിന്റെ അടുത്തായി വന്നിരുന്നു. പുറത്തപ്പോൾ സൂര്യൻ ജ്വലിക്കുന്ന മഞ്ഞയുടുപ്പണിഞ്ഞിരുന്നു.

എത്ര നീണ്ട കാത്തിരിപ്പുകൾക്ക് ഒടുവിലാണ് ആസിഫിന്റെ കൂടൊരു യാത്ര. പരസ്പരവിരുദ്ധമായ രണ്ടു ഉദ്യോഗങ്ങൾ കൈകാര്യം ചെയ്യുന്നവർ. ഒരേ മണ്ണിൽ ജനിച്ചവർ എങ്കിലും രണ്ടു ദേശങ്ങളിൽ അധിവസിക്കുന്നവർ. എല്ലാ ബഹളങ്ങൾക്കിടയിൽ നിന്നും അവരുടേത് മാത്രമായ സ്വർഗ്ഗത്തിലേക്ക് കുറച്ചു ദിവസത്തേക്കുള്ള യാത്ര.

വർഷങ്ങൾ നീണ്ട പ്രണയത്തിലും ഒന്നിച്ചിരിക്കുവാനുള്ള കൊതിയുടെ നീണ്ട കാത്തിരിപ്പിന് അവസാനം.

“ആസിഫ്...”

ജനി അയാളുടെ തോളിലേക്ക് ഒരു പൂച്ചക്കുഞ്ഞിനെ പോലെ മുഖം ഉരുമ്മി. അവളുടെ നെറുകയിലേക്ക് മുഖം ചേർത്തു വെച്ച് ഒന്നും മിണ്ടാതെ ബലിഷ്ഠമായ കൈകൊണ്ടു അയാൾ അവളെ ചേർത്തു പിടിച്ചു. അയാളുടെ നെഞ്ചിലെ ചൂടിലേക്ക് അവൾ വീണ്ടും മുഖം അടുപ്പിച്ചു.

അവളുടെ നെറ്റിമേൽ വീണു കിടന്ന ഒരു വെളുത്ത മുടി അവളുടെ ഒറ്റക്കൽ മൂക്കുത്തിക്ക് ചുറ്റും വരിഞ്ഞ് അയാൾ പറഞ്ഞു.

“നര വന്നു തുടങ്ങിയല്ലോ പെണ്ണിന്...”

“ഭാഗ്യനരയാണ്.” അവൾ ചിരിച്ചു.

“തീർച്ചയായും... പക്ഷേ എനിക്കാണ് ആ ഭാഗ്യം എന്നു മാത്രം...”

“ആസിഫ്” ജനി വീണ്ടും മുഖം ഉയർത്തി.

പറയാനുള്ളത് എന്താണ് എന്നൊരു ചോദ്യം പോലെ അസിഫ് അവളുടെ മുഖം തന്റെ നെഞ്ചിൽ നിന്നും കൈകൊണ്ടു പിടിച്ചുയർത്തി അവളുടെ തുടുത്തു നനഞ്ഞ ചുണ്ടുകളിൽ വിരലോടിച്ചു.

“ഈ മൂന്നാറിന്റെ കുളിരിൽ, എന്നേക്കുമായി വീണുറങ്ങിയവരൊക്കെ എത്ര ഭാഗ്യവാന്മാർ ആയിരിക്കും അല്ലേ?”

“പ്രണയിച്ചിരിക്കുമ്പോൾ മരണത്തെക്കുറിച്ച് സംസാരിക്കാതെ പെണ്ണേ...” അയാൾ അവളോട് തെല്ലു നീരസം കാട്ടി.

“അതെന്താണ്? പ്രണയവും ഒരു തരത്തിൽ മരണമല്ലേ ആസിഫ്... അതുവരെ ഉണ്ടായിരുന്ന ആ വ്യക്തി, അയാളുടെ ഇഷ്ടാനിഷ്ടങ്ങൾ ഒക്കെ, പ്രണയത്തിൽ മറ്റൊന്നായി മാറുകയല്ലേ? പിന്നെ എല്ലാം പുതിയതാണ്. പഴയ ആൾ മരിച്ചുപോവുകയാണവിടെ. ശരിയല്ലേ?” ജനി പറഞ്ഞു നിർത്തി.

“ജീവിക്കുന്ന ഈ നിമിഷം... അതിനപ്പുറം മറ്റൊന്നിനെ കുറിച്ചും ആകുലപ്പെടരുത്...” ആസിഫ് വീണ്ടും വിഷയത്തെ ഖണ്ഡിക്കാൻ ശ്രമിച്ചു.

ഒരു നിമിഷത്തെ നിശ്ശബ്ദതയെ കുടഞ്ഞു കളഞ്ഞ് ജനി വീണ്ടും ചോദിച്ചു.

“ശരിക്കും മരണത്തിന് ചൂടും തണുപ്പും എന്നൊരു വേർതിരിവുണ്ടോ? മരവിപ്പല്ലാതെ?”

“ആരോ വരുന്നുണ്ട് പുറകിൽ,
വേഗത വറ്റുന്നു, ഉമിനീര് വറ്റുന്നു
ആരോ വരുന്നുണ്ട് പുറകിൽ...”

അയാൾ ഷെല്ലിയുടെ കവിതയിലെ വരികൾ ഉച്ചത്തിൽ ഉരുവിട്ടു.

“പെണ്ണേ... തീയറയ്ക്കുള്ളിൽ വേവുന്ന ജീവിതത്തെക്കുറിച്ച്, പ്രണയത്തെക്കുറിച്ച് നമുക്ക് സംസാരിക്കാം...”

“എങ്കിൽ ഓറഞ്ച് അല്ലികളുടെ മണമുള്ള എന്റെ ഈ പുരുഷനൊപ്പം എനിക്കീ മൂന്നാർ ചുറ്റണം.”

“ജനീ.... എന്റെ പെണ്ണേ... ഒരിക്കൽ സംഗീതമാണ് ജീവിതം എന്ന് വിശ്വസിച്ചിരുന്ന നീ...”

അവളുടെ ചിരിയിൽ കുസൃതി നിറഞ്ഞിരുന്നു.

“പ്രണയത്തിനെന്തു മതം? അതിന്റെ അടിയൊഴുക്കിൽ കടപുഴകി പോകാത്ത എന്ത് മാലിന്യം ആണ് ഈ പ്രപഞ്ചത്തിൽ ഉള്ളത്?”

“നേരാണ്...” അവൾ അയാളുടെ താടി രോമങ്ങളിലൊന്നു കടിച്ചു വലിച്ചു, അവൻ നൊന്തു, അവളെ ചിരിയോടെ ചേർത്തമർത്തി.

“നിന്നെ സ്നേഹിക്കാതിരിക്കാൻ ആർക്കാണ് കഴിയുക പെണ്ണേ... കാപ്പിപ്പൂക്കളുടെ മണമാണ് നിന്റെ മുടിക്കെട്ടിനിപ്പോൾ...”

അവളുടെ ഉടലിന്റെ ഊഷ്മളതയെ ഒന്നുകൂടി ചേർത്തടുപ്പിച്ച് ആസിഫ് അവളുടെ മുടിക്കെട്ടിലേക്ക് മുഖമിട്ടുരുമ്മി കാതിൽ പറഞ്ഞു.

കാതിലെ മൊട്ടു കമ്മലിലേക്ക് മുന്നിലെ ഓക്ക് മരത്തിന്റെ ഇലകൾക്കിടയിലൂടെ ഒളിച്ചു കടന്നൊരു വെയിൽക്കീറ് ചിന്നിച്ചിതറി. അവൾ എന്നത്തേക്കാളും സുന്ദരിയാണ് എന്ന് അയാൾക്കു തോന്നി.

“എത്ര കാലങ്ങൾക്കിപ്പുറം ആണ് ആസിഫ്... നാമിങ്ങനെ തൊട്ടടുത്ത്.”

ആസിഫ് ഒരു നിമിഷം കഴിഞ്ഞു ശബ്ദം താഴ്ത്തി പറഞ്ഞു.

“കാത്തിരുന്നു കാണുമ്പോൾ ഉള്ള പ്രണയം വീഞ്ഞു പോലെയാണ് പെണ്ണെ. നീയാണെന്റെ ലഹരി. എന്റെ വിശ്രമങ്ങളുടെ ഇടവേളകളിൽ,

ദുരന്ത ഭൂമികളിലേക്കുള്ള പലായനങ്ങളിൽ നീയല്ലാതെ മറ്റൊന്നും, നിന്റെ ഓർമ്മകളല്ലാതെ മറ്റൊന്നും എന്നെ ആധി പിടിപ്പിക്കാറില്ല... കൊതിപിടിപ്പിക്കാറുമില്ല..."

ജനി കൊതിയോടെ, അതിലേറെ വാത്സല്യത്തോടെ അവന്റെ കണ്ണുകളുടെ ആഴങ്ങളിലേക്ക് തന്റെ നോട്ടത്തിന്റെ വേരാഴ്ത്തി.

"നോക്കൂ... ഒരു നീണ്ട യാത്രയുടെ ക്ഷീണം മുഴുവൻ നിന്റെയീ കണ്ണുകളിൽ ഉണ്ട്. ശരീരത്തിന് പനി പിടിച്ച പോലെ ചൂട് തോന്നുന്നു." അയാൾ തന്റെ കൈകൾ രണ്ടും അവളുടെ കഴുത്തിന് ഇരുവശങ്ങളിൽ ചേർത്തു വെച്ചു.

"ഏയ്... അതുറങ്ങി എണീറ്റതിന്റെയാവും." അവൾ വീണ്ടും മടി പിടിച്ച പോലെ അയാളുടെ കൈകൾക്കുള്ളിലേക്ക് ഒന്നുകൂടി പതുങ്ങി.

"നന്നായൊന്നു കുളിച്ചു മിടുക്കിയാവൂ... ഇപ്പോൾ തന്നെ ജോഷ്വാ വരും. കൃത്യനിഷ്ഠയുടെ കാര്യത്തിൽ, അവനൊരു ഭ്രാന്തനാണ്. പറഞ്ഞ സമയത്ത് ഇറങ്ങിയില്ലെങ്കിൽ അവന്റെ സ്വഭാവം വെച്ച് ചിലപ്പോ തിരിച്ചു പോയിക്കളയും."

"എനിക്ക് നിന്റൊപ്പം ഇരുന്നാൽ മതി ഇത്തിരി നേരം കൂടെ..."

ഒട്ടി നിന്ന സുരക്ഷിതത്വത്തിൽ നിന്നും വിട്ടുമാറാനുള്ള മടിയോടെ, ജനി മെല്ലെ മുറിയിലേക്ക് നടന്നു. അവളുടെ മൈലാഞ്ചി തേച്ച് ചെമ്പിച്ച മുടിയിഴകൾ പിന്നിലേക്ക് മാടി ഒതുക്കി അയാൾ അവളുടെ നെറുകയിൽ ഉമ്മ വെച്ചു. മടിയോടെ പിന്നിലേക്ക് മലച്ച ജനിയുടെ ഇരു തോളുകളിലും ഉന്തിക്കൊണ്ട് ആസിഫ് അവളെ കുളിമുറിക്കുള്ളിലേക്ക് നടത്തി.

മടി പിടിച്ചുള്ള അവളുടെ നടപ്പ് നോക്കി "ചെല്ല് പെണ്ണേ..." എന്ന് പറഞ്ഞു. ആസിഫ് ക്ഷമയോടെ അവളെ ഉള്ളിലേക്ക് തള്ളി, വാതിൽ ചേർത്തടച്ചു.

നല്ല ശമര്യാക്കാരുടെ കഥ

ദൈവം ഭൂമിയിൽ തന്ന മൂന്നാമത്തെ സൗഭാഗ്യം. അതാണ് ജനിക്ക് ആസിഫ്. ഓർമ്മ വെച്ച കാലം മുതൽ ജനിക്ക് ആസിഫിനെ അറിയാം.

സ്കൂളിൽ ഒരേ ക്ലാസ്സിൽ പഠിച്ചവർ. അന്ന് കടത്തുവള്ളം വഴിയാണവർ സ്കൂളിലേക്കു പോയിരുന്നത്. ആസിഫിന്റെ അപ്പൻ മുഹമ്മദ് കുഞ്ഞിയുടെ കടത്തുവള്ളം പലപ്പോഴും വിദ്യാർത്ഥികളുടെ ചിരിമഴകളുടെ ഇടത്താവളം ആയിരുന്നു. വള്ളം നിറയെ പുസ്തകക്കെട്ടുകളും ബാഗുകളും നിറഞ്ഞിരിക്കും. ആ പ്രദേശങ്ങളിലെ കുട്ടികൾ ഏറെയും കടത്തുവള്ളത്തിനാണ് അക്കരെയിക്കരെ പോയിരുന്നത്.

വള്ളത്തിന്റെ രണ്ടു ഭാഗത്ത് ചേരി തിരിഞ്ഞെന്ന പോലെ കുട്ടികൾ. അതിൽ പാവപ്പെട്ടവനും പണക്കാരനും എന്ന് ബോർഡ് എഴുതി വെച്ചിട്ടില്ല എന്നേയുള്ളൂ. ഒറ്റക്കാഴ്ചയിൽ തന്നെ ചേരിതിരിവിന്റെ കാരണം ഏതൊരാൾക്കും ബോദ്ധ്യപ്പെട്ടേക്കും. ഒരു സൈഡിൽ കറുത്ത് ഭംഗി കുറഞ്ഞ, തുന്നൽവിട്ട യൂണിഫോം പിന്നുകൊണ്ട് കുത്തിയ, നിറം പോയ നരച്ച യൂണിഫോം ഇട്ടവർ. അവരുടെ കൈയിൽ ബാഗുണ്ടാവില്ല, പുസ്തകക്കെട്ടുകൾ, മഴക്കാലമാകുമ്പോൾ പ്ലാസ്റ്റിക് കവറിൽ പൊതിഞ്ഞവ. കുട നിവർത്തുമ്പോൾ കൃഷ്ണമണി വലിപ്പമുള്ള ഓട്ടയിൽ കൂടി മഴവെള്ളം ശരീരത്തേക്ക് ഒലിച്ചിറങ്ങും.

ഇപ്പുറത്തെ ചേരിയിൽ ഉള്ളവർ അതുകണ്ട് നോക്കി ചിരിക്കും. അവർക്ക് നിറമുള്ള യൂണിഫോമും ബാഗും പുത്തൻ കുടയുമുണ്ടാകും. നല്ല ചെരുപ്പുണ്ടാകും. സന്തൂർ സോപ്പിന്റെയോ കുട്ടിക്കൂറ പൗഡറിന്റെയോ അത്തറിന്റെയോ നല്ല വാസനയുണ്ടാകും. കൈയിൽ കടലമിഠായിയോ പാരീസ് മിഠായിയോ തേനുണ്ടയോ ഉണ്ടാകും. ചുണ്ടുകൾക്ക് മീതെ കഴിച്ച മധുരത്തിന്റെ തേൻതുള്ളികൾ ഒട്ടിക്കിടക്കും.

മഴ പെയ്യുമ്പോൾ ചോരാത്ത കുടയുള്ളവർ എത്ര ഭാഗ്യം ചെയ്തവരാണ്. അവരുടെ കൂരയിലും മഴവെള്ളത്തിന്റെ തോർച്ച നിലത്ത് ഞളുപ്പായി തെന്നികിടക്കില്ല.

ആസിഫിന്റെ ബാപ്പയുടെ വള്ളത്തിൽ കയറുമ്പോൾ എല്ലാ കുട്ടികളും നിശ്ശബ്ദരാകും. ഉച്ചത്തിലുള്ള പരിഹാസങ്ങൾ പതുക്കെയാവും,

ചിരികൾ കൈപൊത്തി അടക്കി പിടിക്കും. സ്വകാര്യങ്ങൾ കാതുകളിൽ നിന്ന് കാതുകളിലേക്ക് പടരും. ബാപ്പയ്ക്ക് വല്യ ഇഷ്ടമായിരുന്നു കുട്ടികളെ.

ഒരിക്കൽ വള്ളത്തിൽ നിന്നിറങ്ങി മുന്നോട്ട് നടക്കുമ്പോഴാണ് കുട നിവർത്താതെ മഴയത്ത് നിൽക്കുന്ന ആസിഫിനെ അത്രമേൽ ശ്രദ്ധയോടെ ജനി നോക്കുന്നത്.

"എന്താ നീ കുട നിവർത്താത്തത്...?"

ജനി പിൻതിരിഞ്ഞു അവന്റെ അടുത്തേക്ക് വന്നു. കർക്കടകത്തിലെ മഴ അവന്റെ കണ്ണുകളിൽ അപ്പോൾ പെയ്യാൻ വിതുമ്പി നിന്നു. ആകാശത്തിനും അവന്റെ മുഖത്തിനും അപ്പോൾ ഇരുണ്ട മേഘങ്ങളുടെ നിറം.

"എന്തേ...?" ജനി ചോദ്യം ആവർത്തിച്ചിട്ടും അവനൊന്നും മിണ്ടിയില്ല. മുഖം കുനിച്ചു നിന്നു.

പുസ്തകക്കെട്ടിനൊപ്പം അവൻ പിന്നിലേക്ക് ചേർത്തു പിടിച്ചിരുന്ന കറുത്ത കുട, ജനി തട്ടിപ്പറിച്ചു വാങ്ങി നിവർത്തി. അതിന്റെ കമ്പികൾ പലതും ഒടിഞ്ഞിരുന്നു. നിവർത്തിയ കുടയിലൂടെ അവൾ മീതേക്കു നോക്കി. അതിലൂടെ കറുത്ത ശീലയുടെ കീറലുകളിൽ കൂടി, അവൾ ആകാശത്തെ പല കഷണങ്ങളായി കണ്ടു. കൂടെ ഉണ്ടായിരുന്ന മൈക്കിളും ക്രിസ്റ്റിയും എയ്ഞ്ചലും ഉച്ചത്തിൽ ചിരിച്ചു.

ജനിക്കു ദേഷ്യം വന്നു.

"എന്തിത്ര ചിരിക്കാൻ...? അവന്റെ ബാപ്പയുടെ വള്ളത്തിലല്ലേ നിങ്ങൾ വന്നത്...?" അവൾ മൂർച്ചയോടെ അവരെ നോക്കി.

കുട്ടികൾ ചിരി നിർത്തി.

"മീൻകാരൻ..." എയ്ഞ്ചൽ ഉച്ചത്തിൽ കളിയാക്കി മുന്നോട്ടോടി. മറ്റു രണ്ടു പേർ ഒപ്പം ചിരിച്ച് അവൾക്കു അകമ്പടി സേവിച്ചു കൂടെ ഓടി.

ജനി മഞ്ഞ ചിറകുള്ള ചിത്രശലഭങ്ങളുടെ ചിത്രങ്ങൾ നിറഞ്ഞ നീല പുത്തൻ കുടയിലേക്ക് ആസിഫിനെ ചേർത്തു പിടിച്ചു. അവൻ മടിച്ചു നിന്നപ്പോൾ അവൾ തോളിൽ പിടിച്ചു ചേർത്തു നിർത്തി.

തന്റെ തോളിൽ പതിഞ്ഞ വെളുത്തു മെലിഞ്ഞ, നെയിൽ പോളിഷ് ഇട്ട വിരലുകൾ, അതിന്റെ തണുപ്പ് നെഞ്ചിലാണ് വീഴുന്നതെന്ന് ആസിഫ് അറിഞ്ഞു. അവൻ അവൾക്കൊപ്പം മുന്നോട്ടു നടന്നു. അവരുടെ ചുമലുകൾ തമ്മിൽ ഉരസി.

ക്ലാസിലേക്ക് കയറും മുൻപ് ജനി അവനെ ഒന്ന് നോക്കി. തന്റെ കുട മടക്കി ആസിഫിന്റെ കൈയിൽ കൊടുത്തു.

"ഇത് നിനക്കിരിക്കട്ടെ..."

“വേണ്ട...” ആസിഫ് ഒരടി പിന്നോട്ട് ചിതറി മാറി. അവന്റെ മുടിയിൽ നിന്നപ്പോഴും മഴത്തുള്ളികൾ ഇറ്റുവീണുകൊണ്ടിരുന്നു.

“പേടിക്കണ്ടാന്നെ... ഞാൻ അപ്പനോട് പറഞ്ഞു പുതിയ കുട വാങ്ങിച്ചോളാം. അപ്പൻ ഒന്നും പറയില്ല. നിനക്കാന്ന് അറിഞ്ഞാ പ്രത്യേകിച്ചും.” അവൾ ആ കുട ആസിഫിന്റെ ഉള്ളം കയ്യിൽ പിടിപ്പിച്ചു ക്ലാസിലേക്ക് ഓടി പോയി.

അവൻ ആ പുത്തൻ കുട പലവട്ടം മണത്തു നോക്കി. നിവർത്തി നോക്കി. എത്ര വർഷങ്ങൾക്കു ശേഷമാണ് ഒരു പുത്തൻ കുട. അവൻ അവൾ തൊട്ട ഷർട്ടിന്റെ കോളറിനെ ഒന്നു മണത്തു നോക്കി. ജനിയുടെ മണം.

പിന്നീടും പലപ്പോഴും അവർ സ്കൂളിൽ വച്ചും വള്ളത്തിൽ വെച്ചുമൊക്കെ കണ്ടുമുട്ടി എങ്കിലും കർക്കടകം അലറി പെയ്തൊരു പുലർച്ചയ്ക്ക് സ്കൂളിലേക്ക് പോകുമ്പോഴാണ് ജലമൊരു പ്രണയവിത്തു മുളപ്പിച്ച് അവർക്കിടയിലേക്ക് എറിഞ്ഞത്. ചിലതങ്ങനെയാണ്. പ്രത്യക്ഷത്തിൽ ദുരന്തങ്ങളെന്നു തോന്നിക്കുന്ന പലതിലും, കാലം ഒളിപ്പിച്ചു വയ്ക്കുന്ന എന്തോ ഒന്നിന്റെ വിത്തുപാകലും നടക്കും. അപ്രതീക്ഷിതമായ ഒരു മഴയിൽ അത് ജീവന്റെ തിരി നീട്ടും. പ്രകാശത്തിലേക്ക്, അതിനു സാദ്ധ്യമായ വഴിയിലേക്ക് എല്ലാ തടസ്സങ്ങളെയും അതിജീവിച്ച് പടരും. അങ്ങനെയൊന്നായിരുന്നു അന്ന് അവിടെയും സംഭവിച്ചത്. അടിയൊഴുക്കുമായി കുത്തിയൊലിച്ച് ഒഴുകിയ പുഴയിൽ, കുട്ടികളെയുൾപ്പടെ കയറ്റി പോയ തോണി മറിഞ്ഞു.

പുസ്തകക്കെട്ടുകൾ ബാഗുകൾ തല കീഴായി വെള്ളത്തിലേക്കു ചിതറി വീണു. അതിനൊപ്പം ആ വള്ളത്തിലെ സകല യാത്രക്കാരും. ചുറ്റും നിലവിളികൾ.

ആസിഫ് നീന്തിക്കയറി കരയ്ക്ക് നിന്ന് കിതയ്ക്കുമ്പോഴാണ് പൊൻവളയിട്ട, പരിചിതമായൊരു കൈ മീതേക്ക് ഉയർന്നു നിൽക്കുന്നത് കാണുന്നത്. അവന്റെ തലച്ചോറിൽ ഒരു മിന്നൽ പുളഞ്ഞു. ജനി.... അതേ, ജനിയുടെ കൈയാണത്.

അക്കരെ നിന്നും വള്ളം മറിഞ്ഞതു കണ്ട് ആളുകൾ ഓടിക്കൂടുന്നതേയുള്ളൂ... പാഴാക്കാൻ അല്പം പോലും സമയമുണ്ടായിരുന്നില്ല. ചിന്തിച്ചു നിൽക്കുന്ന ഓരോ മാത്രയും ആ ജീവൻ അപകടത്തിലാണെന്ന് അവൻ തിരിച്ചറിഞ്ഞു. പൊടുന്നനെ വെള്ളത്തിലേക്ക് എടുത്തു ചാടിയതും “വേണ്ടാ ആസിഫേ, അടിയൊഴുക്കുണ്ട്” എന്ന നിലവിളികൾ കരയിൽ നിന്നുയർന്നു.

“അവൻ തോണിക്കാരൻ മമ്മദിന്റെ മോനാ. അവനോളം ഈ ആറിനെ അറിയുന്നവരുണ്ടോ?” കരയിൽ നിന്നവരിലാരോ അടക്കം പറഞ്ഞു.

അലറിയൊഴുകുന്ന പുഴയുടെ മീതേ, ഒരു തിരതള്ളലിൽ ഉയർന്നു വന്ന നീല റിബൺക്കെട്ടിനെ ആസിഫ് വലിച്ചടുപ്പിച്ചു കരയിലേക്ക് നീന്തി. തീരത്തണയുമ്പോൾ അവന്റെ പാതിബോധം നഷ്ടപ്പെട്ടിരുന്നു.

വേച്ചുവീണു പോയ അവനെ മറികടന്ന് ആരുടെയൊക്കെയോ കാല്പാദങ്ങൾ തലങ്ങും വിലങ്ങും കുതിച്ചു പാഞ്ഞു. വന്നവർ വന്നവർ വെള്ളത്തിലേക്ക് കുതിച്ചു ചാടി. ആർത്തനാദങ്ങൾ, പരിഭ്രാന്തമായ ശബ്ദങ്ങൾ.

അവയ്ക്ക് നടുവിൽ നിന്നും മുക്കുവസ്ത്രീകളിലാരോ, വാടിയ ഒരു താമരത്തണ്ടു പോലെ കിടന്ന ജനിയുടെ വയറിൽ അമർത്തി പ്രഥമ ശുശ്രൂഷ നൽകി. അവളുടെ കടവായിലൂടെ പുഴവെള്ളം നിറഞ്ഞൊഴുകി. അവൻ ആ കിടപ്പിൽ നിന്നും ചെരിഞ്ഞു നോക്കി ആശ്വാസത്തിന്റെ ആ കാഴ്ച കണ്ട് ദീർഘനിശ്വാസം ഉതിർത്തു.

അബോധാവസ്ഥയിൽ നിന്നും ഉണർന്ന ജനി ആദ്യം കണ്ടതും ആസിഫിനെയാണ്. വല്ലാതെ ഭയന്നു പോയിരുന്നു അവൾ. മരണം മുന്നിൽ കണ്ട ഓർമ്മയിൽ, അവനെ നോക്കി കിടന്ന കിടപ്പിൽ അവൾ പൊട്ടിക്കരഞ്ഞു. എന്താണ് കാരണം എന്നറിയാതെ, ആസിഫിന് നെഞ്ചിൽ ചോര പൊടിയുംപോലെ തോന്നി. അവൻ അവളെ നോക്കി പുഞ്ചിരിച്ചു. ആശ്വസിപ്പിക്കും പോലെ, സാരമില്ലെന്നു കണ്ണടച്ചു കാട്ടി. കണ്ണീരു കുതിർന്ന ജനിയുടെ കവിളുകളെ ചുവപ്പിച്ചൊരു ചിരി വിരിഞ്ഞു. അതിൽ പ്രണയം ഇതളിട്ടു. ജലമതിനു സാക്ഷ്യം പറഞ്ഞു. ആ പുഴയിലാണ് ജനി, ആസിഫ് എന്ന സഹപാഠിയിൽ പ്രണയത്തിന്റെ ആദ്യ ജലമർമ്മരം തുടിക്കുന്നത് കേൾക്കുന്നത്.

പിന്നീടവർ ഇണപിരിയാത്ത കൂട്ടുകാരായി. അവൾ ആസിഫ് എന്ന കൊച്ചു മിടുക്കന്റെ പഠനസഹായിയായി. അവൻ കൊണ്ടുവരുന്ന വെള്ള ച്ചോറിന്റെ ഒപ്പം കൂട്ടുന്ന കുഞ്ഞുള്ളിയും വറ്റൽമുളകും പുളിയും ഉപ്പും കൂട്ടി ഇടിച്ച ചമ്മന്തിയുടെ പങ്കുപറ്റുകാരിയായി.

എസ്.എസ്.എൽ.സി പരീക്ഷയുടെ തലേന്ന് ജനി മാവിൻചുവട്ടിൽ പരിഭ്രമപ്പെട്ടിരിക്കുന്ന ആസിഫിന്റെ സമീപം വന്നു.

"എന്താ ഒരു സങ്കടം...?"

അവൻ അവളെ നോക്കി ചിരിച്ചു.

"പേടിയുണ്ടോ ചെക്കാ നിനക്ക്...?" അവളുടെ കണ്മഷി പടർത്തി എഴുതിയ നീളൻ മീൻകണ്ണുകൾ നോക്കി അവൻ വീണ്ടും ചിരിച്ചു. എന്നിട്ട് മൂളി.

"ഉം"

"എന്തിന്..." ജനി അവന്റെ മുഖം പിടിച്ചുയർത്തി.

"അറിയില്ല...."

“നിനക്ക് തോൽക്കാനാവില്ല... പമ്പയാറ്റിൽ നീന്തി കര തൊട്ടു ജയിച്ചവൻ ഒരു കുഞ്ഞു പരീക്ഷയെ പേടിക്കയോ...?”

അവൾ അവന്റെ തോളിൽ കൈ വെച്ചു.

അരികിലൂടെ കടന്നുപോയ തോമസ് മാഷ് അവരെയൊന്ന് അമർത്തി നോക്കി.

അവൻ ആ കൈകൾ തട്ടി മാറ്റി.

“ആരെങ്കിലും കണ്ടാൽ എന്ത് വിചാരിക്കും...?”

“ശെടാ... ആരെന്തു വിചാരിക്കാൻ...? പരീക്ഷയ്ക്ക് ജയിക്കണം എന്ന് പറഞ്ഞത് ഒരു മോശം കാര്യാണോ...?” ജനി ഒരു കുസൃതി നിറഞ്ഞ ചിരിയോടെ ഉച്ചത്തിൽ പറഞ്ഞു.

“അതല്ലന്നേ...”

“ഉം. മനസ്സിലായി. ആസിഫ് ഈ പരീക്ഷ ഏറ്റവും വല്യ മാർക്കിൽ പാസാവണം. ദാ.... ഈ ക്വസ്റ്റ്യൻ ബാങ്ക് കൈയിൽ വെച്ചോ... എല്ലാ വിഷയത്തിലെയും അഞ്ചു വർഷമായിട്ടുള്ള കൊല്ലപ്പരീക്ഷയുടെ ചോദ്യങ്ങളും ഉത്തരങ്ങളും ഇതിലുണ്ട്.”

അവൾ തന്റെ കൈയിൽ ഇരുന്ന ബുക്ക് ആസിഫിന്റെ മടിയിൽ വെച്ചു.

അവനതു നിരസിച്ചു.

“വേണ്ട ജനീ...”

“വേണം... എനിക്ക് വേണ്ടി നീ ഈ പരീക്ഷ നല്ല മാർക്കിൽ പാസാവണം. അല്ലെങ്കിലെ പത്ത് ബിയിലെ ആ പാട്ടുകാരൻ നസ്രാണിയില്ലേ... നിന്റെ സുഹൃത്ത് ഡേവിഡ്, എന്റെ ഒപ്പം പള്ളീൽ വരണ”

“അതിന്.” ആസിഫിന്റെ നെഞ്ചിൽ ഒരു ഒരു മീന്മുള്ളിൻ കുത്തേറ്റ പോലെ പിടപ്പ്.

“അവനു എന്നോടൊരു ചുറ്റിക്കളി ഉണ്ട്.”

“അവൻ ആള് ശരിയല്ല... എല്ലാ പെൺകുട്ടികൾടെയും പിന്നാലെ നടപ്പാ അവന്റെ സ്ഥിരം ഏർപ്പാട്.” ആസിഫിന്റെ ഉള്ളിലെ പിടപ്പ് അസൂയയിൽ നിന്നുയർന്ന ഗോസിപ്പിന്റെ ചെതുമ്പൽ അടർത്തി.

“എന്നാ... നന്നായി പഠിച്ചോ...” അമർത്തി ചിരിച്ച് ജനി തിരികെ ഓടിപ്പോയി. അവളുടെ രൂപം കണ്ണിൽനിന്നും അകന്നു പോകുന്തോറും ആസിഫിന്റെ നെഞ്ചിൽ തറഞ്ഞ ‘ഡേവിഡ്’ എന്ന പേര് കുറച്ചു കൂടി ആഴത്തിലേക്ക് അതിന്റെ വേരാഴ്ത്തി. അന്ന് മുതൽക്കാണ് ഡേവിഡ് എന്ന സഹപാഠി ആസിഫിന്റെ നിശ്ശബ്ദ ശത്രുവാകുന്നത്.

പിതാവിനും പുത്രിക്കും

ഉണരാൻ മടിച്ചു നിന്ന പുലരിയുടെ മുഖത്ത് ഒരു ചെറുവെട്ടം വീശി കുസൃതി കാട്ടി കുഞ്ഞുനക്ഷത്രമൊന്ന് പറന്നകന്നു. രാവിന്റെ ഇലത്തൂവാലകളെ കുടഞ്ഞുമാറ്റി സൂര്യനൊന്ന് മിഴി ചിമ്മി. വഴിമാറിയൊഴുകുന്ന നദി, കാലങ്ങളോളം വരണ്ടുകിടന്ന തീരങ്ങളെ ആർദ്രമാക്കുംപോലെ വെളിച്ചം ഭൂമിയെ ചുംബിച്ചൊഴുകിപ്പരന്നു. ആർത്തി പൂണ്ടെന്നോണം ഇരുൾ വീണുണങ്ങിയ ഇടങ്ങളെല്ലാം വെളിച്ചത്തെ നക്കിത്തുടച്ചു. പ്രകൃതി മനോഹരമായൊരു പ്രഭാതത്തെ ലളിതമായി വരവേറ്റു.

പുറത്തെന്തോ വീഴുന്ന ഒച്ച കേട്ടുകൊണ്ടാണ് ജനി ഉറക്കത്തിൽ നിന്നും രാവിലെ കണ്ണു തുറക്കുന്നത്. കണ്ണും തിരുമ്മി പുറത്തേക്കു വന്നപ്പോൾ മുറ്റത്തേക്ക് പറമ്പിൽനിന്നും വെട്ടിയിട്ട ചക്ക കൊണ്ടിടുന്ന അപ്പൻ.

കുളിച്ചു തോർത്തുന്ന തോർത്ത് പിരിച്ച് തലക്കെട്ടുണ്ടാക്കിയിട്ടുണ്ട്. പിരിച്ചു വെച്ച മീശയുടെ ഗാംഭീര്യത്തിനു താഴെ പല്ലുകളോട് ചേർന്ന് പാതിയെരിഞ്ഞ ബീഡി. വെളുത്ത തോളിൽ ചക്കയുടെ മുള്ളുകൾ ചുവന്ന കുത്തുകളിൽ ചിത്രം വരച്ചിരിക്കുന്നു. ചെന്നിയിൽ നിന്നും നെറ്റിത്തടത്തിൽ നിന്നും വിയർപ്പുതുള്ളികൾ അപ്പന്റെ നെഞ്ചിലേക്ക് ചെറിയ അരുവികൾ തീർക്കുന്നു.

തോളിലേക്ക് വരി തെറ്റിനീങ്ങുന്ന ചോണൻ ഉറുമ്പുകളെ കൈകൊണ്ടു തട്ടിക്കളഞ്ഞ് പാപ്പൻ അകത്തേക്ക് നോക്കി നീട്ടി വിളിച്ചു. “എടീ... ഇച്ചിരി കട്ടനിങ്ങെടുത്തേടീ...”

ഒരു മാത്ര കാത്തുനിന്നിട്ടും അകത്തുനിന്നും മറുപടി വരാതായപ്പോൾ അപ്പന്റെ ക്ഷമ കെട്ടു. “ആവശ്യമുള്ളപ്പോൾ അവയ്ക്ക് ചെവീം മണമൊന്നും കേൾക്കില്ല. അല്ലാത്തപ്പോ എന്തൊരു കേൾവിയാ...”

“എടീ പെണ്ണമ്മോ” എന്ന രണ്ടാമത്തെ കടുത്ത വിളിക്ക് അകത്തുനിന്നും, “വിളിച്ചാരുന്നോ?” എന്നൊരു ചോദ്യത്തിനൊപ്പം പരിഭ്രാന്തയായി പെണ്ണമ്മ ഓടി വന്നു. എത്രയോ വർഷങ്ങളായി ആ ദേഷ്യം അവർക്ക് പരിചിതമാണ്.

“ങാ... വിളിച്ചു. നിന്റെ അപ്പന്റെ ചാവടിയന്തിരം വിളിച്ചു. പോയി. ഇച്ചിരി കട്ടൻ കൊണ്ടുവാടീ”ന്ന് അപ്പൻ.

“എന്നാ പറഞ്ഞാലും ചത്തുപോയ പാവം എന്റെ അപ്പന്റെ പൊറത്തോട്ട് കേറിക്കോളും” എന്ന പരിഭവത്തെ പല്ലുകൾക്കിടയിൽ കടിച്ചു ഞെരിച്ച് പെണ്ണമ്മ അകത്തേക്കു പോയി. കുറച്ചു സമയത്തിനുള്ളിൽ ഒരു മൊന്ത നിറയെ കട്ടൻ അനത്തി, പിന്നാമ്പുറത്ത് വെച്ചിട്ട്, അവർ വാതിൽപ്പടിയോട് ചേർന്ന്, അപ്പന്റെയും മോളുടെയും കിന്നാരം കേട്ട് ഇരിപ്പുറപ്പിച്ചു.

“ഈ വെളുപ്പാൻ കാലത്ത് ഈ അപ്പനിതെന്തിന്റെ കേടാ... ഇത്തിരി കൂടി നേരം വെളുത്താൽ ചക്ക പ്ലാവിൽ നിന്ന് വല്ലോരും കട്ടോണ്ട് പോവോ” ജനി സ്നേഹം കലർന്ന പരിഭവമെറിഞ്ഞു.

അപ്പൻ മുറുക്കാൻ കറ ചുവപ്പിച്ച പല്ല് വെളിയിൽ കാട്ടി ഒരു ചിരി ചിരിച്ചു.

“നീ വല്യ കള്ള പരിഷ്ക്കാരി ഡാക്കിട്ടർ അല്ലയോ... അവധി കഴിഞ്ഞു ചെല്ലുമ്പോ കൂടെ ഒള്ളോരു ചോയ്ക്കത്തില്ലയോ നാട്ടീന്നെന്നതാ ഞങ്ങൾക്ക് കൊണ്ട് വന്നേക്കുന്നതെന്നു...? അപ്പോ പെട്ടി നിറയെ സാധനങ്ങൾ ഇല്ലേൽ എന്റെ കൊച്ചിനു നാണക്കേടാവത്തില്ലയോ... അത് വേണ്ടാ...അപ്പന്റെ മോൾക്ക് അങ്ങനൊരു സങ്കടം ഞാൻ ജീവിച്ചിരിക്കുമ്പോൾ സമ്മതിക്കില്ല.”

“ഓ... പിന്നേ....” ജനി മുഖം കോട്ടി. “എന്റെ അപ്പാ... ഈ ചക്ക വറുത്തതും കപ്പ വറുത്തതും ഒക്കെ അവിടേം വാങ്ങാൻ കിട്ടും. അതിന് അപ്പനീ വഴുക്കണ പ്ലാവേൽ വലിഞ്ഞു കേറേണ്ട കാര്യോന്നൂല്ല.”

അപ്പനൊന്നു മൂളി.

“അപ്പാ....” ജനി പതിയെ വിളിച്ചു.

“എന്നതാടീ?”

“അപ്പോയ്...”

“എടീ... എന്നാന്ന് പറ, ഇരുന്നു കിണുങ്ങാതെ!” അപ്പൻ ഗൗരവം നടിച്ചു.

ജനി പതിയെ എണീറ്റ്, പെണ്ണമ്മ കേൾക്കാതെ അപ്പന്റെ ചെവിയോട് ചുണ്ട് ചേർത്തു.

“ഇത്തിര് വരാല് കിട്ടുവോ പാപ്പോ... ഇനീപ്പോ എന്നാ കൂട്ടാൻ പറ്റുക...?”

പെണ്ണമ്മ കേട്ടാൽ സമ്മതിക്കില്ല. അവർക്കു പേടിയാണ് പാപ്പൻ ആറ്റിറമ്പത്തേക്ക് പോവുന്നതുപോലും. ഈയിടെയായി ആസ്ത്മയുടെ കഷ്ടപ്പെടുത്തൽ കൂടുതലുമാണ്. എത്ര ചീത്ത പറഞ്ഞാലും അമ്മയെക്കൊണ്ട് കട്ടിയുള്ള ഒരു പണിയും അപ്പൻ ചെയ്യിക്കാറില്ലെന്ന് ജനി

ഓർത്തു. അതാവും ഇത്ര മുൻകോപിയായിട്ടും അപ്പനെ അമ്മ ജീവനെപ്പോലെ സ്നേഹിക്കുന്നതും.

ജനിയുടെ ചോദ്യം കേൾക്കാത്ത മട്ടിൽ, കാപ്പി കുടിച്ച് ബാക്കി വന്ന മട്ട്, കറിവേപ്പില ചെടിയുടെ ചുവട്ടിലേക്കൊഴിച്ച് അപ്പൻ ആ ചെടിയെ ഒന്ന് തൊട്ടു നോക്കി.

"പെണ്ണമ്മോ... എന്നതാടീ ഇവനൊരു വാട്ടം...? നീ കറിയിലിടാൻ എളുപ്പത്തിൽ ഇവന്റെ തലനാര് വെട്ടം കണ്ടപ്പഴേ നുള്ളി തൊടങ്ങിയോ..."

അപ്പന്റെ കണ്ണ് ചെറുതാവുന്നത് കണ്ടു പെണ്ണമ്മ അടുക്കളയിലേക്കു മെല്ലെ പതുങ്ങി.

പാപ്പൻ തന്റെ പേരമരത്തെ നീണ്ടു നിവർന്നൊന്നു നോക്കി. എന്നിട്ട് പിറുപിറുത്തു.

"നട്ടിട്ട് കൊല്ലം മൂന്നേ ആയുള്ളൂ... ഇവൻ കായ്ച്ചു നില്ക്കണെ നിപ്പു കണ്ടില്ലയോ... സ്കൂൾ പിള്ളേര് വന്നിതിന്റെ കമ്പ് ഒടിക്കാതെ നോക്കണം. ഈ തോട്ടി കെട്ടി പറിക്കാൻ പറയണം..." ഒരു നീണ്ട മുളയുടെ തോട്ടി അപ്പൻ ആ പേരയുടെ കീഴിലേക്കു ചായ്ച്ചു വെച്ചു.

കോഴിക്കൂട് തുറന്നതും മുട്ടക്കോഴികൾ പറമ്പ് നീളം ചിതറിയോടി. താറാവുകൂട്ടം വഴി തെറ്റാതെ തോടിനെ ലക്ഷ്യമാക്കി ഒച്ചവെച്ചു നടന്നു.

അപ്പന്റെ ഏറ്റവും അടുത്ത മിത്രം 'കൈസർ' തുടൽ കിലുക്കി ഉച്ചത്തിൽ ഒന്ന് കുരച്ചു.

പാപ്പൻ അവന്റെ തുടൽ അഴിച്ചതും അവനപ്പന് ചുറ്റും മൂന്നു വട്ടം ഒന്നു മണത്തു നടന്നു. കാലിൽ ഒന്ന് നക്കി സ്നേഹം കാട്ടി. പിന്നെ വീടിനു മുറ്റത്തേക്ക് ഓടി. അപ്പൻ പട്ടിക്കാട്ടം കോരി തെങ്ങിന്റെ മൂട്ടിലെക്കിട്ടു. പൈപ്പ് തുറന്ന് ഓസ് കൂട്ടിലേക്ക് നീട്ടി പിടിച്ച് പട്ടിക്കൂട് കഴുകി.

അപ്പനങ്ങനെയാണ്. മനുഷ്യരേക്കാൾ മൃഗങ്ങളെ, മരങ്ങളെ സ്നേഹിക്കുന്ന ഒരുവൻ. ഇട്ടിയവിരാ എന്ന വല്യപ്പച്ചന്റെ പന്ത്രണ്ടു മക്കളിൽ നാല് പേർ അക്കാലത്ത് ക്ഷയവും കോളറയുമൊക്കെപ്പിടിച്ച് മരിച്ചു പോയി. അപ്പന്റെ കാലമായപ്പോൾ ബാക്കിയായത് രണ്ടരയേക്കർ ഭൂമി. അതിലില്ലാത്ത കൃഷിയൊന്നും അപ്പനില്ല. മരച്ചീനിയും ചേമ്പും ചേനയും കാച്ചിലും തുടങ്ങി പന്നി, ആട്, കോഴി, താറാവ് മുതൽ സകലതും ഉണ്ട്. തൊടിയിൽ ഇല്ലാത്ത മരങ്ങളുമില്ല.

ദിവസം മുഴുവൻ അവയെ പരിപാലിച്ച്, രണ്ട് അന്തിയുമടിച്ച് കിടന്നാലേ അപ്പന്റെ ഒരു ദിവസം പൂർണ്ണമാവൂ.

അബ്രഹാമിനും സാറയ്ക്കും വയസാംകാലത്ത് പുത്രനുണ്ടായ പോലെ, നല്ല പ്രായത്തിനു ശേഷം അപ്പനുണ്ടായ പുത്രിയായതോണ്ട് ജനിയുടെ എല്ലാ കാര്യത്തിലും അപ്പന് ഒരു വെപ്രാളം ഉണ്ട്. പെണ്ണമ്മയും ജനിയും തമ്മിലുള്ളതിനേക്കാൾ അടുപ്പം അപ്പനും മകളും തമ്മിലുണ്ട്. ജനി ആ വാത്സല്യക്കൂടുതലിനെ മുതലെടുക്കാറുമുണ്ട്. പരസ്പരം

ഇടയ്ക്കിടെ ഒന്നും രണ്ടും പറഞ്ഞ് തമ്മിൽ തല്ലുമെങ്കിലും അധിക സമയം പിണങ്ങി ഇരിക്കാൻ രണ്ടു പേർക്കും സാധിക്കാറില്ല.

“അപ്പനിതെങ്ങോട്ടാ...?” അപ്പൻ വീണ്ടും മുറ്റത്തേക്ക് ഇറങ്ങുന്നത് കണ്ടു ജനി ചോദിച്ചു.

“രാത്രി വലയിട്ടതിൽ വല്ലോം കുരുങ്ങീട്ടുണ്ടോന്നു നോക്കിയേച്ചും വരാം... നീയാ കൊച്ചുപെണ്ണിനോട് വന്നു ആ ചക്ക നല്ല നേർങ്ങനെ അരിഞ്ഞിടാൻ പറേണം. തോന്നുന്ന പോലെ അരിഞ്ഞിട്ടാ അവൾടെ തലേ കെട്ടി വെച്ച് വീട്ടിൽ അയയ്ക്കുംന്നു പറഞ്ഞേക്ക്... കാശ് കടം ചോയ്ക്കാൻ മാത്രം പോരാ ഉത്സാഹം ന്നു പറയണം.”

“അത് പാവമല്ലേ അപ്പാ...”

“പാവം... നാക്കിന് ആറ്റിലെ വാളയുടെ നീളമാ.... കാശോ തിരിച്ചു തരത്തില്ലന്നു അറിഞ്ഞോണ്ട കൊടുക്കാറ്... നേർച്ചപെട്ടീല് ഇട്ട പോലെ.”

അപ്പൻ മുറ്റം കടന്നു പോയിക്കഴിഞ്ഞപ്പോൾ, അപ്പന്റെ കാപ്പി ഗ്ലാസുമായി ജനി അകത്തേക്ക് നടന്നു. പൊടുന്നനെ മുറ്റത്ത് എന്തോ ഭാരമുള്ളത് വീഴുന്നതിന്റെ ശബ്ദം അവളുടെ കാതുകളിൽ വന്നു പതിച്ചു.

കൈയിലിരുന്ന ഗ്ലാസ് തറയിൽ വീണു ചിതറി. ജനി മുറ്റത്തെ വഴുക്കലിലൂടെ ഓടിപ്പോയി വീണു കിടന്ന അപ്പനെ പിടിച്ചെണീപ്പിക്കാൻ നോക്കിയതും കിടന്ന കിടപ്പിൽ അപ്പൻ ചീറി.

“ഛീ... നിന്നോടാരാടീ കഴുവേർടെ മോളെ ഈ തെന്നുന്ന മുറ്റത്തൂടെ ഓടി വരാൻ പറഞ്ഞത്.”

അവളുടെ കൈ തട്ടി മാറ്റി അപ്പൻ മതിലിന്മേൽ പിടിച്ചെണീച്ചു.

ജനിക്ക് നന്നായി ദേഷ്യം വന്നു. “എന്റെ അപ്പാ.... എവിടേലും വീണ് വയ്യാണ്ട് കെടന്നാൽ ഞാൻ തിരിഞ്ഞു നോക്കത്തില്ല. അപ്പന്റെ ഈ അരിശം എനിക്ക് തീരെ പിടിക്കണില്ല കേട്ടോ.”

“പിന്നേ.... അല്ലേൽ നീയല്ലേ എന്നേ നോക്കുന്നേ. എന്റെ പെണ്ണമ്മയൊള്ളകൊണ്ട് ഞാൻ ഒരു തൊടം വെള്ളം കുടിച്ച് കെടക്കുന്നു. അവളാ ആദ്യം പോണതെങ്കിൽ എന്റെ കാര്യം...” പറഞ്ഞു വന്നത് പാതി നിർത്തി അപ്പൻ നോവുനിറഞ്ഞ ഒരു ചിരിയും ചിരിച്ച് ചെങ്കല്ലുകൾ പാകിയ വഴിയിലൂടെ നടന്നു പോയി.

പെണ്ണമ്മയില്ലാത്ത ഒരു ദിവസം അപ്പനാകെ എന്തോ കളഞ്ഞു പോയ പോലെയാണ്. അമ്മയുണ്ടാക്കുന്നതല്ലാതെ അപ്പനെങ്ങനെ ആരെന്തു വെച്ച് കൊടുത്താലും പിടിക്കുകേലാ... പെണ്ണമ്മ തന്നെ വേണം അപ്പന് കാപ്പി അനത്താൻ ആയാലും. ഈ വഴക്കുകൂടലുകൾക്കെല്ലാം അപ്പുറം അപ്പന്റെ എല്ലാമാണ് ഭാര്യ പെണ്ണമ്മ. അപ്പനായി പടച്ചവൾ.

കൊണ്ടുപോകാനുള്ള തുണികൾ തേച്ചു വെയ്ക്കുന്നതിനിടയിലാണ് അപ്പന്റെ ‘എടിയേ.... പെണ്ണമ്മോ’ന്നുള്ള വിളി വീണ്ടും കേട്ടത്. മുടി

വാരിക്കെട്ടി ഇറയത്തേക്കു നടക്കുമ്പോൾ മുന്നിൽ അപ്പൻ പച്ചീർക്കിലിൽ കോർത്തു കെട്ടിയ മൂന്നാല് വലിയ വരാലുകളുമായി നില്പുണ്ട്.

“നല്ല കുടംപുളിയിട്ടു വേയിക്കാൻ നിന്റെ അമ്മയോട് പറ. നിനക്ക് ആറ്റുമീന്റെ ചാറ് ഇഷ്ടമാണല്ലോ.” ജനിയുടെ കൈയിലേക്ക് വരാലിനെ തൂക്കിയ പച്ചീർക്കിൽ കോർമ്പൽ നൽകുമ്പോൾ അപ്പൻ പറഞ്ഞു.

“എന്റെ കയ്യീ തരണ്ടാ... എന്നെ മീൻ നാറും.” ജനി രണ്ടടി പിന്നോട്ട് മാറി.

മറുപടി കേട്ട് സ്വതേ ചുവന്ന കണ്ണുകളിലൂടെ അപ്പൻ ജനിയെ സൂക്ഷിച്ചൊന്നു നോക്കി.

“ഡീ പെണ്ണമ്മേ... നീ ഇത് കേട്ടോ... ദേ ഒരു പച്ചപ്പരിഷ്ക്കാരി വന്നേക്കുന്നു... ദേ പെണ്ണേ വല്യ ഡാക്കിട്ടർ ആണെന്നൊന്നും ഞാൻ നോക്കത്തില്ല. ഒരു വീക്കങ്ങു വെച്ച് തരും. കൊണ്ട് കൊടുക്കെടീ അമ്മേടെ കയ്യിൽ.”

“എടീ... ഉച്ചയ്ക്കാ വള്ളക്കാര് വരുമേ. ഊണിനുള്ളത് കൂടുതൽ ഇട്ടോണം.” അപ്പൻ അകത്തേക്കു നോക്കി അമ്മയോടായി വിളിച്ചു പറഞ്ഞു.

ജനി ഉടുപ്പിൽ മീൻ തൊടാത്തവണ്ണം ശരീരത്തിൽ നിന്നും അകത്തിപ്പിടിച്ച് മീനുമായിപ്പോയി. തിരിച്ചു വന്നപ്പോഴാണ് അപ്പനാകെ നനഞ്ഞിരിക്കുന്നതവൾ കണ്ടത്. അയയിലെ പാതി ഉണങ്ങിയ തോർത്തെടുത്തവൾ അപ്പന്റെ മുടി തോർത്തി. അപ്പൻ ഒരു കുഞ്ഞിനെ പോലെ അവൾക്കു മുന്നിൽ തല കുമ്പിട്ടു നിന്നു.

കുളി കഴിഞ്ഞു അലക്കിയ തുണികൾ ആറിയിടാൻ പിന്നാമ്പുറത്ത് ടാർപ്പാ വലിച്ചു കെട്ടിയ ഷെഡ്ഡിലേക്ക് ഇറങ്ങുമ്പോഴും മഴച്ചാറ്റൽ തോർന്നിട്ടില്ല. നനഞ്ഞ മുറ്റത്ത് നിറയെ ചത്തു മലച്ച ഈയാംപാറ്റകളുടെ കുതിർന്ന ചിറകുകൾ. ചായ്പിൽ, ആടുകൾക്കുള്ള പ്ലാവിലക്കെട്ടുകൾ കോതിയിടുന്ന അപ്പൻ. പൈക്കൾ രണ്ടും തറയിൽ കിടന്നു ശരീരത്തിൽ വന്നിരിക്കുന്ന ഈച്ചകളെ ആട്ടുന്ന തിരക്കിലാണ്. പ്ലാഞ്ചുവട്ടിൽ മണിയനീച്ചകളുടെ ബഹളം. മഴക്കാലമായാൽ പഴുത്ത് ചീഞ്ഞ ചക്കകൾ വീണു ചിതറും. ചക്കയും ആഞ്ഞിലിച്ചക്കയും കശുമാങ്ങയുമെല്ലാം ധാരാളം വീണു ചിതറിക്കിടക്കും. അതിനു ചുറ്റും മണിയനീച്ചകളും ഉറുമ്പുകളും ആഹ്ലാദ നൃത്തം ചെയ്യും. ഉറുമ്പുകൾ അതിൽ നിന്നും ഇനി ഒരു വരൾച്ചക്കാലത്തേക്കുള്ളത് കൂട്ടി വയ്ക്കും.

കിണറിന്റെ തൊടികളിൽ പായൽ പച്ചകൾ പടർന്നു കയറും. ഓരോ മഴയ്ക്കുശേഷവും പന്നിക്കൂട്ടിലെ എച്ചിൽക്കൂനകൾ അളിഞ്ഞു നാറ്റം വരും മുൻപേ അപ്പൻ അത് വൃത്തിയാക്കിയിരിക്കും. മഴക്കാലത്ത് പെണ്ണമ്മയ്ക്കുള്ള ചൂടുവെള്ളം കാച്ചാനും കാടി കലക്കാനുമൊക്കെ വേണ്ടുന്ന വിറകു അപ്പൻ വേനലിലെ തയ്യാറാക്കി വെയ്ക്കും. മില്ലിലെ അറക്കപ്പൊടിയും തെങ്ങിന്റെ മടലുമൊക്കെ പ്രത്യേകം പ്രത്യേകം

പുകപ്പുരയിൽ കെട്ടി വെച്ചിട്ടുണ്ടാകും. ചെയ്യാൻ ഒന്നും ബാക്കിയില്ലെങ്കിൽ കൂടി, പറമ്പിലേക്കിറങ്ങി എന്തെങ്കിലുമൊക്കെ അപ്പൻ കണ്ടെത്തും.

അപ്പനെ വീട് കാണുന്നത് ഉറങ്ങാനും ഉണ്ണാനും മാത്രമാണെന്ന പരാതി കുട്ടിക്കാലം മുതൽ അമ്മയുടെ വായിൽനിന്ന് കേൾക്കുന്നതാണ്.

പിറ്റേന്ന് കാലത്ത് ഉണരുമ്പോൾ അപ്പൻ പുരയിൽ ഉണ്ടായിരുന്നില്ല. അല്ലെങ്കിലും തനിക്കു പോകേണ്ട ദിവസം അപ്പന് പതിവുള്ളതാണ് ഈ ഒഴിഞ്ഞു മാറൽ എന്ന് ജനിക്കറിയാം. അച്ചാറു കുപ്പികളും വറുത്ത കായയും ചമ്മന്തിപ്പൊടിയും ഒക്കെ അടങ്ങുന്ന കെട്ട് അവൾ തന്നെ, സതീശന്റെ പലചരക്ക് കടയിൽ കൊണ്ടു പോയി വെയിറ്റ് നോക്കി വന്നപ്പോഴേക്കും അപ്പൻ തിരികെ വന്നു.

ജനി പോകാനിറങ്ങുമ്പോഴും അപ്പൻ നിശ്ശബ്ദനായി മുറ്റത്ത് എന്തോ ചെയ്യുന്ന മട്ടിൽ ചുറ്റിത്തിരിഞ്ഞു. ജനിയുടെ നെഞ്ചിലും എന്തോ കനപ്പെട്ട്, കാർമേഘം മൂടി നിന്നു. ടാക്സിക്കാരൻ ഫൈസൽ വണ്ടി വന്നെന്നു ഹോൺ മുഴക്കിയതും അമ്മ തിരുഹൃദയത്തിന്റെ മുൻപിലെ മെഴുകുതിരി തെളിയിച്ചു. ശേഷം ഒരു തോർത്ത് തലയിലിട്ട് പാടിത്തുടങ്ങി. “അനുഗ്രഹത്തോടെ ഇപ്പോൾ അയയ്ക്ക, അടിയാരെ യഹോവായെ...” ഓരോ വരിക്കും അമ്മയുടെ പ്രാർത്ഥന നിറഞ്ഞ കണ്ണുകൾ തുടം കണക്കെ ഒഴുകി. അമ്മയുടെ പ്രാർത്ഥനയാണ് ഈ വീടിന്റെ അടിത്തറ എന്ന് അപ്പൻ ഇടയ്ക്കിടെ പെണ്ണമ്മയെ കളിയാക്കുന്നത് ജനി ഓർത്തു. നന്മനിറഞ്ഞ മറിയമേ ചൊല്ലി പിരിയുമ്പോഴും അപ്പൻ മുറ്റത്ത് ഒന്നുമറിയാത്ത മട്ടിൽ ആര്യവേപ്പിന്റെ ഇലകളെ തൊട്ട് നിൽക്കുന്നുണ്ടായിരുന്നു.

തിണ്ണയിൽ നിന്ന് മുറ്റത്തേക്ക് ഇറങ്ങാൻ നേരം ജനി അമ്മയെ ഒന്ന് കെട്ടിപ്പിടിച്ചു. പെണ്ണമ്മ അവളെ ഇരുകവിളിലും മാറി മാറി ചുംബിച്ച്, ഒന്ന് ഏങ്ങലടിച്ചു.

പൊടുന്നനെ അപ്പൻ അകത്തേക്ക് കയറിപ്പോകുന്നതവൾ കണ്ടു. ഓരോ അവധി കഴിഞ്ഞു പോകാനിറങ്ങുമ്പോഴും നെഞ്ചിലെ നോവ് മറച്ചുവച്ച്, അപ്പന്റെ ഈ അഭിനയം പതിവുള്ളതാണ്.

“അപ്പാ... ഞാൻ ഇറങ്ങുവാ...” അവൾ അകത്തേക്ക് നോക്കി വിളിച്ചു.

“ങാ...” എന്നൊരു കനത്ത മൂളൽ മാത്രം കേട്ടു. ജനി മെല്ലെ അകത്തേക്ക്, അപ്പനടുത്തേക്ക് നടന്നു.

അകത്തെ മുറിയുടെ ഇരുട്ടിൽ, ജനാലക്കമ്പികളിൽ തെരുപ്പിടിച്ച് പുറംതിരിഞ്ഞു ദൂരേക്ക് നോക്കി നിന്ന അപ്പനെ അവൾ പിന്നിലൂടെ ചെന്നു കെട്ടിപ്പിടിച്ച് കവിളിൽ ചുണ്ട് ചേർത്തു. എന്നിട്ട് തമാശ പോലെ പറഞ്ഞു.

“പാപ്പോ... കൊച്ച് എന്നാ പോയേച്ചും വരാം.”

പാപ്പനൊന്ന് ഏങ്ങിയെന്നോണം ചുമലുകൾ ഉയർന്നുതാണു. ജനിക്കു പിന്നെ പിടിച്ചു നിൽക്കാനായില്ല. നരവീണ കുറ്റിത്താടിയിലൂടെ ഒഴുകുന്ന

കണ്ണീരിലേക്ക് അവൾ ചുണ്ടു ചേർത്ത് വിതുമ്പി. ജനി കരയുന്നത് കണ്ടപ്പോ പാപ്പന്റെ മട്ടുമാറി. കണ്ണ് തുടച്ച് അയാൾ ചിരിയോടെ അവളെ ചേർത്തു പിടിച്ചു.

സന്ദർഭത്തിന്റെ കനത്തിനു അയവ് വരുത്താൻ എന്നോണം പെണ്ണമ്മ പറഞ്ഞു, "അടുത്ത വരവിനു നിനക്കൊരു ചെറുക്കനെ കണ്ടു വെക്കുന്നുണ്ട്. പന പോലങ്ങു വളർന്നില്ല്യോ... ഞങ്ങളുടെ കാലം പെട്ടെന്നങ്ങ് കഴിഞ്ഞു പോയാ, എന്റെ പെങ്കൊച്ചിനൊരു തൊണ വേണ്ടയോ...?"

"ഫ... കഴുവേർട? മോളെ... എന്റെ കൊച്ചിന് നീ ചെറുക്കനെ ഒണ്ടാക്കണ്ട. അവളിത്തിരി സമാധാനമായി ജീവിക്കണതു നിനക്ക് തീരെ സഹിക്കണില്ലല്ല്യോ...?"

"അതിനെന്തിനാ മനുഷ്യനെ നിങ്ങളിങ്ങനെ ചീറുന്നത്... ഓ... ഒരപ്പനും മോളും..." പെണ്ണമ്മ പാപ്പന്റെ തെറിവിളിക്ക് ഒരു കൈ ദൂരത്തേക്കു മാറി നിന്നു.

"അപ്പനാണപ്പാ... അപ്പൻ." ജയിച്ച ഭാവത്തിൽ, പെണ്ണമ്മയെ ഗോഷ്ടി കാട്ടി, ജനി അപ്പന്റെ തോളിനോട് ഒന്നുകൂടി ചേർന്നു നിന്നു.

കാറിലേക്ക് കയറും മുൻപ് അപ്പൻ ഒന്നു കൂടി ഓർമ്മിപ്പിച്ചു.

"ടിക്കറ്റും പാസ്പോർട്ടും ഒക്കെ എടുത്തല്ലോ അല്ലയോ..." അരണയുടെ ഓർമ്മയാ... ഇനി അവിടെ ചെന്നിട്ടു തപ്പാൻ നിക്കണ്ട..."

"എല്ലാം ഉണ്ടപ്പാ...." അപ്പൻ കുനിഞ്ഞു തുറന്നിട്ട ഗ്ലാസിനിടയിലൂടെ ജനിയുടെ നെറുകയിൽ ഒന്നു മുത്തി.

കാറ് മെല്ലെ മുന്നോട്ടു നീങ്ങുമ്പോൾ, ജനി പിന്നിലെ ഗ്ലാസ്സിലൂടെ തിരഞ്ഞുനോക്കികൊണ്ടേയിരുന്നു. അപ്പൻ നെഞ്ചും തടവി മുറ്റത്ത് നിൽക്കുന്നത് മഴ വീണ് മങ്ങിയ ഗ്ലാസിനു വെളിയിലൂടെയും ജനിക്കു കാണാമായിരുന്നു.

ഹൃദയത്തിന്റെ അടിവാരത്തുനിന്നും കൂർത്ത എന്തോ ഒന്ന്, അവളുടെ തൊണ്ടക്കുഴിയെ കിഴിച്ച് പുറത്ത് വരുമെന്ന് തോന്നി. കണ്ണിൽ നിന്നും അകന്നുപോവുമ്പോഴാണ്, അത് വരെ നിശ്ശബ്ദമായി നമ്മോടു ചേർന്നു നിന്ന വീട് നമ്മളെ ഏറ്റവും നോവിക്കുക. അതുവരെ ശരീരത്തിലെ ഒരു അവയവം എന്നോണം കൂടെ ഉണ്ടായിരുന്ന ചിലത്, മുറിച്ചു മാറ്റപ്പെടുന്നതിന്റെ വേദന അസഹനീയമാണെന്നവളോർത്തു. അമ്മ തോളിൽ കിടന്ന തോർത്തുകൊണ്ട് മുഖം പൊത്തി അകത്തേക്ക് കയറുന്നതവൾ കണ്ടു. അപ്പൻ അപ്പോഴും ഉറച്ചു പോയ ശില പോലെ കണ്ണിമയനക്കാതെ അവളുടെ കാറിനെ നോക്കി നില്പുണ്ടായിരുന്നു.

കാറിന്റെ ചില്ലുകളിൽ വീണു ചിതറി കാഴ്ച മറച്ച ചാറ്റൽ മഴ, അപ്പന്റെ കണ്ണുകളിൽ നിന്നാവാം എന്നവൾക്കു തോന്നി.

കവലയിലെ കുരിശുപള്ളിയും മോസ്കും കടന്ന് വണ്ടി വീണ്ടും മുമ്പോട്ടു പോയി. അതങ്ങനെ നാടും കടന്ന് പിന്നെയും മുന്നോട്ട്...!

നീലക്കുറിഞ്ഞികളുടെ അതിഥി

സൂര്യൻ കൂറ്റൻ പാറക്കെട്ടുകൾ നിറഞ്ഞ മലയിടുക്കുകൾക്ക് അപ്പുറം മുഖം മറച്ചിരുന്നു. നിബിഡവനം പച്ചപ്പുഴ പോലെ താഴേക്ക്. അവിട വിടെ തീപ്പെട്ടി വലിപ്പം പോലെ കാണാവുന്ന തൊഴിലാളികളുടെ കോളനി കൾ. നിറയെ കായ്ച ഓറഞ്ച് തോട്ടങ്ങൾക്കിടയിലൂടെ ഹെയർ പിൻ വളവുമായ് റോഡുകൾ. റോഡിനിരുവശങ്ങളിലും മൃഗങ്ങളുടെ സുരക്ഷ ഉറപ്പാക്കാൻ ഇലക്ട്രിക് കമ്പിവേലികൾ. ദൂരെ ചെമ്പട്ടണിഞ്ഞ പോലെ സ്ട്രോബറിത്തോട്ടങ്ങൾ, ഉരുളക്കിഴങ്ങു പാടങ്ങൾ. കോളനികളുടെ മേൽ ക്കൂര മൂടുന്ന പൂത്ത കാട്ടുവള്ളികൾ.

ഒറ്റനോട്ടത്തിൽ മൂന്നാറിന്റെ ഹൃദയം എന്ന് പറയാവുന്നൊരിടത്തേ ക്കാണ് ജോഷ്വാ അവരെ കൊണ്ടുപോയത്. തൊപ്പികളും ചൂടുകുപ്പായ ങ്ങളും മഫ്ളറുകളും മറ്റും വിൽക്കുന്ന അനേകം ചെറുകടകൾ. പുളിച്ച മാവിന്റെ, തക്കാളി ചട്നിയുടെ, പരിപ്പു സാമ്പാറിന്റെ ഗന്ധമൊഴുക്കുന്ന ഹോട്ടലുകൾ. തട്ടുകടകളിലെ വലിയ ഇരുമ്പു ദോശക്കല്ലിന്റെ ചൂടിൽ മൊരിയുന്ന ഉഴുന്നു ദോശകൾ. തിളച്ച എണ്ണയിൽ തുള്ളിമറിയുന്ന പൂരിയപ്പം. നാലു ദിക്കും പൊട്ടിത്തെറിക്കുന്ന കടുകുമണികൾ. ഉള്ളി താളിച്ചതിന്റെ, കറിവേപ്പില വറുക്കുന്നതിന്റെ കൊതിമണം. ഒരാൾപൊക്ക ത്തിൽ കൊച്ചുകലത്തിൽ നിന്ന് സ്റ്റീൽ പാത്രത്തിലേക്ക് വീശിയടിക്കുന്ന ചായ.

കവല എന്ന് വിളിക്കാവുന്ന ഒന്നിനെ പങ്കിട്ടെടുത്ത ആ നാലു വഴി കളുടെ സംഗമസ്ഥലത്തിന് മുകളിലെ കല്ലും മണ്ണും പാകിയ വഴികളും കടന്ന് കുന്നും പുറത്ത്, ആ നാടിന്റെ മതസൗഹാർദ്ദം വിളിച്ചു പറയും പോലെ ഒരു മോസ്കും കോവിലും തെല്ലു മാറി കരിങ്കല്ലിൽ തീർത്ത ഒരു പഴഞ്ചൻ ക്രിസ്ത്യൻ പള്ളിയും. ആരാധനാലയങ്ങൾ, പ്രതിഷ്ഠ കൾ, കുരിശുകൾ സ്വർണ്ണത്താൽ പടുത്തുകെട്ടി മത്സരിക്കുന്ന കാലത്തും പഴമയുടെ കറ പുരണ്ട ഭിത്തികളുമായി മതിലുകളുടെ മറയില്ലാതെ ഒരു ക്രിസ്ത്യൻദേവാലയം ജനിക്ക് അദ്ഭുതമായി തോന്നി.

പ്രണയിച്ചു കൊതി തീരാതെ മണ്ണിലേക്കു മടങ്ങിയ ഒരു അനശ്വര ബന്ധത്തിന്റെ ഓർമ്മകളുടെ ചിതൽ വിശപ്പു തൊടാത്ത കരുത്തുറ്റ

അടിത്തറയിൽ തലയുയർത്തിയ നിൽക്കുന്ന മൂന്നാർ സി.എസ്.ഐ. ചർച്ച്. ദേവാലയമപ്പാടെ മഞ്ഞിന്റെ വെളുത്ത പുകയാൽ പൊതിയപ്പെട്ടിരുന്നു. മഞ്ഞും ഈറൻ കാറ്റും ദേവാലയപരിസരവും എല്ലാം കൂടിച്ചേർന്ന് ഒരേ സമയം, ആസിഫിന്റെയും ജനിയുടെയും ഓർമ്മകളിലെ തിരുപ്പിറവി രാത്രികളെ തിരിച്ചുകൊണ്ടുവന്നു.

അവൾക്കൊപ്പം ആദ്യമായി ഒരു ഡിസംബറിൽ ചെങ്ങന്നൂരിലെ കൂട്ടുകാരൻ ഐസക്കിന്റെ കുഞ്ഞിന്റെ മാമ്മോദീസാച്ചടങ്ങിന് മാർത്തോമാ പള്ളിയിൽ പോയ ദിനം.

പള്ളിനട കയറുമ്പോൾ അവൾ അവന്റെ കൈ പിടിച്ചു. അവനാ കൈയിൽ ഉറപ്പോടെ വിരൽ മുറുക്കി.

വിശാലമായ പള്ളിയങ്കണത്തിൽ നിരത്തിയിട്ട കാറുകൾ. പാരിഷ് ഹാളിൽ ഏതോ കല്യാണത്തിന്റെ ഒരുക്കം നടക്കുന്നു. മുറ്റത്തിന്റെ ഒരു ഭാഗത്ത് പുൽക്കൂട് കെട്ടുന്ന കുട്ടികൾ, കന്യാസ്ത്രീകൾ.

"ഇവരിൽ ചില കന്യാസ്ത്രീകളെ എനിക്കറിയാവുന്നതാ... പലരും വീട്ടിലെ കഷ്ടപ്പാട് കൊണ്ടുവന്നവർ. ചിലർ മാതാപിതാക്കൾ നിർബന്ധിച്ചു മഠത്തിൽ ചേർത്തിയവർ. സഭയുടെ മതിലുകൾ ചാടി കടക്കാൻ പിൽക്കാലത്ത് കഴിയാതെ പോയവർ..." ജനി പറഞ്ഞു.

"പറയുന്നതോ ദൈവത്തിന്റെ മണവാട്ടിമാർ എന്നല്ലേ....? അച്ചന്മാർക്കുള്ള ഒരു സ്വാതന്ത്ര്യവും ഇവർക്കില്ല ആസിഫ്..."

"പറഞ്ഞിട്ടെന്താ കാര്യം? ഇപ്പോഴും നമ്മുടെ സമൂഹം മതത്തിന്റെ ചട്ടക്കൂടുകൾ പൊളിക്കാൻ പക്വത ഇല്ലാത്തവരാണ്... അതിനി ക്രിസ്ത്യൻ മതമായാലും മുസ്ലീം മതമായാലും... ഒക്കെ കണക്കു തന്നെ..."

"ഏതായാലും നിന്റെ അപ്പൻ നിന്നെ മഠത്തിൽ അയയ്ക്കാഞ്ഞത് കാര്യായി. അല്ലേ ഇങ്ങനെ എന്റെ പെണ്ണായി കൂടെ നടക്കാൻ പറ്റുവാരുന്നോ? വല്ല പള്ളീലും."

ജനിയും ആസിഫും ചേർന്ന് നടക്കുന്നത് കണ്ടിട്ടാവണം ചിലരൊക്കെ മുനവെച്ചു നോക്കി. പെണ്ണ് കൊള്ളാല്ലോ എന്ന മട്ടിൽ നീളുന്ന സൂചിമുന നോട്ടങ്ങൾ. ജനി തന്റെ വെള്ള ചുരിദാറിന്റെ ഷാൾ ദേഹത്തുകൂടെ പുതച്ചു.

"ഈ നാട്ടിൽ പ്രണയിക്കാൻ എന്ത് പാടാണ്.... മനുഷ്യർക്ക് ഇടപെടാൻ പറ്റിയ എന്തെല്ലാം വിഷയങ്ങൾ ഉണ്ട്....?" ജനി ആസിഫി നോടായി പറഞ്ഞു.

"അത്തരം കാര്യങ്ങളിൽ ഇടപെടാൻ ആർക്കാണ് നേരം? ആരാന്റെ സ്വകാര്യതയിൽ ഇടപെടാൻ അല്ലാണ്ട്..."

പള്ളിക്കുള്ളിൽ ഒരേ നിരയിൽ പുരുഷന്മാർക്കും സ്ത്രീകൾക്കുമായി വേർതിരിക്കപ്പെട്ട ഇടങ്ങളിൽ അവർ നിന്നു. അൾത്താരയ്ക്കു നേരെ

അച്ചന്റെ സുവിശേഷ വായന കേട്ട് നിൽക്കുമ്പോൾ അവർ ഇടയ്ക്കിടെ പരസ്പരം നോക്കി.

കുർബാന കഴിഞ്ഞിറങ്ങുമ്പോൾ പള്ളിക്കമ്മിറ്റിക്കാർക്കൊപ്പം നടന്നു വരുന്ന വികാരിയച്ചൻ ജനിയെ നോക്കി പരിഹാസരൂപേണ ഒന്നു ചിരിച്ചു കൊണ്ട് അടുത്തേക്ക് വന്നു.

"എന്താടീ കൊച്ചേ, അപ്പനെ പോലെ പള്ളീം പട്ടക്കാരും ഒന്നും വേണ്ടാന്നങ്ങു തീരുമാനിച്ചോ? ഈ വഴിക്ക് കാണാറേയില്ലല്ലോ നിന്നെ? എഴുത്തും രാഷ്ട്രീയോം വിപ്ലവോം ഒക്കെ നല്ലതാ ഒരു പരിധിവരെ. പക്ഷേ അത് സഭയുടെ വിശ്വാസങ്ങൾക്ക് എതിരാകുമ്പോൾ ദൈവനിന്ദയാകും. പള്ളിയേം പട്ടക്കാരനേം പുച്ഛിച്ച് നടക്കുന്നോരുടെ സ്ഥാനം തെമ്മാടി ക്കുഴീലാ. നിന്റെ അപ്പൻ ഏതായാലും അതങ്ങ് ഉറപ്പിച്ചു വച്ചേക്കുവാ. ഞരമ്പിലെ ഈ ചോരത്തെളപ്പോക്കെ കഴിഞ്ഞ്, കല്യാണം, ശവമടക്ക് എന്നും പറഞ്ഞ് ഇങ്ങോട്ട് വന്നാൽ, ഈ പള്ളിയുടെ ഗേറ്റ് തുറക്കപ്പെടും എന്ന് കരുതരുത്."

അച്ചന്റെ ശബ്ദം ഉയരുന്നത് ചുറ്റുപാടും നിന്ന് പലരും ശ്രദ്ധിക്കുന്നു എന്നത് ജനിയെ ചൊടിപ്പിച്ചു.

അച്ചൻ പറയുന്നതിനിടയിലും ആസിഫിന്റെ കണ്ണുകൾ ജനിയിലാ യിരുന്നു. അവൾ കൈവിരലുകൾ ഞെരിക്കുന്നത് അവൻ കണ്ടു. മൂക്കിൻ തുമ്പ് വല്ലാതെ ചുവന്നു എന്നത് അപകടസൂചനയാണ്. അവൾക്കു സഹി ക്കാനാവാത്ത ദേഷ്യം വന്നാൽ അങ്ങനെയാണ്. പിന്നെ പിടിച്ചാൽ കിട്ടു കയുമില്ല. അച്ചന്റെ കാര്യം ഏകദേശം തീരുമാനമായെന്ന് ആസിഫിന് ഉറപ്പായി.

അച്ചൻ വർത്തമാനം നിർത്തി ജനിയെ അടിമുടിയൊന്നു നോക്കി.

"അച്ചോ... ശരിയാണ്. എന്റെ അപ്പൻ പാപ്പൻ പള്ളീൽ കയറാറില്ല. പക്ഷേ അങ്ങേരു നന്നായി ചോര നീരാക്കി അദ്ധ്വാനിച്ചാ കുടുംബം പുലർത്തുന്നത്. അല്ലാതെ വെളുത്ത ളോഹേടെ പളപളപ്പിൽ കുഞ്ഞാടു കളെ മയക്കി അടിച്ച്, ഓരോ വെഞ്ചരിപ്പിനും മാമോദീസായ്ക്കും പുര കൂദാശയ്ക്കും ആയിരങ്ങൾ ചോദിച്ചു വാങ്ങി, കുർബാന കഴിഞ്ഞ് ആരാനും തരുന്ന പൂവൻപഴോം അണ്ടിപ്പരിപ്പും കഴിച്ചല്ല അങ്ങേരും കുടുംബോം ജീവിക്കുന്നത്. കുറഞ്ഞത് രണ്ടായിരം രൂപ കൈയിൽ കിട്ടാതെ, ഈ പള്ളിയിലെ ഏതേലും ഒരു വിശ്വാസിയുടെ ശവമടക്ക് നിങ്ങൾ നടത്താറുണ്ടോ? പോട്ടെ, ഇടവകേലെ ഏതേലും ഒരു പാവ പ്പെട്ട പെൺകുട്ടിയുടെ കല്യാണത്തിന്, എനിക്ക് കാശ് വേണ്ടാ, കല്യാണം ഞാൻ നടത്തിക്കോളാംന്ന് നിങ്ങൾ ഇതുവരെ പറഞ്ഞി ട്ടുണ്ടോ? പിന്നെ അച്ചന് എന്നെ പേടിപ്പിക്കാൻ പറഞ്ഞ എന്റെ കല്യാണോം ശവമടക്കും. പള്ളിക്കകത്ത് നിന്നേ കെട്ടൂന്ന് ജനിക്കു

യാതൊരു ശപഥവും ഇല്ല. പള്ളിപ്പറമ്പിൽ മാത്രേ അവസാന ഉറക്കം നടത്തൂന്ന് പാപ്പനും കുടുംബത്തിനും ഒട്ടും നിർബന്ധവുമില്ല. അച്ചൻ ചെല്ല്."

വികാരിയച്ചന്റെ മുഖം രക്തവർണ്ണം മാഞ്ഞു, കടലാസ് പോലെയായി. കാര്യം കേൾക്കാൻ നിന്നവരൊക്കെ പതിയെ തല വലിച്ചു പിന്നോക്കം മാറി.

അച്ചനെ രക്ഷിക്കാനെന്നോണം കൂടെ നിന്ന ആസിഫിന്റെ നേരെ നോക്കി കപ്യാര് തോമാച്ചൻ പറഞ്ഞു

"പാപ്പന്റെ മോളല്ലിയോ... മാത്രല്ല കണ്ട മേത്തന്റെ കൂടെയുള്ള കൂട്ടു കെട്ടും."

കേട്ടു നിന്ന ആസിഫിനത് തീരെ സുഖിച്ചില്ല.

"അതെന്താ തോമാച്ചോ ഞങ്ങള് ചോരേം നീരുമൊള്ള മനുഷ്യരല്ലായോ? ജനീടെ അപ്പനോടൊള്ള ചൊരുക്ക്, നിങ്ങള് പെണ്ണുങ്ങളോട് തീർക്കണ്ട."

"കണ്ട മരയ്ക്കാ കുടീന്ന് വന്നവനൊക്കെ വന്നു ചെലയ്ക്കാനൊള്ള സ്ഥലമല്ലിത്. പള്ളിയാണ്. ക്രിസ്ത്യാനിപ്പള്ളി. ക്രിസ്ത്യാനിക്കൊച്ചിനെ വളച്ചെടുത്തതും പോരാഞ്ഞ്, അവൻ ചോദ്യം ചോദിക്കാൻ വന്നേക്കുന്നു. അതെങ്ങനാ, കടപ്പൊറം നെരങ്ങി നടന്ന തന്തേടെ കൊണമല്ലേ മക്കളും കാണിക്കൂ."

തോമാച്ചൻ പറഞ്ഞു നിർത്തിയതും ആസിഫ് കൈ നീർത്തി ഒറ്റയടിയാരുന്നു.

"കടാപ്പുറത്ത് മാത്രല്ല കടലിലും അപ്പന്റെ കൂടെ മീൻ പിടിക്കാൻ പോയി തുഴ പിടിച്ച കയ്യിന്റെ തയമ്പാ."

ജനി അതു പ്രതീക്ഷിച്ചിരുന്നില്ല. പക്ഷേ അവളവനെ തടുത്തില്ല. അടി കണ്ട അച്ചൻ സ്തബ്ധനായി ഒരു ചുവടു പിന്നോട്ട് മാറി.

ആരൊക്കെയോ വന്ന് ആസിഫിനെ പിടിച്ചകറ്റി. അടി കിട്ടി പതറി വീണ കപ്യാര് തോമാച്ചൻ കിടന്ന കിടപ്പിൽ അവനെ നോക്കി മുരണ്ടു.

"ചത്തു പോയ എന്റപ്പനെ പറഞ്ഞാ നിന്നെ വച്ചേക്കത്തില്ല."

ജനിയുടെ കൈയും പിടിച്ച് ആസിഫ് പള്ളിനട ഇറങ്ങി.

ഒരാൾക്കൂട്ടത്തിൽ വച്ച് ആദ്യമായാണ് അന്ന് ആസിഫ് ജനിയെ തൊടുന്നത്.

പിറ്റേന്ന് കര മുഴുവൻ സംഭവം പാട്ടായി. പാപ്പന്റെ ചെവിയിലുമെത്തി. പക്ഷേ പാപ്പൻ അതേ പറ്റി ചോദിച്ചില്ല. ജനി പറഞ്ഞുമില്ല.

ഓർമ്മകളിലൂടെ നടന്നു നടന്ന്, അവർ മൂന്നാർ സി.എസ്.ഐ. ചർച്ചിന്റെ കവാടത്തിൽ എത്തിയിരുന്നു.

കാറ്റിൽ ഇലകളൂർന്നു വീഴുംപോലെ ഓർമ്മകളെ അടർത്തി വീഴ്ത്തി, ഹൃദ്യമായ ഒരു ഗാനത്തിന്റെ ഈരടികൾ മൂളി, മഞ്ഞുകണങ്ങളെ ഗർഭം ധരിച്ച മേഘങ്ങൾ അവർക്ക് മുകളിലായി വട്ടം ചുറ്റി പുഞ്ചിരിച്ചു നിന്നു.

"O Come all ye faithful.
Joyful and triumphant
O come ye, O come ye to Bethlehem.
Come and behold him,
Born the king of angels,
O come, let us adore him
O come, let us adore him
O come, let us adore him
Christ the lord."

മിക്കാ അവരെ പള്ളിക്കകത്തേക്ക് നയിച്ചു. വർഷങ്ങളുടെ പഴക്കമുണ്ട് ഈ പള്ളിക്ക്. ജനിയുടെയും ആസിഫിന്റെയും യാത്രകളിൽ ആദ്യ ഇടമായി ഇരുവരും തിരഞ്ഞെടുത്തത് ഈ പള്ളിയാണ്.

അതിനു പിന്നിൽ ഒരു കഥയുണ്ട്. കേരളത്തിൽ ഇന്നുള്ള വിരളം ജൂതന്മാരിൽ ഒരാളാണ് മിക്കാ എന്ന ജൂതൻ. കൊച്ചിയിലെ ജൂതത്തെരുവിൽ നിന്നും മൂന്നാറിലേക്ക് കുടിയേറി പാർത്തവൻ. കാടിനോടുള്ള വന്യമായ സ്നേഹം കൊണ്ട് കുടിയേറ്റം ആഘോഷിച്ചവൻ. തന്റെ ഇരുപതാമത്തെ വയസ്സിൽ ആണ് ആദ്യമായി മിക്കാ മൂന്നാറിലേക്ക് വരുന്നത്. നാളുകളോളം അയാൾ, അക്കാലത്ത് മൂന്നാറിലെ ഹഡ്സൺ ബംഗ്ലാവിലെ കാവൽക്കാരനായി ജോലി ചെയ്തു. അയാൾ പറഞ്ഞിരുന്ന കഥകളിലെ നായികയായ ഇസബെൽ മേ, ജോഷ്വ യഹൂദിയെന്ന അയാളുടെ യഹൂദപുത്രനും ഒരു വിസ്മയമായി. ആസിഫിന്റെയും ജോഷ്വയുടെയും യാത്രകളിൽ ഒന്നിൽ ജോഷ്വ ഇസബെല്ലിന്റെയും ഹെൻട്രിയുടെയും അനശ്വരപ്രണയത്തെ കുറിച്ച് ആസിഫിനോട് പറയുകയുണ്ടായി. അങ്ങനാണ് ആ കഥകളുടെ ഉറവിടം തേടിയുള്ള ഈ യാത്രയിലേക്ക് ആസിഫിനോടൊപ്പം ജനിയും ഭാഗമാവുന്നത്.

ദേവാലയം കാവൽക്കാരനായ 'മിക്കാ'യുടെ ഒരേയൊരു മകനാണ് ജോഷ്വ....

പുറത്ത് ചെരുപ്പഴിച്ചു വെച്ച് അവർ പള്ളിക്ക് അകത്തേക്ക് കടന്നു. ഒരു നീണ്ട ധ്യാനത്തിലെന്നപോലെ നിശ്ശബ്ദമായിരുന്നു പള്ളിയകം.

ഇരുത്രോണോസുകളിലും അന്നത്തെ വേദവായന അടയാളപ്പെടുത്തി യിരിക്കുന്നു. അതിവിശുദ്ധ സ്ഥലത്തെയും വിശ്വാസികളുടെ ഇടങ്ങളെയും വേർതിരിക്കുന്ന ചുവന്ന തിരശ്ശീലയ്ക്കുമപ്പുറം, വിശുദ്ധപ്രണയത്തിന്റെ മൂർത്തിയായ ഒരുവന്റെ വിലാവിൽ നിന്നും നോവിന്റെ രക്തവും വെള്ളവും ഒഴുകുന്നുണ്ടാവണം. നടന്ന വഴികളിലൊക്കെയും സ്നേഹപ്പൂക്കൾ വിരിയിച്ചു കടന്നുപോയ, സാധാരണക്കാരനായി ജീവിച്ച ഒരുവൻ. അൾത്താരയിൽ നിന്നും കുന്തിരിക്കത്തിന്റെ മണം ഉടലാകെ പൊതി യുന്നു. ചുവരുകളിൽ മരത്തടികളിൽ കൊത്തിയ പലവിധ രൂപങ്ങൾ. പള്ളിയുടെ ഒരു മൂലയിലായി വളരെ കാലപ്പഴക്കം ചെന്നതെന്ന് ഒറ്റ നോട്ടത്തിൽ മനസ്സിലാവുന്ന ഒരു പിയാനോ. ചരിത്രത്തെ ഓർമ്മിപ്പി ക്കുന്ന ചുവരെഴുത്തുകൾ. ലോകചരിത്രത്തിൽ ആദ്യമായി സെമിത്തേരി വന്ന ശേഷം പള്ളി വന്ന ഒരേ ഒരിടമാണ് മൂന്നാറിലെ ക്രൈസ്റ്റ് ദേവാ ലയം എന്ന് മിക്ക പറയുന്നുണ്ടായിരുന്നു.

ക്രിസ്തുവിനെപോലെ മുഖഭാവമുള്ള, വളരെ പ്രായം ചേർന്ന മനുഷ്യ നാണ് മിക്കാ. ഇപ്പോൾ ഈ ദേവാലയത്തിൽ കാവൽക്കാരനായി ജോലി ചെയ്യുന്നവൻ. വന്നു പോകുന്ന സഞ്ചാരികൾക്ക് മനോഹരമായൊരു കാവ്യം പോലെ മൂന്നാറിന്റെ ചരിത്രത്തെക്കുറിച്ച് പറഞ്ഞു കൊടുക്കുന്ന മനുഷ്യൻ.

“അബ്ബാ.... ഇവർ എന്റെ സുഹൃത്തുക്കളാണ്. ആസിഫ്, അവൻ വിവാഹം കഴിക്കാൻ പോകുന്ന പെൺകുട്ടി, ജനി.”

ജോഷ്വ, മിക്കയ്ക്ക് അവരെ പരിചയപ്പെടുത്തി.

മെല്ലിച്ചു എല്ലും തോലുമായ കറുത്ത കൈകൾ അവർക്കു നേരെ കൂപ്പി അയാൾ അവരെ അഭിവാദ്യം ചെയ്തു. ക്രിസ്തുവിനെ പോലെ ശാന്തത നിറഞ്ഞ മുഖം. ഒരു കൈയിൽ വോക്കിംഗ് സ്റ്റിക്ക് ഉണ്ട്. നീള മുള്ള പാന്റിനും കൈ ഇറക്കമുള്ള കുർത്തയ്ക്കും മീതെ ഒരു കറുത്ത കരിമ്പടം അയാൾ പുതച്ചിരുന്നു. നടക്കുമ്പോൾ സ്വാഭാവികമായ പ്രായ ത്തിന്റെ ഇടർച്ച അയാളുടെ കാലുകളെ ബാധിച്ചിരുന്നു. മീൻകണ്ണുകൾ പോലെ ചുവന്നും തിളക്കമുള്ളതുമായ കണ്ണുകൾ. ചുളിഞ്ഞ ത്വക്ക് ഏതോ പുരാതനകാല മനുഷ്യനെ പോലെ തോന്നിപ്പിച്ചു.

“അബ്ബാ....” ജോഷ്വ അപ്പന്റെ കൈകളിൽ പതിയെ പിടിച്ചു. “അവർക്കീ ഇസബെല്ലിന്റെ ചരിത്രം അറിയണം.”

മിക്ക അവരെ ഇരുവരെയും നോക്കി നേർത്തൊന്നു മന്ദഹസിച്ചു.

“ഇസബെൽ.... അവളോളം മനോഹരിയല്ല ചരിത്രത്തിൽ ഒരു പ്രണ യിനിയും...”

ലോകത്തിലെ ഏറ്റവും മനോഹരിയായ പെണ്ണ് യൗവ്വനസുന്ദരി യായ ഹെലൻ ആണെന്ന് കേട്ടിട്ടില്ലേ; അതിനെയും വെല്ലുമായിരുന്നു

ഇ.സ. മാർലോ ഹെലന്റെ സൗന്ദര്യത്തെ വർണ്ണിച്ചത് അപ്പോൾ ആസി ഫിന്റെ മനസ്സിൽ തെളിഞ്ഞു വന്നു.

"Was this the face that launch'd a thousand ships,
And burnt the topless towers of Ilium-
Sweet Helen, make me immortal with a kiss."

സ്കൂളിലെ അധ്യാപകനായിരുന്ന മനോഹരൻ മാഷ് ആ വർണ്ണന യുടെ ചാരുത ഒട്ടും ചോർന്നു പോകാതെ നടത്തിയ മൊഴിമാറ്റം ജനിയെക്കുറിച്ച് ഓർക്കുമ്പോൾ എല്ലാം അവന്റെ മനസ്സിൽ പതിഞ്ഞു വരും.

"ഈ മുഖമായിരുന്നുവോ ആയിരം കപ്പലുകളെ പടക്കിറക്കിയത്,
ഈ മുഖമായിരുന്നുവോ ഈലിയം നഗരത്തിന്റെ
അംബരചുംബികളെ വെന്തുവെണ്ണീറാക്കിയത്,
അല്ലയോ മനോഹരിയായ ഹെലൻ
ഒരു ചുംബനത്താൽ എന്നെ അനശ്വരനാക്കൂ...."

ആസിഫ് ജനിയുടെ കണ്ണുകളിലേക്ക് ഒന്നു നോക്കി.

മിക്കാ.... പള്ളിയോട് ചേർന്നുള്ള ചെറിയ മുറിയെ ലക്ഷ്യമാക്കി നടന്നു. കൃത്യമായി അടുക്കിവച്ച പുസ്തകങ്ങളുടെ റാക്കുകൾക്കിടയിൽ നിന്നും പഴയ ഒരു കാൽപ്പെട്ടി ബദ്ധപ്പെട്ട് വലിച്ചു തുറന്നു. അതിൽ നിന്നും ഒരു വലിയ പുസ്തകം പൊടി തട്ടി എടുത്തു. ജനിയുടെ നേർക്ക് നീട്ടി. അവൾ അതിന്റെ താളുകൾ മറിച്ചു നോക്കി. ചരിത്രങ്ങളുടെ കഥ പറയുന്ന പുസ്തകം.

എലേനാർ ഇസബെൽ മേ

ക്യത്യമായി പറഞ്ഞാൽ 1824 ഡിസംബറിലെ തിരുപ്പിറവിയുടെ ആഴ്ച.

മൂന്നാറിന്റെ ഞരമ്പുകളായ ഓക്ക് മരങ്ങളും തേയിലക്കാടുകളും നവ വധുക്കളെന്നപോലെ മഞ്ഞിന്റെ തോർച്ചയിൽ തലകുനിച്ചു കുളിർത്തു നിന്നു. താഴ്വരയേയും ഉന്നതികളെയും വയലറ്റ് പുതപ്പിനാൽ മൂടി താഴ്വാരമാകെ പൂത്തു നിൽക്കുന്ന നീലക്കുറിഞ്ഞിപ്പൂക്കൾ. വശങ്ങളി ലേക്ക് ചരിഞ്ഞ് കൈകൾ പോലെ വീതിയുള്ള വലിയ ഇലകൾക്ക് നടു വിൽ മീതേക്ക് നീണ്ട തണ്ടിനറ്റത്ത് സൂര്യഗോളം വിരിയിച്ച് മെയ്മാസ റാണികൾ, ഇളം കാറ്റിൽ പോലും ചാഞ്ചാടി നിൽക്കുന്ന യൂക്കാലിപ്റ്റസ് മരങ്ങൾ, മദിപ്പിക്കുന്ന ഗന്ധവുമായ് കാട്ടുപാലകൾ, ഇരുട്ടിന്റെ തുറുങ്കു കൾക്കുള്ളിൽ നിന്ന് വിടർന്നുവരുന്ന രാത്രിമുല്ലകൾ. മൂന്നാറിനെ തലോ ടുന്ന കാറ്റിനാകെ പൂക്കളുടെ വാസന....!

മൂന്നാറിന്റെ വൈകാരികതകളിലേക്ക് പുതിയൊരു തിരുപ്പിറവിക്കാല ത്തിന്റെ അതിശൈത്യം പടർന്നുകയറുകയായിരുന്നു. തെല്ലു നേരത്തേ ഇരുൾ പടരുന്ന ഡിസംബറിന്റെ ആ രാവുകളിൽ, കാട്ടുമൃഗങ്ങൾ നക്ഷത്രങ്ങളെ നോക്കി സ്വയം മറന്നു. നാഗങ്ങൾ ഇണ ചേർന്നു. ഒറ്റ മുറി വീടുകളുടെ ഓടുകൾക്ക്, തകരപ്പാളികൾക്കു മീതെ ഇടയ്ക്കിടെ മിന്നലുകൾ ഒളിപ്പോര് നടത്തി, കാറ്റ് മദ്ദളം കൊട്ടി. പടുകൂറ്റൻ മരങ്ങളുടെ വേരുകൾ, മഞ്ഞുവീണു നനഞ്ഞ മണ്ണിന്റെ മടിയിലേക്ക് മുഖം പൂഴ്ത്തി നിന്നു...!

ഡിസംബർ അതിന്റെ ഏറ്റവും ശൈത്യം പേറിയ രാത്രിയായിരുന്നു അത്. മൂന്നാർ അതിന്റെ എല്ലാ സൗന്ദര്യവും പ്രകൃതിക്കു മീതെ കുട ഞ്ഞിട്ട രാത്രി. അന്ന് ഹെൻറിയുടെ ബംഗ്ലാവിൽ ഒരു പുതിയ അതിഥി ഉണ്ടായി. സോളമന്റെ ഹൃദയം കീഴടക്കിയ ശേബാ രാജ്ഞി എന്നപോൽ, ഒരു വ്യാഴവട്ടത്തിനപ്പുറം മൂന്നാറിന്റെ അഭൗമസൗന്ദര്യത്തെ ഇരട്ടിപ്പിച്ച വയലറ്റ് പൂക്കളുടെ കുന്നുകളിൽ പുതിയൊരു സൂര്യനുദിച്ചപോലെ അവൾ... ഹെൻട്രി മാൻഫീൽഡിന്റെ നവവധു 23 വയസ്സുകാരി മേ എന്ന എലനോർ ഇസബെൽ മേ. ഇംഗ്ലണ്ടിലെ ബ്രാബെസൺ പ്രഭുവിന്റെ മകൾ. കിഴക്കൻ കാശ്മീരിന്റെ രാജ്ഞി.

ആദ്യകാല മൂന്നാറിനെ കണ്ടെത്തിയവരിൽ ഒരാളായിരുന്നു ഹെൻട്രി മാൻഫീൽഡ്. കണ്ണൻ ദേവൻ കമ്പനിയുടെ ആദ്യത്തെ എസ്റ്റേറ്റ് മാനേജർ. തേയിലക്കാടുകൾക്കിടയിൽ ഒരൊറ്റയാനെന്നോണം, ആരെയും കൂസാത്ത തലയെടുപ്പോടെ, അസാമാന്യ ബുദ്ധിശാലിയും മിടുക്കനുമായ ബ്രിട്ടീഷുകാരൻ.

കൊട്ടാരത്തിലെ പരിചാരകർക്കും പ്രഭുക്കൾക്കും നടുവിൽ സ്വർഗ്ഗം ഭൂമിയിൽ പണിത പോലുള്ള ആഡംബരങ്ങൾക്കിടയിൽ അഭൗമമായ തലയെടുപ്പോടെ തന്റെ പ്രിയതമയുടെ കൈകൾ പിടിച്ച് ഹെൻട്രി വന്നിറങ്ങി. അവളുടെ വെള്ള ഫ്രോക്കിൽ മഞ്ഞുമുത്തുകൾ പോലെ കല്ല് പതിപ്പിച്ചിരുന്നു. അഴകുള്ള കണ്ണുകളിൽ ആകാശം നീലിമയാർന്നു തെളിഞ്ഞു കിടന്നിരുന്നു. സ്വർണ്ണനിറമുള്ള ചുരുണ്ട മുടിയിൽ നിലാവ് ചിന്നി വീണിരുന്നു.

ചുറ്റും ബാന്റുമേളങ്ങൾ, പാട്ടുകൾ, നൃത്തച്ചുവടുകൾ... പൂന്തോട്ടങ്ങളിലെ നിയോൺ വെട്ടങ്ങൾക്കു കീഴിൽ നിരത്തി വെച്ച വീഞ്ഞു പാത്രങ്ങൾ... വറുത്ത കാട്ടു മാംസം. നീണ്ട യാത്രയുടെ ക്ഷീണത്തെ പാടേ മറക്കാൻ സാക്സഫോൺ വാദകർ, ലണ്ടനിൽ നിന്ന് വന്ന പരമ്പരാഗത ബ്രിട്ടീഷ് ഗായകർ. ബംഗാളിൽ നിന്ന് വന്ന ബാവുൽ സംഘം.

ഹെൻട്രി മാൻഫീൽഡ് നൈറ്റ് എന്ന തന്റെ പ്രിയതമനൊപ്പം ഇസമേൽ മേയുടെ ഇംഗ്ലണ്ടിൽ നിന്നും ശ്രീലങ്കയിലേക്കുള്ള യാത്ര. കപ്പൽ മാർഗ്ഗം തമിഴ്നാട്ടിലേക്ക്. അവിടുന്ന് ഹെൻട്രിയുടെ സ്വകാര്യ അഹങ്കാരമായ മൂന്നാറിലേക്ക്.

ഭൂമിയിലെ ഏറ്റവും സുന്ദരിയായ പെണ്ണിന്റെ പ്രണയത്തെ സ്വന്തമാക്കിയവൻ എന്ന പോലെ ഹെൻട്രിയുടെ മുഖം പ്രസന്നമായിരുന്നു. ആഹ്ലാദഭരിതമായ ആ വിരുന്നിലേക്ക് അയാൾ തന്റെ പ്രൗഢിയുടെ ഏറ്റവും മനോഹരമായ അലങ്കാരങ്ങൾ കാഴ്ച വെച്ചു. നവദമ്പതികൾക്ക് ആശംസ നേരാൻ മത്സരിക്കുന്ന പ്രഭുക്കന്മാർ, എസ്റ്റേറ്റ് മുതലാളിമാർ. സമ്മാനപ്പൊതികളുടെ വർണ്ണങ്ങൾ പല നിറങ്ങളിലുള്ള വെളിച്ചം വീണു മനോഹരമായി. വീഞ്ഞും ലഹരിയും രുചികരമായ ഭക്ഷണങ്ങളും നിറഞ്ഞ ആ വിരുന്നുകാർക്കിടയിൽ ഇസബെലും ഹെൻറിയും കൈ ചേർത്ത് മെയ് ചേർത്ത് നൃത്തം ചെയ്തു.

ആ അർദ്ധരാത്രിയിൽ വിരുന്നിന്റെ ബഹളങ്ങൾ അവസാനിക്കുമ്പോൾ ലോകത്തെ ഏറ്റവും സുന്ദരമായ പ്രണയത്തിന്റെ അവകാശികൾക്ക് മീതെ ആകാശവും ഭൂമിയും പോലും അവരുടെ ആഹ്ലാദങ്ങളിൽ പങ്കു ചേർന്നു. മഴ പോലെ മഞ്ഞു മഴനൂലുകൾ അവർക്കു മീതെ നിശാനൃത്തം ചെയ്തു.

ബംഗ്ലാവിൽ ഒരുത്സവത്തിന്റെ പ്രതീതി. മുറ്റത്ത്, പൂന്തോട്ടങ്ങളിൽ, അവിടേക്കുള്ള രാജപാതകളിൽ ആകമാനം തൂക്കിയിട്ട നക്ഷത്ര

വെളിച്ചങ്ങൾ. ക്രിസ്തുമസ്സിനെ വരവേൽക്കാനുള്ള തയ്യാറെടുപ്പുകൾ പൂർത്തിയായിരിക്കുന്നു.

വിരുന്നുവീടും വിരുന്നുകാരും ഒഴിഞ്ഞു തുടങ്ങി. അന്ന് ബംഗ്ലാവിൽ ഇസയുടെ ആദ്യരാത്രി ആയിരുന്നു. കൊതിപ്പിക്കുന്ന പ്രണയത്തിന്റെ ഉന്മാദത്തിന് കൂട്ടിരിക്കാൻ പ്രകൃതി ഒന്നാകെ ഒരുങ്ങി നിന്നു. സൂചി കുത്തുംപോലെ അരിച്ചിറങ്ങുന്ന തണുപ്പിൽ, സ്ഫടിക ജാലകങ്ങൾ പ്രകൃതിയിലേക്ക് തുറക്കുന്ന ആ മണിയറയിൽ രത്നങ്ങൾ പതിപ്പിച്ച തേക്ക് കട്ടിലിൽ അവരുടെ ഉടൽചൂടിനെ പൊതിയാൻ ചിത്രത്തുന്നലുകൾ നിറഞ്ഞ വിരിപ്പുകൾ സജ്ജമായി. പാൽ നിറച്ച, വീഞ്ഞ് നിറച്ച കൂജകൾ, പഴങ്ങൾ, മധുരപലഹാരങ്ങൾ ഭൃത്യന്മാർ അരികെ അലങ്കരിച്ചു.

മൂന്നാറിന് മേലെ നിലാവുപോലും നാണിച്ചുദിക്കാതെ പ്രണയം പെയ്തു നിന്ന ആ രാത്രി, കടലുകൾക്കപ്പുറം നിന്ന്, മലയാള നാടിന്റെ നെഞ്ചിലേക്ക് ജീവിതം തുന്നിച്ചേർത്ത് രണ്ട് യുവമിഥുനങ്ങളുടെ ആദ്യരാത്രിയായിരുന്നു. കാട്ടുമുയലുകൾ ഇണകളെത്തേടി കുതിച്ചു പാഞ്ഞു. ഇളമാനുകൾ ഇണകളോട് രതി പെയ്ത താഴ്‌വാരങ്ങളെ പറ്റി പറഞ്ഞ് ഇമകൾ ചേർത്തു നിന്നു. കാട് വന്യമായ ഇരുളിനെ വരിച്ച്, പുലരിയെ സ്വപ്നം കണ്ടു. ഏഴാം യാമത്തിന്റെ കാറ്റ് വീശുമ്പോഴും സ്വർണ്ണമുടിച്ചുരുളുകൾ കാവൽ നിന്ന ഇസബെലിന്റെ, യൗവ്വനം കൊഴുത്ത മടക്കുകൾ വീഴ്ത്തിയ കഴുത്തിലേക്ക്, മേൽത്തരം ചുവന്ന വീഞ്ഞിറ്റിച്ച്, കൊതി തീരാതെ പാനം ചെയ്യുകയായിരുന്നു ഹെൻട്രി. ഏറ്റവും സുന്ദരിയായ സ്ത്രീയിലേക്ക് അധികാരങ്ങളുടെ കയ്യൊപ്പ് ഇല്ലാതെ അഭിനിവേശങ്ങളുടെ സകല സൗന്ദര്യവുമായി ഹെൻട്രി പ്രവേശിക്കുമ്പോൾ ഇസ ഭൂമിയിലെ മാലാഖയായി. സോളമന്റെ ഗീതികൾ അപ്പോഴും പുറത്തെ ഗായക സംഘത്തിൽ നിന്ന് ഉയർന്നു കേൾക്കാമായിരുന്നു. അരണ്ട വെളിച്ചവും മഞ്ഞും ഊഴം മാറി കാവൽ നിന്ന ആ മുറിക്കുള്ളിൽ, അനേകം മെഴുതിരി നാളങ്ങളുടെ കാവലിൽ ഇസ ലോകത്തിലെ ഏറ്റവും സുന്ദരമായ ചഷകമായി. ഹെൻട്രി അതിൽനിന്നും മദിപ്പിക്കുന്ന വീഞ്ഞ് പാനം ചെയ്തു. മഞ്ഞിനെ തോല്പിച്ച് വിയർപ്പും കിതപ്പും മത്സരിച്ചു. കിഴക്കൻ കാറ്റ് മൂന്നാറിന്റെ മലമടക്കുകളെ ചുംബിച്ച പുലരിയിൽ, അവൻ അവളെന്ന ബലിപീഠത്തിലെ ഇരു മെഴുതിരികൾക്കിടയിൽ തളർന്നു മയങ്ങി. ഇസ അപ്പോഴും കത്തിതീരാത്ത പ്രണയത്തോടെ അവനെ നെഞ്ചോടു ചേർത്തു പിടിച്ചിരുന്നു.

'എന്റെ കാന്തേ... നിന്റെ പ്രണയം എത്ര മനോഹരം. വീഞ്ഞിനെക്കാൾ നിന്റെ പ്രേമവും. സകലവിധ സുഗന്ധവർഗ്ഗത്തേക്കാൾ നിന്റെ തൈലത്തിന്റെ പരിമളവും എത്ര രസകരം. വെയിൽ ആറി നിഴൽ കാണാതെ ആകുവോളം ഞാൻ മൂറിൻ മലയിലും കുന്തിരുക്കക്കുന്നിലും

ചെന്നിരിക്കാം.... എന്റെ പ്രിയേ.... നീ സർവാംഗ സുന്ദരി. നിന്നിൽ യാതൊരു ഊനവും ഇല്ല. ലെബനോനെ വിട്ട് എന്റെ കൂടെ വരിക. അമാനാമുകളും ശെനീൻ ഹെർമ്മോൻ കൊടുമുടികളും സിംഹങ്ങളുടെ ഗുഹകളും പുള്ളിപ്പുലികളുടെ പർവതങ്ങളും വിട്ടുപോരുക..."

ഋതുമതിയായ വസന്തകാലം പോലെ പ്രഭാതത്തിന്റെ ചുവപ്പ് അവരുടെ മുഖത്തേക്ക് പൊൻവെട്ടം തൂവുമ്പോൾ മൂന്നാർ അവരെ നോക്കി അസൂയപ്പെട്ടിരിക്കണം. പ്രഭാത ഭക്ഷണത്തിനു ശേഷം കാടിന്റെ വശ്യ ഭംഗിയിലേക്ക് ഇസയുടെ കൈ പിടിച്ച് ഹെൻട്രി ഇറങ്ങുമ്പോൾ വരാൻ പോകുന്ന ദുരന്തത്തിന്റെ കരുനീക്കങ്ങളെക്കുറിച്ചും ബോധ്യമായത് ഈ മൂന്നാറിന്റെ നിഗൂഢതകൾക്ക് മാത്രമായിരിക്കണം.

മുതിരപ്പുഴയാറിന്റെ രാജ്ഞി

ജയിംസ് മ്യൂർ എന്ന ബ്രിട്ടീഷുകാരൻ ആയിരുന്നു വേട്ടയ്ക്കും യാത്രയ്ക്കും ഹെൻട്രി മാൻഫീൽഡിന്റെ സഹചാരി. ഈസ്റ്റ് ഇന്ത്യാ കമ്പനിയുടെ തുടക്കക്കാലം മുതൽ ജയിംസ് മ്യൂറി ഹെൻട്രിക്കൊപ്പം ഉണ്ട്.

മുതിരപ്പുഴയാറിലേക്കുള്ള യാത്രയിലും അയാൾ കൂടെ ഉണ്ടായിരുന്നു.

പുലർകാലം അവർക്കു മീതെ കുങ്കുമം പൊഴിച്ചിരുന്നു. ചാറ്റൽമഴത്തുള്ളികൾ പുൽനാമ്പുകളിൽ സ്ഫടിക ഭാരമായി നിഴലിച്ചു. കുളവാഴകൾക്കിടയിൽ നിന്നും കുളക്കോഴികൾ തല നീട്ടി. തോണികളുടെ കെട്ടഴിച്ച് വെള്ളത്തിലേക്ക് നിരക്കി ഇറക്കി തുടങ്ങിയിരുന്നു. പായൽ പച്ചകളെ വകഞ്ഞു മാറ്റിക്കൊണ്ട് ടൂറിസ്റ്റ് ബോട്ടുകൾ നീങ്ങിത്തുടങ്ങി. പ്രകൃതിക്ക്, ഈ പുഴയ്ക്ക്, കായലിന് ഭൂതകാല വിഷാദങ്ങളെ മുഴുവൻ ഒറ്റ ചിറകിൽ എടുത്തുയർത്തി മേഘങ്ങളിലേക്ക് കുടഞ്ഞെറിയാൻ മാത്രമുള്ള വിസ്മയിപ്പിക്കുന്ന സൗന്ദര്യമുണ്ടെന്നു ഇസയ്ക്കു തോന്നി. അവളുടെ കണ്ണുകളിൽ വിസ്മയത്തിന്റെ ആകാശനീലിമകൾ ഹെൻട്രി കണ്ടു. പൂ പോലെ പതുപതുത്ത തന്റെ കൈകളെ മുറുകെ പിടിച്ച ഹെൻട്രിയുടെ കൈത്തലങ്ങളെ ആവേശം കൂടുമ്പോഴെല്ലാം ഇസ ചുംബിച്ചു. അവളുടെ ആഹ്ലാദത്തിന്റെ ഏറ്റവും ഇറക്കവും ഹെൻട്രിയോളം അറിഞ്ഞ മറ്റാരുണ്ട്.

ഇസയെ കാത്തു നിൽക്കുന്നതെന്ന പോലെ തലയാട്ടി വരവേൽക്കുന്ന മരങ്ങൾ, പല നിറങ്ങളിൽ പൂക്കളുടെ താലമേന്തി പച്ചിലക്കാടുകൾ.

പുഴയോരത്ത് ചാഞ്ഞു നിൽക്കുന്ന കാറ്റാടിമരങ്ങൾ. വഴികളിൽ ഉടനീളം പൊഴിഞ്ഞു കിടക്കുന്ന കാട്ടരിപ്പൂക്കൾ, കാട്ടുപേരക്കകൾ. പുലർച്ചെ തേയിലക്കൊളുന്തു നുള്ളാൻ പോകുന്ന തമിഴ് പണിക്കാർ. കാട്ടുമുരിക്കുകളുടെ പൂക്കളാൽ കാടാകെ ചുവപ്പണിഞ്ഞു നിൽക്കുന്നു. ഒരു പടുകൂറ്റൻ യൂക്കാലിപ്റ്റ്സ് മരത്തിന്റെ ചുവട്ടിൽ ഹെൻട്രിയുടെ വയലിൻ സംഗീതത്തിലേക്ക് മുഖം ചാരി ഇസ ഇരുന്നു

മൂന്നാർ പച്ചക്കുന്നുകളിലേക്ക് വരയാടിൻ പറ്റങ്ങളുടെ മേച്ചിൽപ്പുറങ്ങളിലേക്ക് ഒരു നക്ഷത്ര വെളിച്ചം പോലെ ഇസ പെയ്തിറങ്ങി. കൂട്ടം

കൂട്ടമായി മേഞ്ഞു നീങ്ങുന്ന വരയാടുകൾ... വരയാടിൻ പറ്റങ്ങൾക്കിട യിലൂടെ ഇസ പാറി നടന്നു. പുൽമേടുകൾക്കിടയിൽ അവൾ ഉദയ സൂര്യനെ പോലെ തിളങ്ങി. സൂര്യകാന്തിയുടെ ശോഭ മുഴുവൻ അവ ളുടെ തുടുത്ത കവിളുകളെ ചുവപ്പിച്ചു.

ഇസയുടെ ശരീരത്തിലെ വേനലപ്പോൾ പാതി ശമിച്ചിരുന്നു. കിഴുക്കാം തൂക്കായ പാറകൾ... പാറകൾക്കു മീതെ ചിത്രത്തുന്നലുകൾ പോലെ പായൽ പച്ചകൾ...പുൽമേടുകൾക്ക് ഇടയിൽ പല നിറങ്ങളിൽ പേരറി യാത്ത പൂക്കൾ തല കുമ്പിട്ടു നൃത്തം ചെയ്യുന്നു... ചിലത് ഇളം വെയി ലിൽ സൂര്യന് നേർക്ക് മുഖം നിവർത്തുന്നു... ചിലത് ഇളംകാറ്റിൽ ചുമൽ കുലുക്കുന്നു. ജീവനുള്ള പൂക്കൾ. പ്രണയം കര കവിയുമ്പോൾ ഹൃദയം നൃത്തം ചെയ്യും പോലെ...? കണ്ണെത്താത്ത ഉയരത്തിൽ നിന്നുള്ള പാറ ക്കെട്ടുകളിൽ നിന്നും കീഴേക്ക് മണ്ണിന്റെ വയറു കീറി ഒഴുകുന്ന ഉറവ കൾ... ഭൂമി മണ്ണിനടിയിൽ ഒളിപ്പിച്ചു വെച്ച മഴനനവുകളുടെ വിത്തുകൾ പൊട്ടിച്ച് മലയടിവാരങ്ങളിലേക്ക് കല്ലുകളിൽ തട്ടി വീണ് കുളിര് തെറി പ്പിച്ചും പതഞ്ഞു വീണും പിന്നെയും പിന്നെയും... അതിൽ മുഖം മിനു ക്കുന്ന പക്ഷികൾ, മാൻകൂട്ടങ്ങൾ. കൊടും തണുപ്പുള്ള ജലനാരുകൾ... മലയിലേക്കു മഞ്ഞു പെയ്തു തുടങ്ങി... കാഴ്ചകൾക്ക് നിറം മങ്ങി ത്തുടങ്ങി. മഴ പെയ്യും പോലെ വീണ്ടും മഞ്ഞുവീഴ്ച...

കൂമൻ തൊപ്പി അവളുടെ മുടിക്കെട്ടിലേക്ക് മുറുക്കി ഷാൾ കഴുത്തിനു ചുറ്റും പുതപ്പിച്ചു ഹെൻട്രിയുടെ കൈകളിൽ പിടിച്ചു ഇസ താഴേക്കി റങ്ങി. ഇരുവശങ്ങളിലും മുൾനിറഞ്ഞ കാട്ടുപാതകളിലൂടെ കടന്നു പോകു മ്പോഴും 'ശ്രദ്ധിച്ച് ശ്രദ്ധിച്ച്' എന്ന് ഹെൻട്രി ഓർമ്മിപ്പിച്ചുകൊണ്ടിരുന്നു. വെള്ളമന്ദാരങ്ങൾ പോലെ ചുറ്റിലും മഞ്ഞു പൂത്തുനിൽക്കുന്നു... ഓക്കു മരങ്ങളിലേക്ക് പറന്നിറങ്ങുന്ന വെള്ളിമേഘങ്ങൾ... ബുദ്ധസന്ന്യാസികളെ പോലെ മലയിറങ്ങുന്ന മഴക്കാറ്റ്... പ്രണയത്തിന്റെ ഊഷ്മള ഗന്ധങ്ങളിൽ ചിലത്.

മലയടിവാരത്ത് തെളിഞ്ഞൊഴുകുന്ന പുഴ. വഞ്ചിയിൽ ക്യാരറ്റും സ്ട്രോബറിയും മാങ്ങയും തുടങ്ങി പലവിധ പഴവർഗ്ഗങ്ങളുമായി സായിപ്പന്മാരുടെ ബംഗ്ലാവുകളിലേക്ക് പോകുന്ന തോട്ടം തൊഴിലാളികൾ.

തല പോയ മരങ്ങളിൽ കൂട് കൂട്ടുന്ന പക്ഷികൾ... ദാഹം മാറ്റാൻ പുഴയുടെ തീരത്ത് അടുക്കുന്ന ആനക്കൂട്ടങ്ങൾ.. കുട്ടിക്കരണം മറിയുന്ന കുരങ്ങന്മാർ... ചിലയിടങ്ങളിലെ കാടിന്റെ ചാരനിറത്തിനൊപ്പം തിരിച്ചറി യാനാവാതെ ചേർന്നു നിൽക്കുന്ന ഒറ്റയാൻ... കൂട്ടംകൂട്ടമായി മേയാൻ ഇറങ്ങുന്ന കാട്ടുപോത്തുകൾ, മ്ലാവുകൾ. തൂവെള്ള മേഘങ്ങൾക്കൊപ്പം ഒട്ടും ഭാരമില്ലാതെ ജീവിതം പറന്നുനടക്കുകയാണെന്ന് ഇസയ്ക്ക് തോന്നി.

കുതിരവണ്ടി ചക്രങ്ങളുടെ വേഗത കുറഞ്ഞു. ഇസ ചരിഞ്ഞു തന്റെ ഇടതു വശത്തിരിക്കുന്ന ഹെൻട്രിയെ നോക്കി. അയാളപ്പോൾ കൂട്ടം

തെറ്റിപ്പോയ മാൻപേടകളിൽ ഒന്നിന് നേർക്ക് തന്റെ തോക്കിൻ കുഴൽ നീട്ടുകയായിരുന്നു.

ഇസ അയാളുടെ കയ്യിൽ പിടിച്ചു.

"അരുത്..." അവളുടെ കണ്ണുകൾ ആർദ്രമായിരുന്നു.

ഹെൻട്രി അതിശയത്തോടെ അവളെ നോക്കി. ശേഷം അയാളുടെ കണ്ണുകളിൽ നിറഞ്ഞത് വാത്സല്യമായിരുന്നു. അയാൾ തോക്കിൻ കുഴൽ താഴ്ത്തി. ഇരുകൈകളാൽ ലൈലാക് പുഷ്പം പോലെ മനോഹരമായ അവളുടെ മുഖം ഉയർത്തി. അവളുടെ നനഞ്ഞ കണ്ണുകളിലെ മഴത്തുള്ളികളെ ചുണ്ടുകളാൽ ഒപ്പി.

"പ്രിയേ.... നിന്നോളം പ്രിയപ്പെട്ടതൊന്നുമില്ല ഈ ഭൂമിയിൽ..."

"ഹെൻട്രി.... ഈ യാത്രയ്ക്കിടയിൽ വഴി തെറ്റി പോയൊരു മാൻകുട്ടിയാണ് ഞാനെന്നു നീ കരുതുക. നായാട്ടിനിറങ്ങിയ ഏതെങ്കിലും ഒരുവൻ തൊടുത്തു വിട്ട ഒരു അമ്പിന്റെയോ വെടിയുണ്ടയോ അറ്റത്ത് ഞാൻ തറഞ്ഞു പോയി എന്നും കരുതുക. എന്താവും നിന്റെ പ്രതികരണം?"

ഹെൻട്രി കൂടുതൽ പറയാൻ അനുവദിക്കാതെ അവളുടെ ചുണ്ടുകളെ കൈകൾ കൊണ്ടു മൂടി.

"എനിക്കത് ചിന്തിക്കുക കൂടി അസാധ്യം. നിന്റെയീ സൗന്ദര്യത്തെ കവർന്നെടുക്കാൻ മരണം പോലും എന്റെ അനുവാദമില്ലാതെ കടന്നു വരില്ല. നീ എന്നോട് പൊറുക്കുക..."

ഹെൻട്രി അവളെ തന്റെ നെഞ്ചിലേക്ക് വാരി ചേർത്തു മുഖം നിറയെ ഉമ്മകൾ കൊണ്ടു മൂടി. ജയിംസ് മ്യൂറി ഒരു ചെറുമന്ദഹാസത്തോടെ തന്റെ നോട്ടത്തിന്റെ ദിശ മാറ്റി.

വഴിയോരത്തെ അശോകമരത്തിലപ്പോൾ ചില്ലകളും പൂ കൊണ്ട് മൂടപ്പെട്ടിരുന്നു. വഴികളോ പേരറിയാത്ത പലനിറം പൂക്കളാൽ മൂടിയിരുന്നു. മേഘങ്ങളോടു കുശലം പറയുന്ന ഗ്രാന്റീസ് മരങ്ങൾ. കാറ്റിനു സുഗന്ധം പൂശുന്ന ഏലത്തോട്ടങ്ങൾ. മഞ്ഞിന് മീതെ സൂര്യൻ മഞ്ഞവെയിൽ വെട്ടം പൂശിയിരുന്നു. ആകാശത്തെ കറുത്ത മേഘങ്ങൾ വെള്ളിമേഘങ്ങളായി പരിണമിച്ചിരുന്നു. അനശ്വരമായ പ്രണയത്തിന് മുൻപിൽ പ്രകൃതി പോലും വഴി മാറി നിന്നതുപോലെ.

സന്ധ്യ മൂന്നാറിന് മീതെ പീതവർണ്ണങ്ങൾ വിതറി തുടങ്ങുമ്പോൾ അവർ മടങ്ങി. യാത്രകൾ വീണ്ടും വരും ദിനങ്ങളെ ഇസയുടെ ഉത്സാഹം കൊണ്ട് മൂടി. ഡിസംബർ അതീവ ശൈത്യത്തിലേക്ക് മുഖം പൂഴ്ത്തി.

ഡിസംബർ ഇരുപത്തി ഒന്ന്.

രാവിലെ തന്നെ അതീവ സുന്ദരിയായി ഒരുങ്ങി ഇറങ്ങിയ ഇസയുടെ കണ്ണുകളിൽ ക്ഷീണം നിഴലിച്ചിരുന്നു. പനിയുടെ മൂർദ്ധന്യതയിൽ ഹെൻട്രി തന്റെ പ്രിയതമയുടെ കൺപോളകളെ പതിയെ തൊട്ടു.

“ഇസ... വിശ്രമമില്ലാത്ത യാത്രയുടെ തളർച്ച നിന്റെ കണ്ണുകളിൽ അടയാളപ്പെട്ടിരിക്കുന്നു.... കണ്ണുകൾക്ക് കീഴെ നിറം മാറിയിരിക്കുന്നു... ഇന്നിനി യാത്ര വേണോ എന്നു ചിന്തിക്കൂ...”

ഒരു ചെറു ചിരി കൊണ്ട് ഇസ തന്റെ പ്രിയന്റെ നെഞ്ചിലേക്ക് ഒന്നു കൂടി ചേർന്നുനിന്നു.

“നോക്കൂ.... ഇന്നീ രാത്രി മൂന്നാറിലെ പുൽമേട്ടിൽ നമുക്കു ഒന്നാവണം. ആകാശത്തിൻകീഴിൻ, മൂന്നാറിൻ നിലാവെളിച്ചത്തിൽ, മുയലുകൾ ഇണ ചേരും പോലെ തീവ്രമായി നമുക്കിണ ചേരണം. സർവ ചരാചരങ്ങളും നമ്മുടെ പ്രണയം കണ്ട് അസൂയപ്പെടണം... ഒന്നായ് കലരണം.”

ഹെൻട്രിയുടെ കറുത്ത നിറമുള്ള കോട്ടിന്റെ സ്വർണ്ണക്കൊളുത്തുകൾക്കിടയിലൂടെ അയാളുടെ നെഞ്ചിലേക്ക് ഇസയുടെ വിരലുകൾ ഇഴഞ്ഞു.

ഹെൻട്രി ഒന്നും പറയാതെ ആദ്യമായി ഇസയെ കാണും പോലെ, ആദ്യമായി സ്പർശിക്കും പോലെ അനുരാഗത്തോടെ അവളുടെ പിൻകഴുത്തിൽ ഉമ്മ വെച്ചുകൊണ്ടിരുന്നു. ഇസയോ ആദ്യമായി പുതുമഴയേറ്റ ഒരു പുലർനാമ്പിൻ മൂർച്ഛപോലെ അയാളുടെ പ്രണയത്തിന്റെ ഉർവരതയ്ക്ക് അടിമയായി.

രാത്രി മൂന്നാറിന്റെ കൊടും തണുപ്പിൽ ഇസയുടെ ആഗ്രഹം പോലെ താഴ്വാരത്തെ പുൽമേട്ടിൽ അവർ ആകാശത്തെ നോക്കി കിടന്നു. ഹൃദയം അരികെ ഒഴുകുന്ന പുഴ പോലെ കര കവിഞ്ഞു. ജനിച്ചു വീണ കുഞ്ഞുങ്ങളെ പോലെ ഇസയും ഹെൻട്രിയും നഗ്നരായി. ശിശിരകാലം നഗ്നമാക്കിയ രണ്ടു മരങ്ങളായി. പൂക്കാടുകൾ അവർക്ക് കാവൽക്കാരായി. മരങ്ങൾ മഞ്ഞിൻശകലങ്ങൾ കാറ്റിൽ പൊഴിച്ചിട്ടു. അവർക്ക് ചുറ്റും കാട്ടുമുയലുകൾ ഓടി നടന്നു. മയിലുകൾ നൃത്തം ചെയ്തു. ദൂരെ മാൻകൂട്ടങ്ങൾ അവരെ നോക്കി നിന്നു.

“നീ തോട്ടങ്ങൾക്ക് ഒരു നീരുറവയും വറ്റിപ്പോകാത്ത കിണറും ലെബനോനിൽ നിന്ന് ഒഴുകുന്ന ഒഴുക്കുകളും തന്നെ. നിന്റെ നാഭി വട്ടത്തിലുള്ള പാനപാത്രം പോലെയാകുന്നു. അതിൽ കലക്കിയ വീഞ്ഞ് ഇല്ലാതിരിക്കുന്നില്ല. നിന്റെ ഉദരം താമരപ്പൂ ചുറ്റിയിരിക്കുന്ന ഗോതമ്പ് കൂമ്പാരം പോലെയാകുന്നു. നിന്റെ സ്തനം ഇരട്ട പിറന്ന രണ്ടു മാൻകുട്ടികൾക്ക് സമം. നിന്റെ കഴുത്ത് ദന്തഗോപുരം പോലെയും നിന്റെ കണ്ണ് ഹേശ്ബോനിൽ ബാത്ത് രബ്ബീം വാതിൽക്കലിലെ കുളങ്ങളെ പോലെയും നിന്റെ മൂക്ക് ദമ്മേശേക്കിന് നേരെയുള്ള ലെബനോൻ ഗോപുരം പോലെയും ഇരിക്കുന്നു. നിന്റെ ശിരസ്സ് കർമ്മേവൽ പോലെയും നിന്റെ തലമുടി രക്താംബരം പോലെയും ഇരിക്കുന്നു. രാജാവ് നിന്റെ കുന്തളങ്ങളാൽ ബദ്ധനായിരിക്കുന്നു... പ്രിയേ... പ്രേമഭോഗങ്ങളിൽ നീ എത്ര സുന്ദരി... എത്ര മനോഹരി...”

അസ്ഥിയിൽ, മാംസത്തിൽ, ആത്മാവിൽ പെയ്തിറങ്ങിയ രതിച്ചൂടിൽ അതിന്റെ മദിപ്പിക്കുന്ന തോർച്ചയിൽ പരസ്പരം പുണർന്നു കിടക്കവേ ഊഷ്മളമായ കിതപ്പുകൾക്കിടയിലൂടെ ഹെൻട്രി അവളുടെ ചുണ്ടിൽ മന്ത്രിച്ചു. രതിയുടെ സുവിശേഷം ഉടലിൽ നെയ്ത രണ്ടു ശില്പികൾ. ഒരു നായാട്ടുകാരന്റെ ഉറച്ച ശരീരം പോലെ ദൃഢമായ നെഞ്ചിൽ, പൂച്ചു മടാൽ മുഖം കുനിച്ച ഒരു കിനാവള്ളി പോലെ ഹെൻട്രിയെ ചുറ്റിവരിഞ്ഞു കിടക്കുമ്പോൾ ഇസയുടെ ശരീരം ഇതുവരെ ഹെൻട്രി അറിഞ്ഞ അവളുടെ ഉടൽചൂടിനേക്കാൾ തീക്ഷ്ണമായിരുന്നു. കൊടുംശൈത്യത്തിലും ഇസയുടെ നിശ്വാസങ്ങൾക്ക് വേനൽ ചൂടായിരുന്നു.

ഹെൻട്രിയുടെയും ഇസയുടെയും പ്രണയത്തിന്റെ, രതിയുടെ അവസാന അദ്ധ്യായം എന്നറിയാതെ ഉടൽപ്പെയ്ത്തിന്റെ തീവ്രതയിൽ വേനൽ ഏറ്റുവാങ്ങിയതെന്ന പോലെ ഹെൻട്രി ഇസയ്ക്കൊപ്പം അർദ്ധനിദ്രയുടെ കറുത്ത പുകയ്ക്കുള്ളിൽ സ്വയം മറന്നുറങ്ങി.

അതിപുലർച്ചെയിൽ മയക്കമുണരുമ്പോൾ ഹെൻട്രി ഇസയുടെ പാതി തളർന്ന കണ്ണുകളെ തൊട്ടു മന്ത്രിച്ചു.

“ഇസാ... വരൂ നമുക്ക് വസതിയിലേക്ക് മടങ്ങാം. എനിക്ക് ഭയം തോന്നുന്നു... നിന്റെ ശരീരത്തിന്റെ ഊഷ്മാവ് വല്ലാതെ കൂടിയിരിക്കുന്നു. നിന്റെ ചുണ്ടുകൾ വരണ്ടിരിക്കുന്നു.”

അവൾ ഹെൻട്രിയിലേക്ക് ചാരി ഇരിക്കാൻ പ്രയാസപ്പെട്ടപ്പോൾ അയാൾ അവളെ തന്റെ നെഞ്ചിലേക്ക് ചാരിക്കിടത്തി. അയാളുടെ ചെമ്പിച്ച മുടിയിഴകൾക്കിടയിലൂടെ വിരലോടിച്ചു മറുകൈ കൊണ്ട് അയാളുടെ കഴുത്തിനെ ചുറ്റിപ്പിടിച്ച് അവൾ ഉരുവിട്ടു.

“ഹെൻട്രി... പ്രിയനേ, നിനക്കൊപ്പമുള്ള രതിയെ, പ്രണയത്തെ ഇത്രത്തോളം അഗാധമായി ഞാനറിഞ്ഞ മറ്റൊരു രാവില്ല, പകലില്ല.... ഞാനെത്ര ഭാഗ്യം ചെയ്തവൾ... ഭൂമിയിലെ ഏറ്റവും സുന്ദരമായ പ്രണയം നമ്മുടേത് ആയിരിക്കും അല്ലേ.... ഈ മൂന്നാറിനു മീതെ ഞാൻ അത്രമേൽ അഭിനിവേശപ്പെട്ടിരിക്കുന്നു. ഞാൻ മരിച്ചു പോയാൽ എന്നെ നീ ഈ മൂന്നാറിൽ ഈ കുന്നിൻപുറത്തെ, പുൽമേട്ടിൽ തന്നെ അടക്കം ചെയ്യണം.”

“ഇസാ...” ഹെൻട്രി അവളുടെ മൂർദ്ധാവിൽ മൃദുവായി ചുംബിച്ചു.... ഞാനാണ് ഭാഗ്യം ചെയ്തവൻ. നിന്റെ സമ്മതമില്ലാതെ മരണത്തിനു പോലും നിന്നെ എന്നിൽ നിന്നും മടക്കി വിളിക്കാനാവില്ല.”

ഇസയുടെ മിഴികൾ പതിയെ കൂമ്പി തുടങ്ങി. അവളെയും കൊണ്ട് ഹെൻട്രിയുടെ കുതിരവണ്ടി പുൽമേട്ടിൽ നിന്നും വസതിയിലേക്ക് മടങ്ങി. നിലാവപ്പോൾ പാതി മാഞ്ഞിരുന്നു. മരണം പോലെ മരവിപ്പിക്കുന്ന തണുപ്പിൽ കൂറ്റൻ വെള്ളക്കുതിരകൾ ചിനപ്പോടെ മുന്നോട്ടു പാഞ്ഞു. പിന്നിലേക്ക് ചാരിക്കിടക്കുന്ന ഇസയുടെ കണ്ണുകളിൽ നിന്നും ബോധം പാതി മറഞ്ഞിരുന്നു.

വസതിയിൽ പുലർച്ചെ ഡോക്ടർമാരുടെ സംഘം തന്നെ വന്നെത്തി. ഒരു നീണ്ട നിശ്ശബ്ദതയ്ക്കു ശേഷം ഇസയുടെ വാടിയ ഞരമ്പുകളുടെ മിടിപ്പുകൾ തൊട്ടു നോക്കി അരികെ ക്ഷീണിതനായി ഇരിക്കുന്ന ഹെൻട്രിയുടെ ചുമലിൽ കൈ വെച്ച് കൊണ്ട് ഏറ്റവും പ്രഗദ്ഭനായ ഡോക്ടർ പതിയെ ആ സത്യം പറഞ്ഞു.

"കോളറ."

ഹെൻട്രിയുടെ നെഞ്ചിലേക്ക് മലയടിവാരത്തെ കൂറ്റൻ പാറക്കെട്ടുകൾ തകർന്നു വീണ പോലത്തെ ഭാരം നിറഞ്ഞു. തൊണ്ടയിൽ ഉമിനീർ ഒട്ടി... അടക്കാനാവാത്ത ദുഃഖത്തോടെ, ഭ്രാന്തമായി അവളുടെ കൺപോളകളെ വിരൽകൊണ്ട് വിടർത്തി... അയാൾ നിലവിളിച്ചു.

"ഇസാ... പ്രിയപ്പെട്ടവളേ, ഒരിക്കൽക്കൂടി ഒരിക്കൽക്കൂടി മാത്രം നീയെന്നെ ഒന്നു നോക്കി പുഞ്ചിരിക്കൂ."

അയാൾ അവളുടെ ചുണ്ടുകൾക്കു മീതെ ശ്വാസത്തോട് തന്റെ ശ്വാസം ചേർത്തു വെച്ചു. ഒരു നേരിയ നിശ്വാസത്തിന്റെ ചൂട് പോലും തൊട്ടറിയാൻ ആവാതെ ഹെൻട്രി ഇസയുടെ ശരീരത്തെ കുലുക്കി വിളിച്ചു കൊണ്ടേയിരുന്നു.

"ഇസാ.... ഇസാ..."

പള്ളിയുടെ മരബഞ്ചുകളിൽ മടിയിൽ തുറന്നു വെച്ച പുസ്തകത്താളിൽ ജനിയുടെ കണ്ണീർ വീണു തിളങ്ങി. ആസിഫ് അവളെ തന്നിലേക്കൊതുക്കി. ചരിത്രം പറഞ്ഞ മിക്കായുടെ കുഴിഞ്ഞ കണ്ണുകളിൽ മൂന്നാറിലെ സന്ധ്യ ചുവന്നു. ജോഷ്വാ യഹൂദി നിശ്ശബ്ദസാക്ഷ്യംപോലെ പുറത്തെ അരണ്ട വെളിച്ചത്തെ നോക്കി ഇരുന്നു.

ആഗ്രഹങ്ങൾ തീരാതെ മരിച്ച ആത്മാക്കൾ ഭൂമിയിലേറ്റം ഇഷ്ടമുള്ള ഇടങ്ങളിൽ ആരും കാണാതെ ജീവിക്കുന്നുണ്ടാവുമെന്ന് പറഞ്ഞ് ചേർത്തു പിടിക്കുമ്പോ, അവനെന്നേക്കാൾ കൂടുതൽ ഇസബെലിനെ പ്രണയിക്കുന്നെന്ന് ജനിക്കു തോന്നി. പള്ളിക്കുള്ളിലെ നൂറ്റാണ്ട് പഴക്കമുള്ള പിയാനോയിൽ ഓർമ്മകൾ തുരുമ്പ് പിടിച്ചു തുടങ്ങിയിരുന്നു. "സൈലന്റ് നൈറ്റ്.... ഹോളി നൈറ്റ്..." അൾത്താരയുടെ ഒരു വശത്ത് ഗായക സംഘം കരോൾ ഗാനങ്ങൾ പാടുന്നു... പള്ളി നിറയെ പല നിറത്തിൽ നക്ഷത്രവിളക്കുകൾ. ബലൂണുകൾ.. മഞ്ഞ്.. ജനിക്കു വല്ലാതെ സങ്കടം വന്നു... ഇസബെലും ഹെൻട്രിയും ആരും കാണാതെ അവിടെയുണ്ടെന്ന് അവൾ വിശ്വസിച്ചു. മഞ്ഞുപോലെ വിശുദ്ധമായൊരു പ്രണയം നൂറ്റാണ്ടുകൾക്കിപ്പുറത്തു നിന്ന് ആസിഫും ജനിയും ശ്വസിച്ചു. വിറയ്ക്കുന്ന ജനിയെ ചേർത്തു പിടിച്ച ആസിഫിൽ ജനി ഹെൻട്രിയെ കണ്ടു... അവളുടെ കണ്ണുകൾ താഴ്വാരത്തെ കാട്ടരുവിയായി.

ഇസബെൽ, നീ തൊട്ടു പോയ വഴികൾ... നിന്നെ ശ്വസിച്ച കാറ്റ്...!

ഹെൻട്രി നൈറ്റ്, ഈ ദേവാലയമിരിക്കുന്ന ഇതേ ഇടത്തിലിരുന്ന്, അന്ന് നീയവളുടെ വിരലുകളെ കൊരുത്തു പിടിച്ചിട്ടുണ്ടാവണം... വാന മേഘങ്ങൾക്കപ്പുറം ദേവാലയമണികളപ്പോൾ പ്രണയത്തിന്റെ സങ്കീർ ത്തനം മുഴക്കിയിരിക്കണം... കൽഭിത്തികളോട് ചേർന്നു മയങ്ങുന്ന നി ന്റെ പൊടിപിടിച്ച പിയാനോയിൽ, ഒരു ദിവ്യബലിക്കപ്പുറം അൾത്താര യിലെ വീഞ്ഞുപാത്രത്തിലപ്പോൾ സോളമന്റെ പ്രണയവീഞ്ഞ് ഉന്മാദ ത്താൽ പതഞ്ഞൊഴുകിയിട്ടുണ്ടാവണം...

ഇന്ന്, കുന്തിരക്കപ്പുകയിൽ കാസയും പീലാസയും തൂവിപ്പോയ ആ നിലാവിന്റെ നക്ഷത്രക്കണ്ണുകൾ തിരയുന്നുണ്ടാവണം... മരങ്ങൾ പെയ്യു മ്പോൾ വെള്ളാരംകല്ലുകൾ ചുറ്റിലും വിതറിയ പാതിയടർന്ന കൽക്കുരി ശിനിടയിലൂടെ നൂറ്റാണ്ടുകൾക്കിപ്പുറവും നിന്റെ പിൻവിളികേട്ട് മഞ്ഞു കണങ്ങൾ ചുംബിച്ചു കിടക്കുന്ന കല്ലറയ്ക്കു മീതെ വീണ കരിയിലകൾ പിടഞ്ഞിട്ടുണ്ടാവണം.

ഇസബെൽ... ഏതോ ഡിസംബറിൽ, താഴ്‌വാരമാകെ തണുത്തു റഞ്ഞ് നിൽക്കുമ്പോൾ നിന്റെ പ്രണയത്തിന്റെ ജലനാരുകൾ ഊർന്നിറ ങ്ങിയ ആ വഴികളിലൂടെയുള്ള ഞങ്ങളുടെ യാത്രകളുടെ ദുരൂഹ സഞ്ചാര ങ്ങൾ. ഞങ്ങൾ നിങ്ങളെ ശ്വസിക്കുകയാണ് ഇവിടെ. ഈ രാത്രി മ ഞ്ഞിൽ...

“നമുക്കിവിടൊരു വസതി വേണം... എല്ലാ തിരക്കുകൾക്കിടയിൽ നിന്നും ഇതുപോലെ ഓടിയെത്താൻ, നിന്നെ ശ്വസിക്കാൻ.” നനുത്ത ശബ്ദ ത്തിൽ ജനി ആസിഫിന്റെ കൈകൾക്കുള്ളിൽ അവന്റെ ഹൃദയത്തോട് മുഖം ചേർത്ത് ഒരു പ്രാവിനെ പോലെ മന്ത്രിച്ചു.

അപ്പോൾ രണ്ടു അരിപ്രാവുകൾ ഇസയുടെയും ഹെൻട്രിയുടെയും പ്രണയത്തിന്റെ ഉന്മാദത്തിലഭിരമിക്കുന്ന ആത്മാക്കളെ പോലെ അവരുടെ മുൻപിലെ പുൽത്തട്ടിന്മേൽ പറന്നു വന്നിരുന്നു, കഥകൾ പറഞ്ഞു കുറുകി.

ജൂതൻ

ജോഷയ്ക്കും മിക്കയ്ക്കും കൂടെ ജനിയും ആസിഫും കുന്നിൻ പുറത്തേക്ക് മെല്ലെ നടന്നു.

"നിന്റെ വഴികളിൽ നിന്നെ കാത്തുപാലിക്കാൻ, അവിടുന്ന് തന്റെ ദൂതന്മാരോടു കല്പിക്കും; നിന്റെ പാദം കല്ലിൽത്തട്ടാതിരിക്കാൻ അവർ നിന്നെ കൈകളിൽ വഹിച്ചുകൊള്ളും." മിക്കയുടെ ശബ്ദത്തിൽ തെല്ലിടർച്ചയുണ്ടായിരുന്നു എന്നത് ജനിയും ആസിഫും ശ്രദ്ധിച്ചു.

ആസിഫ് മിക്കായുടെ കൈകളിൽ പതിയെ പിടിക്കാൻ ശ്രമിച്ചപ്പോൾ അയാൾ അരുതെന്ന് വിലക്കി. ഇടറുന്ന കൈകളാൽ വോക്കിംഗ് സ്റ്റിക്ക് കുത്തി അയാൾ ആവുന്നത്ര വേഗം അവർക്കൊപ്പം നടന്നെത്താൻ തന്റെ കാലുകൾ നീട്ടി വലിച്ചു. അവർ നടത്തം പതിയെ ആക്കി. കറുത്ത കരിമ്പടത്തിലെ തണുപ്പ് ആ പകലിന്റെ പടിയിറക്കത്തെ അടയാളപ്പെടുത്തി.

ഇരുട്ട് തേയിലക്കാടുകൾക്ക് മീതെയപ്പോൾ ചുവന്ന ചായം പൂശിത്തുടങ്ങിയിരുന്നു. മരങ്ങളിൽ ഇതുവരെ കണ്ടിട്ടില്ലാത്ത,വിവിധതരം പക്ഷികൾ. അവയുടെ വൈവിദ്ധ്യമാർന്ന ശബ്ദകോലാഹലങ്ങൾ. ജീവന്റെ അപരിചിത ശബ്ദങ്ങൾ... പുതിയൊരു ക്രിസ്തുമസ് കാലത്തെ വരവേൽക്കാനെന്നതുപോലെ, നക്ഷത്ര വിളക്കുകളിൽ നൂറ്റാണ്ടുകളുടെ പഴക്കമേറുന്ന, കുന്നിൻപുറത്തെ ആ പള്ളി വല്ലാതെ നിറങ്ങളിൽ തിളങ്ങി. അവർ അതിനെ കടന്നു മുന്നോട്ടു നടന്നു.

ജനി, ഇസയുടെ പ്രേതത്തെ നെഞ്ചിൽ ഏറ്റിയതു പോലെ മറ്റേതോ ലോകത്താണ് എന്ന് ആസിഫിന് തോന്നി. അവളുടെ കഴുത്തിലേക്കു വീണു പോയ മഫ്ളർ അയാൾ മുറുക്കി കെട്ടി. ചുവന്ന കമ്പിളിയുടുപ്പിന്റെ മീതേക്ക് ചുരുട്ടി വെച്ച കൈകൾ അയാൾ നിവർത്തിയിട്ടു. അവളുടെ കണ്ണുകളിൽ അപ്പോൾ ഋതുമതിയായ ഒരു പെണ്ണിന്റെ ആലസ്യം നനവാർന്നു നിന്നു.

നിറയെ പുല്ലു പടർന്ന വഴിയുടെ പാതിക്കുമപ്പുറം നടന്നെത്തുമ്പോൾ, അല്പംകൂടി ദൂരെ.... മാർബിളിൽ പണി തീർത്ത ഒരു കല്ലറ. ചുറ്റും നിറഞ്ഞു നിൽക്കുന്ന പൂവുകൾ. വശങ്ങളിലും മുകളിലുമായി നിറയെ ഉരുളൻകല്ലുകൾ... അതിനു മീതെ മഞ്ഞ നിറത്തിൽ പൂ പൊഴിക്കുന്ന

ഏതോ മരം. പുല്ലുമേൽ പടർന്നു കയറുന്ന കാട്ടുമുല്ല വള്ളികൾ. ഇവിടെയാണ് ഇസ ഉറങ്ങുന്നത്

രാത്രി സഞ്ചാരികൾക്ക് വിലക്കുണ്ട്. ജോഷ്വാ ഓർമ്മപ്പെടുത്തിയതും പൊടുന്നനെ ദൂരെ നിന്നൊരു കൊമ്പന്റെ ചിന്നംവിളി മുഴങ്ങി.

“അവൻ എല്ലാ ദിവസവും ഇതേ വഴി വരുന്നതാണ്. ആരെയും ഉപദ്രവിക്കാതെ ഈ പള്ളിമുറ്റത്തൂടെ ഇറങ്ങിപ്പോകും.” ജോഷ്വായുടെ വാക്കുകൾ, ആസിഫും ജനിയും അതിശയത്തോടെ കേട്ടു നിന്നു.

“എന്തായാലും ഇനിയിവിടെ നിൽക്കണ്ട... അവരുടെ വഴികളിലെ പരിചയമില്ലാത്ത ഗന്ധങ്ങൾ ചിലപ്പോൾ കാട്ടുമൃഗങ്ങളെയും വിറളി പിടിപ്പിച്ചേക്കാം.” ജോഷ്വാ ഓർമ്മപ്പെടുത്തി.

ജനി ഒരു നിമിഷം ആ കല്ലറയ്ക്ക് മുന്നിൽ കൈകൂപ്പി നിന്നു. ഏതോ കാലത്തിന്റെ ഓർമ്മകളിൽ മുങ്ങി, ജനി വികാരവിക്ഷോഭം കൊണ്ടെന്ന പോലെ വിറയ്ക്കാൻ തുടങ്ങി. ശേഷം മുട്ടുകുത്തി. പള്ളിമുറ്റത്ത് നിന്നും പറിച്ചെടുത്ത രാത്രി മുല്ലയുടെ പാതി വിരിഞ്ഞ മൊട്ടുകൾ മഞ്ഞു വീണു നനഞ്ഞ ആ ശവകുടീരത്തിനു മീതെ വിതറുമ്പോൾ, എന്തിനെന്നറിയാതെ അവളുടെ കണ്ണുകൾ നിറഞ്ഞു തുളുമ്പി.

“ഇസാ...” ജനി മെല്ലെ മന്ത്രിച്ചു. “ജീവിച്ചു കൊതിതീരാതെ പോയതിൽ ഖേദിക്കരുത്... നീ എന്ന ഇസ ഞാൻ തന്നെയല്ലേ...” അരികെ നിന്ന ആസിഫിന്റെ കൈകളിൽ പിടിച്ച് അവൾ എഴുന്നേറ്റു. അവന്റെ കണ്ണുകളിലേക്കു നോക്കി. അവളെ തനിക്കഭിമുഖമായി ചേർത്തു നിർത്തി അവളുടെ നെറ്റി മീതെ ആസിഫ് തന്റെ അധരങ്ങൾ അമർത്തി.

ഋതു തെറ്റി പെയ്ത മഴ പോലെ തന്നെ ഭ്രാന്തമായിരിക്കണം പ്രണയവുമെന്ന് അവൻ എപ്പോഴും പറയാറുണ്ട്. അവന്റെ പ്രണയം അത്ര ഭ്രാന്തവുമാണ്. എങ്കിലും 'ഭദ്രം' എന്ന ഒറ്റ വാക്ക് കൂടെയില്ലാതെ, പ്രണയം പൂർണ്ണമാവുന്നില്ല എന്ന് ജനി എപ്പോഴും തിരുത്താറുമുണ്ട്. ഭദ്രമല്ലാത്ത ഒരു പ്രണയത്തിനും പുഴ സമുദ്രത്തിലേക്കെന്ന പോലെ ഒന്നായി ഒഴുകാനുമാവില്ല.

അതുകൊണ്ടാണ് നിശ്ശബ്ദമായി ഈ ഓർമ്മകളെ മാറ്റി നിർത്തണം എന്നാഗ്രഹിച്ചിട്ടും അതിനു സാധിക്കാതെ ചില നേരങ്ങളിൽ വാക്കുകളുടെ വേരുകൾ അറുത്ത് ജനി ഇസയാവുന്നതും.

താഴെ പള്ളിക്കകത്തും പുറത്തും വെളിച്ചം പരന്നു. വഴിയോരങ്ങളിൽ വഴിവിളക്കുകൾ പൊടുന്നനെ വിരിഞ്ഞു.

“കൊമ്പൻ ഇറങ്ങിയിരിക്കുന്നു. അവൻ ഇത് വഴി വരും. വരൂ നമുക്കാ പള്ളി മുറ്റത്തേക്ക് മാറി നിൽക്കാം.”

മിക്കാ അവരെ ഉപദേശിച്ചു.

അവർ കുന്നിറങ്ങി. പള്ളി മുറ്റത്ത് നിശ്ശബ്ദമായി പുറം കാഴ്ചകളിലേക്ക് കണ്ണോടിച്ചു നിൽക്കെ പിന്നിൽ നിന്നും മരച്ചില്ലകളുടെ ഇല

ഞരക്കങ്ങൾ. ഇസയെ അടക്കം ചെയ്ത കുന്നിൻ പുറത്ത് നിന്നും അവൻ കാലൊച്ച പോലും കേൾപ്പിക്കാതെ ഇറങ്ങി വരുന്നത് അവർ കണ്ടു. കരിമ്പാറ കെട്ടിന് അനക്കം വച്ചതു പോലെ. മൂന്നാറിലെ തെരുവുകളിൽ രാത്രി കാലങ്ങളിൽ സുപരിചിതനായ ആ ഒറ്റയാൻ.

പള്ളി മുറ്റത്തേക്കിറങ്ങിയപ്പോൾ അവൻ ആരെയോ പ്രതീക്ഷിച്ച പോലെ അങ്ങോട്ടേക്ക് ഒന്ന് നോക്കി.

മിക്കാ അവനായി കരുതി വെച്ചിരുന്ന ഒരു പടല പഴവുമായി, അടുത്ത് ചെന്ന് അവന്റെ തുമ്പിക്കൈകളിലേക്ക് വെച്ച് കൊടുത്തു. അത് വാങ്ങും മുൻപ്, അവൻ തുമ്പിക്കൈ ഉയർത്തി, സന്തോഷം പ്രകടിപ്പിക്കാൻ എന്നവണ്ണം ഒന്നു ചിന്നം വിളിച്ചു. ജനി ഭയന്ന് ഒരടി ആസിഫിന്റെ പിന്നോട്ട് മാറി.

ഒരു പടല പഴം രണ്ടായി പകുത്തു വായിലേക്ക് ചുരുട്ടി വെച്ച് കൊമ്പൻ അവിടെ തന്നെ നിന്നു. മിക്കാ വളരെ ശാന്തമായി അവന്റെ മസ്തക ത്തിനു മീതെയൊന്നു തലോടിക്കഴിഞ്ഞപ്പോൾ ഒറ്റയാൻ പള്ളി മുറ്റത്ത് നിന്നും താഴേക്കു പതിയെ ഇറങ്ങി. മൂന്നാറിന്റെ, ഇസയുടെ ശവകുടീര ത്തിന്റെ കാവൽക്കാരനാണ് ആ ഒറ്റയാൻ എന്ന് ജനിക്കു തോന്നി.

രതിയുടെ സുവിശേഷം

കായലുകൾക്കും പുഴകൾക്കും അഭിമുഖമായി നിലകൊള്ളുന്ന കണ്ണാടി വീട്ടിലെ നേർത്ത ജാലകവിരികൾ നീക്കി ജനി പുറത്തേക്ക് നോക്കി. പുലർക്കാലത്ത് തുടങ്ങിയ അടിവയറിലെ നോവാൽ ഉറക്കം വരാതെ കിടക്കുകയായിരുന്നു അവൾ.

മഞ്ഞും ഇടയ്ക്കിടെ മഴയും. കാലാവസ്ഥ മാറിയത് കൊണ്ടാവണം ചെറു ചൂട് വന്നു തുടങ്ങിയ ജനിയുടെ നെറ്റിമേൽ ആസിഫ് കോട്ടൺ നനച്ചിട്ടു. മുറിയിലെ കെറ്റലിൽ തിളപ്പിച്ചെടുത്ത വെള്ളത്തിൽ കാപ്പി ഉണ്ടാക്കി. അവനവളുടെ അഴിഞ്ഞു പാറി കിടക്കുന്ന അനുസരണ യില്ലാത്ത മുടിയിൽ തലോടി.

"എനിക്ക് വയറു നോവുന്നു...." അവൾ ഞരങ്ങി.

"ഞാനില്ലേ കൂടെ....?" ആസിഫ് അവളോട് ചേർന്ന് കിടന്നു അവ ളുടെ വയറിൽ തലോടി. അവൾ ആ കൈ പതിയെ എടുത്തു മാറ്റി.

"വേണ്ടാ... എനിക്കിഷ്ടമല്ല ഈ നേരങ്ങളിൽ എന്നെ തൊടുന്നത്..."

അവൾ ഇത്തിരി നീങ്ങി കിടന്നു.

"ആശുപത്രി മുറികളിൽ മനുഷ്യരുടെ ചോര കാണുമ്പോൾ തോന്നാത്ത അറപ്പോ വെറുപ്പോ എനിക്കെന്തെന്നറിയില്ല ഈ സമയത്ത് എനിക്കെന്നോടു തോന്നാറുണ്ട് ആസിഫ്..."

"ഹേ... അങ്ങനൊന്നും പാടില്ല...." ആസിഫ് വീണ്ടും അവളോട് ഒട്ടി കിടന്നു.

"കാലിടുക്കുകൾക്കിടയിൽ നിന്നും എപ്പോഴും തികട്ടി വരുന്ന ആർത്തവ രക്തത്തിന്റെ മണം എന്നെ അലോസരപ്പെടുത്തും. ഒന്നും കഴിക്കാൻ പോലും തോന്നാത്ത വിധം എന്റെ മൂക്ക് ആ ഗന്ധത്തെ മാത്രം വട്ടം പിടിക്കും." ജനി വീണ്ടും ഞരങ്ങി.

"ഒരു ഡോക്ടർ ആണ് ഈ വിഡ്ഢിത്തം പറയുന്നത് എന്ന് ഇട യ്ക്കിടെ ഓർമ്മിക്കുന്നത് നല്ലതാ." ആസിഫ് അവളുടെ വയറിൽ തലോടി ക്കൊണ്ടിരുന്നു

ജനി അവന്റെ കണ്ണുകളിലേക്കു നോക്കി കിടന്നു.

"എന്ത് പറ്റി നിനക്കിപ്പോ.... എന്റെ പുരുഷന്റെ അകവും പുറവും എനിക്കറിയണം, മതിവരാതെ പ്രണയിക്കണം, രതിയുടെ ആഘോഷം നടക്കണം എന്ന് ഫോണിൽ പറഞ്ഞ ആ തന്റേടിയായ പെണ്ണാണോ ഇപ്പൊ ഇങ്ങനെ വാടിയ ചെടി പോലെ....?" ജനി തല ചെരിച്ച് വേദന യ്ക്കിടയിലും ഒന്നു പുഞ്ചിരിച്ചു. എന്നിട്ട് കൈത്തണ്ടകളിലേക്ക് തല കയറ്റിവെച്ച് ആസിഫിന്റെ നെഞ്ചിനു കുറുകെ കണ്ണടച്ച് വട്ടം പിടിച്ചു കിടന്നു.

ആദ്യമായാണ് അവരിങ്ങനെ തൊട്ടടുത്ത്.... പരസ്പരം ചേർന്ന്....

അവന്റെ കൈയുടെ ചൂടേറ്റു സുഖം പിടിച്ച പോലെ കിടന്ന ജനി പൊടുന്നനെ ചോദിച്ചു

"നിനക്കെന്നോട് വെറുപ്പ് തോന്നുണ്ടോ ആസിഫ്...?"

ആസിഫ് തന്റെ നെഞ്ചിലെ രോമങ്ങളോടു പറ്റി കിടന്ന അവളുടെ മുഖം ഉയർത്തി അവളുടെ കണ്ണുകളിലേക്കു വാത്സല്യപൂർവം നോക്കി.

"നീയുള്ളപ്പോൾ എല്ലാം സുന്ദരമാണ്... സന്തോഷമല്ലാതെ മറ്റൊന്നും ബാക്കിയാവുന്നില്ല. അത്രമാത്രം നീ ഞാനാണ് ജനി. ഞാൻ ശ്വസിക്കു ന്നത് നിന്നെ തന്നെയാണ്." അയാൾ അവളെ കുറച്ചുകൂടി തീവ്രമായി തന്നോട് ചേർത്ത് ആലിംഗനം ചെയ്തു. നെറുകയിൽ മതിവരാതെ ഉമ്മ വെച്ചു.

"എന്റെ പെണ്ണ്.... എന്റെ മാത്രം പെണ്ണ്..." മന്ത്രിക്കും പോലെ ഉരു വിട്ടു.

ജനിക്ക് കണ്ണുകൾ നിറഞ്ഞു വന്നു. ചൂട് കാപ്പിയുടെ ആവി വീണെന്ന പോലെ അവളുടെ കണ്ണുകൾ നീറി.

"നിന്നോളം കൊതി പിടിപ്പിക്കുന്ന മറ്റൊന്നും എന്നിൽ ഇല്ല ആസിഫ്." അവളുടെ കണ്ണുകൾ തുളുമ്പി.

"ഒരു നല്ല യാത്രയ്ക്കിടയിൽ സമയം തെറ്റി വന്ന..." ജനി പിറു പിറുത്തു.

"നോക്കൂ... നീയൊരു ഡോക്ടർ ആണ്. പ്രത്യേകിച്ചും ഒരു നേവി ഓഫീസറുടെ പെണ്ണ്. ഏറ്റവും ധൈര്യശാലി ആവേണ്ടവൾ. ആർത്തവം ഒരു രോഗാവസ്ഥയല്ല എന്ന് നിനക്ക് ഞാൻ പറഞ്ഞു തരണോ...?" ആസിഫ് ജനിയെ സ്നേഹത്തോടെ ശകാരിച്ചു.

"ഈ അവസ്ഥയിൽ നമ്മളെങ്ങനെയാണ് മലകൾ, കുന്നുകൾ, കാടു കൾ കയറുക...? നമ്മൾ എത്ര കൊതിച്ചിട്ടാണ് ഇങ്ങനൊരു യാത്ര." ജനിയുടെ സങ്കടം അതായിരുന്നു.

"ഇതൊരു തുടക്കം മാത്രമാണ് പെണ്ണേ... എനിക്കൊപ്പം ചുറ്റുവാൻ ലോകം ഇനിയെത്ര ബാക്കി കിടക്കുന്നു. നമ്മൾ ഇനിയും വരും....

ഇതിപ്പോൾ നീയൊരു ഉറക്കം കഴിഞ്ഞ് എണീക്കുമ്പോൾ മാറാവുന്ന തേയുണ്ടാകൂ...."

ആസിഫ് അവളുടെ അടിവയറിൻ മീതെ മൃദുവായി തടവി. വെളുത്ത വയറിന്മേൽ മുഖം ചേർത്ത് അനങ്ങാതെ കിടന്നു. നാഭിയിൽ ഉമ്മ വെച്ചു.

"നിനക്കിപ്പോൾ രക്തത്തിന്റെ മണമാണ് എന്ന് ആരാണ് പറഞ്ഞത്.... എന്റെ പെണ്ണിനിപ്പോൾ കാട്ടുചെമ്പകത്തിന്റെ മണമാണ്... കൊതിപ്പിക്കുന്ന മണം. നിന്റെ വയറ്റിനുള്ളിലേക്ക് ചുരുങ്ങാൻ തോന്നുന്നു."

"എനിക്കും..."

ജനി അയാളിലേക്ക് ചുരുങ്ങി ചുരുങ്ങി വന്നു. വില്ല് പോലെ വളഞ്ഞു. നെഞ്ചിൽ ഏറ്റി നടന്ന പുരുഷന്റെ ഗന്ധത്തിലേക്ക് അവൾ വീണ്ടും പതുങ്ങി. വീതിയുള്ള നെഞ്ചിലെ കറുത്ത് ചുരുണ്ട രോമങ്ങൾക്കിടയിൽ ഒരു മുയൽക്കുഞ്ഞിനെ പോലെ മുഖമിട്ടുരുമ്മി. തണുപ്പാറ്റാൻ അയാളുടെ ശരീരത്തിന്റെ ചൂടിനെ അവൾ ചുറ്റിപ്പിടിച്ചു. ചുരിദാറിന്റെ ഇറങ്ങിയ കഴുത്തിലൂടെ അവളുടെ നെഞ്ചിലെ മറുകിൽ അയാൾ ഉമ്മ വെച്ചു. അടിവയറ്റിൽ നിന്നും നോവിന്റെ അഗ്നിശലഭങ്ങൾ പറന്നു പോയിത്തുടങ്ങി.

ഗർഭയപാത്രത്തിലെ ഭ്രൂണത്തെ പോലെ അവർ പരസ്പരം ചൂഴ്ന്നിറങ്ങിക്കൊണ്ടിരുന്നു.

അവളുടെ കണങ്കാൽ മുതൽ നെറുക വരെ അയാളുടെ ചുണ്ടുകൾക്ക് പരിചിതമായി. നോട്ട് അഞ്ച് പെർഫ്യൂമിന്റെ മണം നിറഞ്ഞ അവളുടെ മുടിക്കെട്ടിലേക്ക് അയാൾ മുഖം പൂഴ്ത്തി.

മോതിരവളയമുള്ള കാൽവിരലുകളെ അവന്റെ കണ്ണുകളോട് ചേർത്ത് വെച്ചു.

നിശ്വാസങ്ങളെ പരസ്പരം ശ്വസിച്ചു. പ്രണയത്തിന്റെ ചൂട് ശരീരത്തിലേക്കും ശരീരത്തിന്റെ ചൂട് ആത്മാവിലേക്കും പടർന്നു ഒന്നായി ഉരുകി തുടങ്ങി. ഉന്മാദം രതിയുടെ ഉത്സവമായി. കാട്ടുവള്ളികൾ പോലെ പിണഞ്ഞു മുറുകി. ആകാശവും ഭൂമിയും ഒന്നായി. ഭൂമിയുടെ രക്തത്തിൻ മീതെ ആകാശം ഒരു നീണ്ട നിശ്വാസം ഉതിർത്തു. അതേ നിമിഷം ഭൂമിയൊട്ടാകെ നനവാൽ പുതഞ്ഞു. അയാളുടെ ചുണ്ടിൽ വിരൽ ചേർത്ത് അവൾ പറഞ്ഞു.... "ചോര..." പിന്നതവൾ ചുണ്ടു വിരലാൽ തുടച്ചു.

"നീ എനിക്ക് എന്റെ ആത്മാവും ശരീരവും തന്നെയാണ് ജനി. അതുകൊണ്ടാണിപ്പോൾ. നിന്റെ ശരീരത്തിലെ ദ്രവങ്ങൾ എല്ലാം എന്റേത് കൂടിയാണ്. അതിൽ വിശുദ്ധവും അവിശുദ്ധവുമില്ല. ഞാനും നീയുമില്ല. നമ്മൾ മാത്രം..." ആസിഫ് അവളുടെ വിരലിൽ ഉമ്മ വച്ചു.

“നിനക്കിപ്പോൾ നോവുന്നുണ്ടോ...?”

“ഇല്ല ആസിഫ്... ഒട്ടുമില്ല. എന്റെ അടിവയറ്റിൽ നിന്ന് വേദന കളവു പോയിരിക്കുന്നു.”

ജനിയുടെ കണ്ണുകൾ നിറഞ്ഞു തൂവി.... കവിളിൽ കണ്മഷി പടർന്നു. ആ നനവാൽ മതിവരാതെ അവൾ വീണ്ടും വീണ്ടും അയാളെ ഉമ്മ വെച്ചുകൊണ്ടിരുന്നു. അയാളോ ഇരുകൈകളാൽ അവളെ അയാളുടെ മാത്രം ലോകത്തേക്ക് എന്ന പോലെ ചേർത്തു ബന്ധിച്ചു.

വെളുത്ത വിരിപ്പിൽ പടർന്ന ചോര നോക്കി അവന്റെ നഗ്നതയിലേക്ക് മലർന്നു കിടന്ന് ജനി ഉരുവിട്ടു. ”എനിക്കീ ആർത്തവ രക്തത്തോടുള്ള അറപ്പ് മാറിയിരിക്കുന്നു ആസിഫ് മറ്റെല്ലാ ദിവസത്തെക്കാളും ഞാനീ ദിവസത്തെ സ്നേഹിച്ചു തുടങ്ങിയിരിക്കുന്നു.”

അയാളവളുടെ വിയർത്ത നെഞ്ചിലേക്ക് ഒരു കുഞ്ഞിനെ പോലെ മുഖം ചേർത്ത് വെച്ചു കിടന്നുകൊണ്ട് പറഞ്ഞു.

“നമുക്കിടയിൽ എല്ലാ ദിവസങ്ങളും ഒരുപോലെയാണ്. ഏറ്റമോ ഇറക്കമോ ഇല്ല.”

“വയ്യെങ്കിൽ ഇന്ന് യാത്ര പോകണ്ട.” അവൻ നെറ്റിയിൽ തലോടി അഴിഞ്ഞു കിടന്ന മുടി മീതേക്ക് ഒതുക്കി വെച്ചു.

“പോണം.”

പുതപ്പു നെഞ്ചിലേക്ക് കേറ്റിയിട്ട് തണുപ്പിലും വിയർത്തൊലിക്കുന്ന അയാളുടെ ബലിഷ്ഠമായ തോളിലേക്ക് മുഖം ചാരി കിടന്നു. പിന്നെ വലതു കൈ എത്തിച്ചു പിടിച്ച് ടേബിളിൽ നിന്നും പാതി കുടിച്ചു വെച്ച കാപ്പിയുടെ കപ്പെടുത്തു. കാപ്പി ആറി തണുത്തിരുന്നു.

കടലിനോട്, മലകളോട്, മഴയോട്, നിറങ്ങളോട് ജനിക്കുള്ള ഭ്രമങ്ങൾ അവനോളം മറ്റ് ആരറിഞ്ഞു?

പുറത്തിറങ്ങും മുൻപ് വീണ്ടും അവൻ പ്രണയത്തിന്റെ ഗന്ധമുള്ള ആ ചൂട് കുപ്പായം ജനിക്ക് മീതേക്ക് വിരിച്ചിട്ടു. നെറുകയിൽ ഉമ്മ വെച്ചു. അരക്ഷിതാവസ്ഥകൾക്ക് മീതെ അയാൾ ചാർത്തി തരുന്ന ചുംബനങ്ങൾ.

ഓരോ അവധിക്കു വരുമ്പോഴും ആസിഫിനെ മാത്രം തിരയുന്ന കണ്ണുകൾ. വല്ലപ്പോഴുമുള്ള കൂടിക്കാഴ്ചയിൽ പരസ്പരം കൈമാറാറുള്ള പുഞ്ചിരികൾ, കുറഞ്ഞ സംസാരങ്ങൾ അതിൽ ഒരിക്കൽ പോലും പ്രണയത്തെക്കുറിച്ച് സംസാരിച്ചിരുന്നില്ല.

അപ്പൻ മുഹമ്മദ് കുഞ്ഞി പാപ്പന്റെ സുഹൃത്തായിരുന്നു. പണ്ട് ആലപ്പുഴയിലെ ജീവിതകാലത്ത് കുഞ്ഞിക്കയ്ക്കൊപ്പം കടലിൽ തമാശയ്ക്ക് പോയി തുടങ്ങിയതാണ്. പാപ്പൻ. കടലും പുഴയും പാപ്പന് മുക്കുവരെ പോലെ പരിചിതമായത് അങ്ങനാണ്.

കടൽ ക്ഷോഭിച്ചു മറിയുന്ന രാത്രികളിൽ പാപ്പനും കുഞ്ഞിക്കയും കടൽ തിരകളുടെ മല കടന്ന് പുറം കടലിൽ പോയിട്ടുണ്ട്. ഇനിയൊരിക്കലും കര തൊടില്ലെന്ന് കരുതിയ എത്രയെത്ര രാത്രികൾ.

ഐതിഹാസികരെ പോലെ വള്ളം നിറയെ കൂറ്റൻ മീനുകളുമായി അവർ വരുമ്പോൾ ഓടിക്കൂടുന്ന മുക്കുവ പിള്ളേർക്ക് ഓരോ വിഹിതം പാപ്പൻ വീതം വെയ്ക്കും. ഒരു ദിവസത്തെ കൂട്ടാനുള്ളതു മാത്രം പാപ്പൻ കൊണ്ടു പോകും. ബാക്കി മൊത്തം കുഞ്ഞിക്കയ്ക്ക് വിൽക്കാൻ കൊടുക്കും.

കുഞ്ഞിക്കയുടെ മരണ ശേഷമാണ് ആസിഫ് തനിച്ചായത്. അമ്മ നേരത്തേ പോയിരുന്നു. അപ്പൻ വളർത്തിയ മകൻ ഒറ്റയ്ക്കായി.

അങ്ങനെ മഴ അലറി പെയ്ത ഒരു രാത്രിയിലാണ് കുഞ്ഞിക്കയെ കടൽ കൊണ്ടുപോയത്. മൂന്നാം ദിവസം കുഞ്ഞിക്കയുടെ ദേഹം കരയ്ക്കടിഞ്ഞപ്പോൾ ഒടുവിലത്തെ ആ യാത്രയ്ക്ക് ആസിഫ് വന്നിരുന്നു. അന്നും ജനി അയാളെ കണ്ടിരുന്നു.

അപ്പനായിരുന്നു എല്ലാം. കുഞ്ഞിക്കയുടെ മരണശേഷം ആസിഫ് നാട്ടിലേക്ക് വരുന്നതേ കുറവായി.

ജനിയും ആസിഫും പരസ്പരം കാണാതെയായി. പ്രീഡിഗ്രി കഴിഞ്ഞ് എൻട്രൻസിൽ റാങ്ക് കിട്ടി ജനി മെഡിസിന് ചേർന്നു. ആസിഫ് ഡിഗ്രിക്കും.

ആലപ്പിയിൽ നിന്നും പാണ്ടനാട്ടേക്കുള്ള പറിച്ചു നടൽ. ഫോണിൽ ഇടയ്ക്കുള്ള സംസാരങ്ങൾ കുശലാന്വേഷണങ്ങൾ.

ഒരിക്കൽ നാട്ടിൽ അവധിക്കു വന്നു മടങ്ങുമ്പോൾ അവർ പരസ്പരം കണ്ടു. അന്ന് ആസിഫ് നേവിയുടെ ട്രെയിനിംഗ് ക്യാമ്പിൽ പരിശീലനം നടത്തുന്ന കാലം. ജനി എം.ബി.ബി.എസിനും. ബസ്സ്റ്റോപ്പിൽ വെച്ച് അന്ന് ഏറെ നേരം ഇരുവരും സംസാരിച്ചു. ആസിഫ് പോകാനുള്ള യാത്രയ്ക്കിടയിൽ ആയിരുന്നു. ജനിയും മടക്കയാത്രയിൽ.

അപ്പൻ ഒന്നുമറിയാത്തവനെ പോലെ കുമാരേട്ടന്റെ ചായക്കടയിൽ ബീഡിയും വലിച്ച് അയാളോട് സംസാരിച്ചുകൊണ്ടിരുന്നു. പൊതുവേ കുമാരേട്ടന്റെ കാവി രാഷ്ട്രീയ സിദ്ധാന്തം ഇഷ്ടമല്ലാത്ത അപ്പൻ അന്ന് ജനിയും ആസിഫും സംസാരിച്ചു തീരുവോളം കുമാരേട്ടന്റെ കഥ കേട്ടിരുന്നു.

ആസിഫ് ബസ് കേറി കഴിഞ്ഞപ്പോൾ അപ്പൻ ചായക്കാശും കൊടുത്തു അടുത്തേക്ക് വന്നു.

“പറഞ്ഞു തീർന്നില്ല...” പിന്നിൽ കുമാരേട്ടൻ കയ്യുയർത്തി അപ്പനോടായി പറയുന്നത് ജനിക്ക് കേൾക്കാമായിരുന്നു.

“അവന്റെ കോണോത്തിലെ ഒരു രാഷ്ട്രീയ വീമ്പ്... ഇവന്മാരീ നാട്ടിൽ

എന്തോ കോപ്പാ എന്നിട്ടിതുവരെ ഉണ്ടാക്കിയെ..." അപ്പൻ വലിച്ചു തീർന്ന ബീഡിക്കുറ്റി നിലത്തിട്ട് ചെരുപ്പ് കൊണ്ട് ഞെരടി കനല് കെടുത്തി.

ജനി ഒന്നും കേൾക്കാത്തതുപോലെ ആസിഫു കയറിയ ബസ് കാഴ്ച യിൽ നിന്ന് മാഞ്ഞുപോകുന്നതും നോക്കി നിന്നു.

രാത്രി ജി ടോക്കിലേക്ക് ആസിഫിന്റെ ഒരു മെസ്സേജ് വന്നു.

"പറയുന്നത് ശരിയോ തെറ്റോ എന്നറിയില്ല. അതിനുള്ള യോഗ്യത ഉണ്ടോ എന്നും അറിയില്ല. പ്രണയമാണ് പെണ്ണേ നിന്നോട്... കടുത്ത പ്രണയം."

ഉള്ളിൽ ആഹ്ലാദം അച്ചൻ കോവിലാറിലെ മഴക്കാല വെള്ളച്ചാട്ടം പോലെ കുതിച്ചുയർന്നു. കര കവിഞ്ഞു.

"എന്റെ പുരുഷൻ."

ഒരൊറ്റ മറുപടി മാത്രം.

അന്ന് മുതൽക്കാണ് തങ്ങളുടെ പ്രണയത്തിലേക്ക് കുറുക്കൻ കണ്ണു കൾ തുറന്നു പിടിച്ച് 'ഇവനോ?' എന്ന സംശയത്തിന്റെ കാക്കദൃഷ്ടി കൾ നീണ്ടു വരുമ്പോൾ 'അതെ ഇവൻ തന്നെ' എന്ന് നിസ്സംശയം ആ ചോദ്യങ്ങളുടെ കൊക്ക് പിളർത്തി കളയാനുള്ള ധൈര്യം ജനിക്കുണ്ടാ വുന്നത്.

ആ കാത്തിരിപ്പാണ് ഇപ്പോൾ അവസാനിച്ചിരിക്കുന്നത്. ഉടമ്പടികൾ ഇല്ലാതെ അവളിൽ ചോര പൂത്ത ദിവസത്തിൽ അവർ ഒന്നായി കലർന്നി രിക്കുന്നു.

ലോഡ്ജ് ഹെതർ No 928 SC

ആകാശം മേഘാവൃതമായിരുന്നു. തലേ ദിവസം മഴയാണ് പെയ്ത തെന്നു മരങ്ങളും വഴികളും ഓർമ്മപ്പെടുത്തി. ഇപ്പോഴും മരങ്ങൾ മഴ പെയ്യിക്കുന്നു. വെയിൽ വീണു തുടങ്ങിയിട്ടില്ല. വെളിച്ചം പ്രകൃതിയുടെ കറുപ്പിലേക്ക് ഇറങ്ങി വരാൻ മടിക്കും പോലെ.

എങ്ങും ജലം. ഭൂമിയൊട്ടാകെ നിറഞ്ഞു നിൽക്കുന്ന ആർദ്രത. പുഴ കളിൽ, നിറഞ്ഞുകവിയലിന്റെ ഉന്മാദം. കരയിലേക്ക് ആവേശത്തോടെ പടർന്നുകയറുന്ന ജലം. കൊച്ചു പാറകൾക്ക് മീതേ ഊക്കോടെ വന്നി ടിച്ച് ചിതറിത്തെറിക്കുന്ന ജലത്തിന്റെ പുകമറ. സ്ട്രോബറി പാടങ്ങളിൽ വെള്ളം കയറിയിട്ടുണ്ട്. കഴിഞ്ഞ രാത്രി ഇത്രമേൽ മഴ പെയ്തിട്ടും അറി ഞ്ഞില്ല എന്നത് ജനിയെ ആശ്ചര്യപ്പെടുത്തി.

അരുവികൾക്ക് ഇരുവശങ്ങളിൽ നിന്നും പുൽത്തട്ടുകളിലേക്ക് ജലം കയറിത്തുടങ്ങി. മ്ലാവുകളും ആനക്കൂട്ടങ്ങളും കാട്ടുപോത്തുകളും ഇതു വഴി പോയെന്നു വലിയ കാല്പാടുകൾ ഓർമ്മപ്പെടുത്തി. ജീപ്പുകൾ കടന്നു പോയ മണ്ണ് ചെളിയിൽ പുതഞ്ഞു കിടക്കുന്നു. വഴിയിലെ കുഴി കളിൽ ചെമ്മണ്ണ് കലർന്ന മഴജലം. മരങ്ങളിൽ തലകീഴായി തൂങ്ങുന്ന കുരങ്ങന്മാർ ഇടയ്ക്കിടെ രോമങ്ങളിലെ നനവിനെ നക്കിത്തുടയ്ക്കുന്നു. താഴെ പൊട്ടിവീണ മരച്ചില്ലകളിൽ തകർന്നു പോയ കുരുവിക്കൂടുകൾ, അതിലെ മുട്ടകൾ.

നനഞ്ഞ കുതിരവണ്ടി തുടയ്ക്കുന്ന ഉടമകൾ.

ഒരു യാത്രയ്ക്ക് ചേർന്ന കാലാവസ്ഥ ആയിരുന്നില്ല എങ്കിലും ഇനി ഒരു ദിവസം മാത്രമേ മടക്കയാത്രയ്ക്ക് ശേഷിക്കുന്നുള്ളൂ എന്ന സങ്കട ത്തിൽ അവർ പുറപ്പെട്ടു.

പുറത്ത് ജോഷ്വ കാത്തു നിന്നിരുന്നു. അവർ ഒരുമിച്ച്, അരണ്ട പ്രകാശം മാത്രമുള്ള കാട്ടുവഴിയിലൂടെ, മൂന്നാറിലെ ഏറ്റവും നിഗൂഢവും ചരിത്ര പ്രാധാന്യമുള്ളതുമായ ലോഡ്ജ് ഹെതർ No 928SCലേക്ക് യാത്ര തിരിച്ചു.

“ബ്രിട്ടീഷ് അധിനിവേശങ്ങളുടെ ആദ്യകാലങ്ങളിൽ കാടിനോടും കാട്ടുമൃഗങ്ങളോടും പകർച്ചവ്യാധികളോടും മല്ലിട്ട്, മൂന്നാറിലെ

പുൽമേടുകളിൽ വീണുറങ്ങുന്ന പാശ്ചാത്യരുടെ കല്ലറകൾക്ക് കുറച്ചു മാറി, പുഴയുടെ തീരത്ത് പണി കഴിപ്പിച്ച, ഒരുപാട് നിഗൂഢതകൾ ഒളിപ്പിക്കുന്ന ഒരു കെട്ടിടമാണിത്. 1902ൽ, ഇവിടുത്തെ തേയിലത്തോട്ടങ്ങൾ ബ്രിട്ടീഷുകാരുടെ അധീനതയിലായിരുന്ന കാലത്ത് നിർമ്മിക്കപ്പെട്ടതാണിത്. അക്കാലത്ത് സായിപ്പന്മാരുടെ ആരാധനാകേന്ദ്രങ്ങൾ ആയിരുന്നു ഇവ. പക്ഷേ ക്രിസ്ത്യൻ കുർബാനകൾ ഞായറാഴ്ചകളിൽ അർപ്പിക്കപ്പെടുമ്പോൾ, ഇവിടെ മിക്കപ്പോഴും വെള്ളിയാഴ്ചകളിലായിരുന്നു ആരാധന. 1924ലെ വലിയ വെള്ളപ്പൊക്കം മൂന്നാറിനെ പൂർണ്ണമായും തകർത്തെറിഞ്ഞിട്ടും പുഴയുടെ തീരത്തുള്ള, പഴക്കമുള്ള ഈ കെട്ടിടത്തിനു ഒരു കേടുപാടും പറ്റിയില്ല എന്നത് സ്വതേയുള്ള നിഗൂഢതകൾക്കും മേലെ, ഒട്ടേറെ നിറം പിടിപ്പിച്ച കഥകൾ പ്രചരിപ്പിക്കാൻ കാരണമായി. ലോഡ്ജ് ഹെതറിന് 'മണ്ടവെട്ടിക്കോവിൽ' എന്ന പേര് വരാൻ കാരണമായി പറയപ്പെടുന്നത്, പണ്ട് ലോഡ്ജ് ഹെതറിനു സമീപം താമസിച്ചിരുന്ന 'ദൊരൈ'മാർ, അഥവാ ബ്രിട്ടീഷ് മാനേജർമാർ, സാത്താൻ സേവകർ ആയിരുന്നെന്നും ആ കാലത്ത്, ഇതിനുള്ളിൽ വച്ച് നരബലി നടന്നിട്ടുണ്ട് എന്നും ഒക്കെയാണ്." ജോഷ്വാ യാത്രയ്ക്കിടയിൽ ലോഡ്ജ് ഹെതറിനെ കുറിച്ച് വാചാലനായി.

തീയിലക്കാടുകൾക്ക് ഇടയിലൂടെ ജോഷ്വായ്ക്ക് പരിചിതമായ ഏതോ ഊടുവഴിയിലൂടെ ഏറെ ദൂരം വേണ്ടി വന്നു അവിടെക്കെത്താൻ.

ആ പഴയ കെട്ടിടത്തിന്റെ മുകളിൽ ജോഷ്വായുടെ കൂടെ നിന്ന് ജനിയും ആസിഫും താഴേക്കു നോക്കി. മൂന്നാർ ഒരു ഹരിത ജാലകം തുറന്നു വെച്ച പോലെ മഞ്ഞിൽ മനോഹരിയായി കുളിച്ചു നിൽക്കുന്ന കാഴ്ച. മൂന്നാറിനെ മുഴുവൻ ഒറ്റ സ്നാപ്പിൽ ഒതുക്കാൻ പറ്റുന്നത്ര ഭംഗിയായി ആണ് ലോഡ്ജ് ഹെതർ അവർ പണികഴിപ്പിച്ചിട്ടുള്ളത് എന്ന് അവർക്കു തോന്നി. അത്രമേൽ വിദൂരത്തേക്കു പടർന്നു കിടക്കുന്ന മൂന്നാറിന്റെ വശ്യത. വലിയ താഴിട്ടു പൂട്ടിയ ഒറ്റവാതിൽ. വാതിലിനോടു ചേർന്നൊരു ചിത്രം. രണ്ടു കൊച്ചു ചെടികൾക്ക് നടുവിലായി ഒരു കൊമ്പനാന. അതിനു കീഴെ വിസ്ഡം, സ്ട്രെങ്ങ്ത്, ബ്യൂട്ടി എന്ന് അടയാളപ്പെടുത്തിയിരിക്കുന്നു. അതാവട്ടെ, അയർലാന്റ്, സ്കോട്ട്ലാന്റ്, യു.എസ്, ബ്രിട്ടൻ തുടങ്ങിയ സ്ഥലങ്ങളിൽ നിന്ന് തുടങ്ങി, ഇന്ന് ലോകമൊട്ടാകെ ശാഖകൾ ഉള്ള 'ഫ്രീ മേസൺസ് ക്ലബ്' എന്ന രാജ്യാന്തര സംഘടനയുടെ ഔദ്യോഗിക ചിഹ്നമാണ്. ലോകമെമ്പാടും അതീവ രഹസ്യ സ്വഭാവത്തോടെ, ദുരൂഹമായ ആചാരങ്ങളും അനുഷ്ഠാനങ്ങളുമായി പ്രവർത്തിക്കുന്ന സംഘങ്ങളാണിവ.

"ഏതോ അമർചിത്ര കഥയിലെ, ഡ്രാക്കുളക്കോട്ട പോലെ തോന്നുന്നു, കാറ്റ് പോലും കടക്കാൻ പ്രയാസപ്പെടുന്ന ഈ കെട്ടിടം കാണുമ്പോൾ..."

ജനി വിസ്മയത്തോടെ ആ കെട്ടിടത്തിനു ചുറ്റും കണ്ണോടിച്ചു.

"ഹ... ഹ... എത്ര ആകസ്മികം ഈ കണ്ടുപിടുത്തം."

ജോഷ്വ യഹൂദി ഉച്ചത്തിൽ ഒന്ന് ചിരിച്ചു.

ജനിയും ആസിഫും കാര്യമറിയാതെ അയാളെ തുറിച്ചു നോക്കി.

"ഈ കെട്ടിടം ഇപ്പോൾ അറിയപ്പെടുന്നത് ഡ്രാക്കുളക്കോട്ട എന്ന് തന്നെയാണ്..."

"ഈസ് ഇറ്റ്?" ജനിയുടെ കണ്ണുകളിൽ അദ്ഭുതം കൂറി.

"യെസ്.... മണ്ടവെട്ടി കോവിൽ അഥവാ ഡ്രാക്കുള കോട്ട..."

സ്വാതന്ത്ര്യത്തിനും മുൻപേ ബ്രീട്ടീഷുകാരുടെ കാൽക്കീഴിൽ ഇന്ത്യ ഉണ്ടായിരുന്ന കാലത്ത് എത്രയോ മനുഷ്യരുടെ, തൊഴിലാളികളുടെ, ഗോത്രവർഗ്ഗക്കാരുടെ ചോര വീണ മണ്ണാണിത്. തമിഴരായ തോട്ടം പണിക്കാരുടെ ചോരയും വിയർപ്പുമാണ് നമ്മളിന്നീ കാണുന്ന മൂന്നാർ..."

നിറയെ ചെടികളും പുല്ലുകളും കാട്ടുവള്ളികളും പായലും പടർന്നു കയറിയ ഭിത്തികൾ. ചുറ്റും കുറ്റിക്കാടാണ്. സാത്താൻ സേവയുടെ ഭാഗമായി നിരവധി പൂജകളും പ്രാർത്ഥനകളും നടത്തി പോന്നിരുന്ന സ്ഥലം. അവിടവിടെ ചുമരുകളിൽ 666 എന്ന സാത്താൻ സേവകരുടെ ഇഷ്ട നമ്പർ പോറി വെച്ചിരിക്കുന്നു.

അങ്ങോട്ട് നടന്നെത്തുക പ്രയാസമായതുകൊണ്ടാവണം കാടിന്റെ ഉൾഭാഗത്തെ ഈ ആരാധനാലയം ആരും അധികം തിരിച്ചറിയപ്പെടാതെ പോയത്. വെള്ളക്കാരുടെ ശവകുടീരങ്ങൾ അനേകം നിറഞ്ഞ മൂന്നാർ. നിരപരാധികളായ അനേകം മനുഷ്യരുടെ, വേട്ടയാടിയ മൃഗങ്ങളുടെ ചോര വീണ മൂന്നാർ.

"ഇസയ്ക്ക് വേണ്ടി പള്ളി ഉണ്ടാകുന്നതിനും എട്ടു വർഷം മുൻപേ തന്നെ ഈ ആരാധനാലയം ഉയർന്നു വന്നിരുന്നു. ഹെൻറി അയാളുടെ വാർദ്ധക്യകാലത്താണ് ഇസയെ അടക്കം ചെയ്ത മൂന്നാർ വിട്ട് ഇംഗ്ലണ്ടിലേക്ക് മടങ്ങി പോവുന്നത്."

ജോഷ്വ കഥയുടെ ചുരുൾ അഴിച്ചു.

"അന്ന് പള്ളി ഉണ്ടായിരുന്നില്ല. സായിപ്പന്മാർ പ്രാർത്ഥന നടത്തിയിരുന്നത് ഇവിടെ വെച്ചായിരുന്നു. പക്ഷേ പള്ളി വന്നിട്ടും പലരും ഇവിടെ തന്നെ ആരാധന നടത്തി പോന്നിരുന്നു. സാത്താൻ സേവ തന്നെ ആയിരുന്നു അത്."

ജോഷ്വായിലെ ജൂതപുത്രൻ ഉണർന്നു.

"തേയിലതോട്ടത്തിൽ പണിക്കു വരുന്ന സ്ത്രീകളിൽ എത്രയോ പേരെ കാണാതെ പോയിട്ടുണ്ട്. പലരുടെയും നഗ്നമായ ജഡങ്ങൾ തോട്ടം പണിക്കു വരുന്ന ആളുകൾക്ക് അന്യമല്ലാത്ത കാഴ്ചയായിരുന്നു അന്ന്... കന്യാപൂജ ഒരാചാരം പോലെ അവരിവിടെ കൊണ്ടാടിയിരുന്നു. സ്വാതന്ത്ര്യം സ്വപ്നം കാണാൻ പോലും സാധ്യമല്ലാതിരുന്ന ആ കാലത്ത് അങ്ങനെ

എത്രയെത്ര മനുഷ്യർ... അതിലേറെ സ്ത്രീകൾ ബ്രിട്ടീഷ് അധിനിവേശ ത്തിന്റെ അഹങ്കാര ദ്രംഷ്ടകൾക്ക് ഉള്ളിൽ ബലി കഴിക്കപ്പെട്ടിട്ടുണ്ടാ വണം." ജോഷ്വ യഹൂദി ആകാശത്തേക്ക് കൈകൾ ഉയർത്തി.

ജനി അയാളെ കേൾക്കുകയായിരുന്നു. അവളോട് ചേർന്നിരുന്നു ആസിഫും.

"ഈ കെട്ടിടം എത്രയെത്ര ദുരൂഹതകളുടെ ഉറവിടം ആണല്ലേ ആസിഫ്...?" ജനി ആശ്ചര്യപ്പെട്ടു.

"സംശയമെന്ത്..."

ആസിഫ് ലോഡ്ജ് ഹിദറിന്റെ താഴുകളിൽ പിടിച്ചു നോക്കി. അത്ര മാത്രം ഭാരവും ഉറപ്പും ഉള്ളവ. പൊടുന്നനെ ആകാശം മൂടിക്കെട്ടി. കാർമേഘം വന്നു മൂന്നാറിനെ മൂടി. മരത്തലപ്പുകൾ ഇത്തിരി ശക്തമായ കാറ്റിൽ ഉലഞ്ഞു തുടങ്ങി.

രണ്ടു ദിവസമായി രാത്രി ശക്തമായ മഴയുണ്ട് ഇന്നിനി ഇപ്പോൾ പെയ്തേക്കും. ആകാശം കലി തുള്ളി നിൽക്കുന്നത് കണ്ടില്ലേ. വരൂ..." ജോഷ്വ പോകാനായി തിരക്ക് കൂട്ടി.

"ഇത്ര പെട്ടെന്നോ...?" ജനിയുടെ വാക്കുകളിൽ അപ്പോഴും നിരാശ.

"വരൂ പെണ്ണേ... ഇവിടെ പെട്ട് പോയാൽ എളുപ്പമായേക്കില്ല പുറത്ത് കടക്കുക. കാടാണ് കൊടുംകാട്. മഴ പെയ്യും മുൻപേ കാടിറങ്ങണം..." ആസിഫും ധൃതി വെച്ചു.

ജീപ്പ് നിർത്തിയിട്ട വഴിയോളം ദൂരത്തിൽ അവർക്ക് നടക്കണമായിരുന്നു. കരിയിലകളും പഴുത്തിലകളും മൂടിയ അടുത്ത ദിവസങ്ങളിലായി ഒന്നും കാലടികൾ അധികം പതിഞ്ഞിട്ടില്ലെന്നു സാക്ഷ്യം പറയുന്ന ഇടു ങ്ങിയ കാട്ടുപാതകൾ. മഞ്ഞും മഴയും വീണു കുതിർന്ന പഴങ്ങൾ. പൂവു കൾ.

"ആസിഫ്..." എന്നുറക്കെ കരഞ്ഞുകൊണ്ട് മുന്നിൽ നടന്ന ജനി പെട്ടെന്ന് തിരിഞ്ഞു അവന്റെ തോളിലേക്ക് ചാഞ്ഞു. ഒരു നിമിഷം ഞെട്ടിയ അയാൾ 'എന്ത് പറ്റി?' എന്ന ചോദ്യത്തോടെ അവളെ നെഞ്ചിൽ നിന്നടർത്തി.

ജനി താഴേക്കു വിരൽ ചൂണ്ടി.

ജോഷ്വയും ഓടി വന്നു.

മുട്ടോളം തെറുത്ത് വെച്ച ജീൻസിന് താഴെ ചോര കുടിച്ചു വീർത്ത ഭീമൻ അട്ട... അറപ്പ് തോന്നിക്കും വിധം അവളുടെ വെളുത്ത കാലിൽ അനങ്ങാതെ കടിച്ചു തൂങ്ങി കിടക്കുന്നു.

"ഇതാണോ വല്യ കാര്യം...?"

ജോഷ്വ ഒരു തേക്കില കൂട്ടി പിടിച്ചു അതിനെ വലിച്ചടർത്താൻ നോക്കി. സാധിച്ചില്ല.

“നേവിക്കാരൻ ആണെന്ന് പറഞ്ഞിട്ടൊന്നും ഒരു കാര്യവുമില്ല. ചില ഞൊടുക്കു വിദ്യകൾ കൂടി ജീവിക്കാൻ അറിഞ്ഞിരിക്കണം...”

ജോഷ്വാ അരയിലെ റാക്കിൽ തൂക്കിയിട്ട തോക്കിന്റെ അരികിൽ ഒരു കുഞ്ഞു ഡപ്പിയിൽ നിന്നും കൈയിൽ വെളുത്തൊരു പൊടി കുടഞ്ഞിട്ടു. പിന്നതു അട്ട കടിച്ചതിന്റെ മീതേക്ക് വിതറി. ഒരനക്കത്തോടെ അട്ട കാലിൽ നിന്നുതിർന്നു താഴേക്കു വീണു.

ജനി കണ്ണുകൾ ഇറുകെ അടച്ചു.

“ഇതെന്താന്നറിയോ...?” ഡപ്പി അരയിലേക്ക് തന്നെ തിരികെ വെയ്ക്കുമ്പോൾ ജോഷ്വാ ചോദിച്ചു.

“ഇല്ല....”

ജോഷ്വാ ഒന്ന് ചിരിച്ചു. എന്നിട്ട് പറഞ്ഞു. “ഉപ്പ്, ഈ വൃത്തികെട്ട ജീവിയെ ഒഴിവാക്കാൻ ഇതിലും നല്ല മരുന്നില്ല.”

ജനി അപ്പോഴും അട്ടയെ കണ്ട അറപ്പിൽ മുഖം ചുളിച്ചു നിൽക്കുകയായിരുന്നു.

“ഡോക്ടർ ആണത്രേ... ചോര കണ്ടാൽ പേടിക്കുന്ന ഡോക്ടർ.”

ജോഷ്വാ അവളെ നോക്കി കളിയാക്കി. അപ്പോഴും ജനി കണ്ണ് തുറന്നില്ല.

അവളുടെ കാലിലെ കൊച്ചു മുറിവിൽ നിന്ന് രക്തം നിലയ്ക്കാതെ ഒലിച്ചിറങ്ങി. ആസിഫ് അവളെ വഴിക്ക് കൈവരിപോലെ നിന്ന പാറമേൽ എടുത്തുയർത്തി ഇരുത്തി.

കഴുത്തിലെ ഷാൾ ഊരി അതിന്റെ ഒരരിക് ചീന്തി എടുത്തു ജനിയുടെ കാലിലെ ചോര തുടച്ചു.

ജോഷ്വ മഞ്ഞൾപ്പൊടി ആ മുറിവിലേക്ക് ഉരസി.

“കുറച്ചു നേരം ചൊറിയും പിന്നതു മാറും...” അവളെ സമാശ്വസിപ്പിച്ചു.

ആ നേരം മതിയായിരുന്നു മുകളിൽ കെട്ടിക്കിടന്ന മേഘങ്ങൾക്ക് അവരിലേക്ക് തകർത്തു പെയ്യാൻ. ആർത്തലച്ചൊരു മഴ. കാട് മുഴുവൻ ഇരുട്ടായി. മീതെ ഇടി ശക്തമായി വെട്ടി. മഴയുടെ അലർച്ച കാടിനുള്ളിൽ വന്യതയോടെ നിറഞ്ഞു.

“പരമാവധി വേഗത്തിൽ ഓടിക്കോളൂ...” ജോഷ്വ മുന്നോട്ടോടി. ജനിയുടെ കൈ പിടിച്ച് ആസിഫും. മഴ അവർക്കു മീതെ ദയയില്ലാതെ പെയ്തു. മുന്നിലേക്ക് ഓടുന്ന ആസിഫ് പൊടുന്നനെ പിന്നോട്ട് തെറിച്ചു വീണു. അയാളെ തട്ടി ജനി ആസിഫിന്റെ മീതേക്കും.

മുന്നിലെ കാഴ്ച കണ്ടു അവൾ ഒറ്റ അലർച്ച ആയിരുന്നു.

“മീതെ മല പോലെ ചില്ല വിടർത്തി നിൽക്കുന്ന മരത്തിന്റെ അധികം ഉയരമില്ലാത്തൊരു ചില്ലയിൽ നിന്നും താഴേക്ക് ഒരു കൈത്തണ്ടയേക്കാൾ വലിപ്പവും ഒരു മനുഷ്യന്റെ ഉയരത്തേക്കാൾ നീളവുമുള്ള കറുത്ത പാമ്പ്....

അതിന്റെ വായിന്റെ ഇരുവശങ്ങളിൽ നിന്ന് അരിപ്പല്ലുകൾ. പണ്ടേതോ കാഴ്ചബംഗ്ലാവിൽ അല്ലാതെ ഇങ്ങനൊരു പാമ്പിനെ അവൾ നേരിട്ട് കണ്ട അനുഭവമില്ല.

“വെമ്പാല...” ജോഷ്വ യഹൂദി പറഞ്ഞത് കേട്ടതും ജനിയുടെ ഉടൽ കിടുകിടാ വിറച്ചു. ആസിഫ് അവളുമായി രണ്ടടി പതുക്കെ പിന്നോട്ട് മാറി.

ജോഷ്വ യഹൂദി അരയിൽ നിന്നും അടുത്ത ആയുധം ഊരി. അതൊരു നീണ്ട വടിയായിരുന്നു. അതിന്റെ അറ്റത്തു മെറ്റലിൽ തീർത്ത ക്രിസ്തുവിന്റേറ രൂപം. വടിയുടെ അറ്റം മൂർച്ചയേറിയ ഒരു കൊളുത്തായിരുന്നു. തൊട്ടാൽ തുളഞ്ഞു പോകും എന്നുറപ്പുള്ളതു പോലെ തിളങ്ങുന്ന അഗ്രം ഉള്ളത്. അയാളാ വടി ചുഴറ്റി. ഒറ്റ നിമിഷത്തിൽ വടിയുടെ അറ്റത്തേക്ക് പാമ്പ് വരിഞ്ഞതും ‘കുനിഞ്ഞു നില്ക്കൂ’ എന്നൊരു അലർച്ചയോടെ ഒരു സാഹസികനെ പോലെ അയാളാ വടി ദൂരേക്ക് വായുവിൽ അതിവേഗതയിൽ ചുഴറ്റി.

ദൂരേക്കെന്തോ ശക്തമായി തെറിച്ചു വീണു.

“ഇനിയിവിടം ആപത്താണ്... വഴിയിൽ മഴയിരുട്ടു മൂടിത്തുടങ്ങി...” അയാൾക്കൊപ്പം ജനിയെയും കൊണ്ട് ആസിഫ് ഒരു പത്തടി ഓടി കാണില്ല.

അവളുടെ കാലിലേക്കെന്തോ തുളച്ചു കയറി. അവൾ ഉച്ചത്തിൽ നിലവിളിച്ചു.

“ജോഷ്വ....” ആസിഫ് ഉറക്കെ വിളിച്ചു. അയാൾ ഓടി ഒരുപാട് താഴെക്കെത്തിയിരുന്നു. വീണ്ടും തിരിച്ച് ഓടി അടുത്തെത്തി.

അമ്പു പോലെ നേർത്ത എന്തോ അവളുടെ കാൽപാദത്തിൽ തറഞ്ഞു കയറിയിരുന്നു.

ആസിഫ് ആ കൂർത്ത വസ്തു വലിച്ചൂരി. കാലിൽ നിന്നും ചോര പടർന്നു. ജനിയുടെ കണ്ണുകൾ വേദനയാൽ നിറഞ്ഞു തുളുമ്പി.

“ആദിവാസികൾ നായാട്ടിന് ഉപയോഗിക്കുന്നതാണ്...”

നിലത്തേക്കു കാലുകൾ അമർത്തിയതും അസഹ്യമായ വേദനയോടെ അവൾ അയാളിലേക്ക് ചാഞ്ഞു.

ഒരു മാൻകുട്ടിയെ തോളിലേറ്റും പോലെ അവളെയും തോളിൽ ഏന്തി ജോഷ്വ യഹൂദിക്കൊപ്പം ആസിഫ് വേഗത്തിൽ ഓടി. മഴ അവരേക്കാൾ വേഗത്തിൽ പെയ്തു. മൂന്നാറിലെ മഴയിൽ അവർ നനഞ്ഞൊട്ടി.

ഒരു കൂറ്റൻ മരത്തിന്റെ കീഴിൽ അവർ ഇടയ്ക്ക് കയറി നിന്നു. മീതെ നിന്നും എതൊക്കയോ ജീവികൾ ചിലകളിൽ നിന്നും ചില്ലകളിലേക്ക് പായുന്ന ശബ്ദങ്ങൾ. ചില്ലകളുടെ ഉലച്ചിലുകൾ. ജനിക്കു മുകളിലേക്ക് നോക്കുവാൻ ധൈര്യം ഉണ്ടായില്ല.

പാന്റിന്റെ പോക്കറ്റിൽ മൊബൈലിന്റെ മണിയടി. കുതിർന്ന് ഡ്രസ്സി നുള്ളിൽ നിന്നും ആസിഫ് മൊബൈൽ കൈയിൽ എടുത്തു. അതിന്റെ സ്ക്രീനിൽ തണുപ്പ് പടർന്നു സ്ക്രീനിലെ വോൾപേപ്പർ കാണാത്ത വിധം ആയിരുന്നു.

ദീപക്കിന്റെ കോൾ ആണ്.

“കുറെ നേരമായി നിന്നെ വിളിക്കുന്നു...”

“മൂന്നാറിലാണ്. ഇവിടെ ശക്തമായ മഴ.”

“എന്നാണ് മടക്കം? മൊബൈൽ സൈലന്റ് ആക്കാതെ നോക്കണം. ഒരു എമർജൻസി റീകോൾ എപ്പോൾ വേണമെങ്കിലും പ്രതീക്ഷിക്കാം. നീ ചിലപ്പോ പെട്ടെന്ന് എത്തേണ്ടി വരും. മഴ നാട്ടിൽ നാശം വിതച്ചു തുടങ്ങി. പലയിടങ്ങളിലും വെള്ളം കയറി. ഒരു വിഞ്ചിംഗ് ഓപ്പറേഷന് സാധ്യത കൂടുതലാണ്. കുട്ടനാടും പ്രദേശത്തുമൊക്കെ വെള്ളം കേറി താഴ്ന്നു തുടങ്ങി.”

“നാളെ തിരിക്കും. യാത്രയ്ക്ക് ഇടയിൽ ആയിരുന്നതുകൊണ്ട് അത്ര ന്യൂസ് ശ്രദ്ധിക്കാൻ നേരം കിട്ടിയില്ല.”

“പ്രശ്നമില്ല.... കൊച്ചിയിലേക്ക് മതി റിട്ടേൺ. മറ്റൊരു യാത്ര ഉടൻ പ്ലാൻ ചെയ്യണ്ട...”

“തീർച്ച.... മടക്കത്തിനുള്ള ഒരുക്കത്തിൽ തന്നെയാണ്...”

“അവിടവിടങ്ങളിൽ മുങ്ങിമരണങ്ങൾ റിപ്പോർട്ട് ചെയ്യപ്പെട്ടിട്ടുണ്ട്. ഇന്നും മഴ തുടർന്നാൽ ചിലപ്പോ പല ഡാമുകളും തുറക്കേണ്ടി വരും.”

“ഓഹ്... അത്രയും വഷളാണോ കാര്യങ്ങൾ...‘?

“അതെ.... നീ മൂന്നാർ വിടാൻ എത്രയും പെട്ടെന്ന് നോക്കൂ... ജനി യോട് എന്റെ സ്നേഹം പറയൂ...”

സംസാരിച്ചു കഴിയും മുൻപേ കോൾ കട്ടായി.

ജനി മരത്തിൻ കീഴിൽ പക്ഷിയെ പോലെ നിന്നു വിറച്ചു. ആസിഫ് തന്റെ മഫ്ളർ പിഴിഞ്ഞ് അവളുടെ തല തുവർത്തി. ജോഷ്വ യഹൂദി ഈ മഴയ്ക്കും കാറ്റിനും തന്നെ ഒരു ചുക്കും ചെയ്യാൻ കഴിയില്ലെന്ന ഭാവത്തോടെ നിന്നു.

മേഘങ്ങൾ നാഗങ്ങളെപ്പോലെ ആകാശത്തിഴഞ്ഞു. ഭൂമിയിലേക്കവ ആയിരം നാവു നീട്ടി, ഫണം വിടർത്തി. പ്രകൃതിക്ക് മീതെ ആഞ്ഞു കൊത്തി. മണ്ണിന്റെ നാഭി തുരന്നു. ആഴമുള്ള ഗർത്തങ്ങൾ സൃഷ്ടിച്ചു. കരയും പുഴയും ഒന്നായി. വയലുകളെ പുഴ കൊണ്ടു പോയി. കടൽ ക്ഷോഭത്തോടെ കരയിലേക്ക് മുരണ്ടു കയറി. മരങ്ങൾ വെള്ളത്തിനടി യിൽ ഉലഞ്ഞു നിന്നു. ഭൂഗോളം ആകെ ഇരുണ്ടതു പോലെ. പ്രകൃതിയുടെ സകല വിടവിലൂടെയും ഇരുട്ട് പടർന്നു കയറും പോലെ. പ്രകൃതി വലിയ ശബ്ദത്തോടെ പല ദിക്കുകളിലേക്ക് ചാഞ്ഞു.

അവർ വീണ്ടും വേഗത്തിൽ നടന്നു. മുന്നിൽ ഒരു മരം വലിയ ശബ്ദ ത്തോടെ കടപുഴകി വീണു. വഴി അടഞ്ഞു.

ജനിക്കു ഭയം തോന്നി.

കടപുഴകിയ മരത്തിന്റെ വേരിൻ ചുവട്ടിലെ വലിയ കുഴിയിൽ നിന്ന് അതിശക്തമായി മീതേക്കൊഴുകുന്ന ജലം.

വഴി നീളെ ജലം. കാലിലെ വേദന കൊണ്ട് ജനി ഞരങ്ങി കൊണ്ടി രുന്നു. അവളെയും തോളിലേറ്റി ആസിഫ് മുന്നോട്ടു നടന്നു. ദൂരെ തേയില ക്കാടുകൾക്ക് താഴെ തങ്ങളുടെ വാഹനം പൊട്ടു പോലെ അവൾ കണ്ടു. ഒരു ദീർഘനിശ്വാസം അവളിൽ നിന്നുയർന്നു.

പുഴയുടെ കരയിൽ ചിതറിയോടുന്ന മ്ലാവുകൾ... കൂട്ടം കൂട്ടമായി പിന്തി രിഞ്ഞു നടക്കുന്ന കാട്ടുപോത്തുകൾ... മരങ്ങൾ ഉടനീളം ശബ്ദമുണ്ടാക്കി പായുന്ന തെവാങ്കുകൾ.

ജോഷ്വ യഹൂദി ജീപ്പിലെ ഡ്രൈവിംഗ് സീറ്റിലേക്ക് കയറി ഇരുന്നു. ആസിഫ് ജനിയെ താഴെ നിർത്തി.

കാലിൽ നിന്നും ചോരയൊഴുക്ക് നിന്നിരുന്നു. ആഴത്തിൽ എന്തോ തുളഞ്ഞു കയറിയതിന്റെ നോവ് മാത്രം ബാക്കിയായി.

"സാരമില്ല.... പോകും വഴി നമുക്ക് ഡോക്ടറെ കാണാം...."

അയാൾ അവളെ ജീപ്പിലേക്കു കടത്തി ഇരുത്തി സമീപത്തായി ഇരുന്നു. മാട്ടുപ്പെട്ടി ഡാമിന് അരികെ പതിവില്ലാതെയുയർന്ന വെള്ളം കാണാൻ നിൽക്കുന്നവരുടെ നീണ്ട നിര. മൂന്നാറിലെ തന്നെ ആളുകൾ ആണ് ഏറെയും. സഞ്ചാരികൾ കുറവാണ്. കുതിര സവാരി നടത്തുന്ന ചില വിദേശികൾ.

അടുത്ത് കണ്ട, ടാർപായ കൊണ്ട് കെട്ടിയ ഒരു തട്ടുകടയിൽ നിന്നും ജോഷ്വ അവർക്ക് ചായ വാങ്ങി. എക്കോ പോയിന്റ് എത്തുവോളം ചായ ആറ്റി കുടിച്ചു കൊണ്ടിരുന്നു ജനി.

"മൂന്നാറിന് മാത്രമല്ല, ഇവിടുത്തെ ചായയ്ക്ക് പോലുമുണ്ട് മൂന്നാ റിന്റെ രുചി."

"വേദന തെല്ലൊന്നു മാറിയപ്പോൾ ജനിക്കു പഴയ സ്വഭാവം വന്നു തുടങ്ങി." ആസിഫ് അവളെ കളിയാക്കി.

63

വഴിയരികുകളിൽ പല ഇടത്തും കണ്ണൻ ദേവൻ ചായയുടെ പരസ്യ ങ്ങൾ.

അടുത്ത് ആദ്യം കണ്ട ക്ലിനിക്കിലേക്ക് അവളെയും കൊണ്ട് അവർ ഇരുവരും ചെന്ന് കയറി. തമിഴ് മണക്കുന്ന മലയാളത്തിൽ ഡോക്ടർ കാര്യങ്ങൾ തിരക്കി.

"ഒരു ടി ടി അടിച്ചാൽ മതി. തുരുമ്പിച്ച എന്തോ വസ്തു തറച്ചതാണ്..."

"അത് നിങ്ങൾക്കെങ്ങനെ അറിയാം...?" ഡോക്ടറുടെ മുഖത്ത് ഗൗരവം.

ജനി മറുപടി ഒന്നും പറയാതെ ഡോക്ടറെ നോക്കി മന്ദഹസിച്ചു.

"ബെറ്റാടിൻ വെച്ചൊന്നു ഡ്രസ്സ് കൂടി ചെയ്താൽ നന്ന്." നേഴ്സി നോടായി വീണ്ടും ജനി പറയുന്നത് കേട്ടപ്പോൾ ഡോക്ടർ തല ചെരിച്ചു അവളെ ഒന്നുകൂടി ഒന്നു നോക്കി.

"ഈ ജോലി തനിയെ ചെയ്യാൻ പറ്റാത്തതുകൊണ്ടാണ്. ഐ ആം എ ഡോക്ടർ..."

ഡോക്ടറുടെ മുഖത്തൊരു ആകാംക്ഷ വിടർന്നു.

"കേരളാ വിൽ ഫ്ളഡ് എന്ന് ന്യൂസ് വന്തിട്ടേയിരുക്കേൻ... മൂന്നാ റിലും കരുതൽ വേണം..." ഡോക്ടർ മഴയുടെ ആധി പങ്കു വെച്ചു.

കയ്യിൽ ഇൻജക്ഷൻ സൂചി വെച്ചതും ജനി ആസിഫിന്റെ കയ്യിൽ മുറുകെ പിടിച്ചു.

"നീങ്ക ഡോക്ടർ താനേ..." ഡോക്ടറുടെ ചിരി അവിടെ നിന്ന നേഴ്സു മാരിലും ജോഷ്വയിലും ചിരി ഉണർത്തി. ആസിഫിനിത് പരിചിതം ആയതു കൊണ്ടാവും അയാൾ അവളെ ചേർത്ത് പിടിച്ചു. ഇൻജക്ഷൻ വെച്ച ഭാഗത്ത് കോട്ടൻ വെച്ച് തിരുമ്മുകയല്ലാതെ മറ്റൊന്നും മിണ്ടിയില്ല.

മൂന്നാർ അന്നത്ത മഴയിൽ, കൂടുതൽ കറുത്തിരുണ്ടു.

കാപ്പി തോട്ടങ്ങൾക്കും ഏലം പൂത്ത വഴികൾക്കും ഇടയിലൂടെ വീണ്ടും മടക്കയാത്ര. ക്ഷീണിച്ചു തുടങ്ങിയ ജനിയെ മടിയിലേക്ക് നീക്കി കിടത്തി. മയക്കം കണ്ണുകളിൽ ഈയൽ ചിറകു വീശി അടുക്കുമ്പോൾ ജീവിതത്തിലെ ഏറ്റവും മനോഹരമായ ഒരു വാചകം ജനിയുടെ ചെവി യിലേക്ക് സംഗീതം പോലെ വന്നു വീണു. അതവളുടെ കാതിലൂടെ ഹൃദയത്തെ തൊട്ടു. അവളതിൽ മതിവരാതെ ചുംബിച്ചുകൊണ്ടേയിരുന്നു.

"ജോഷ്വ... ഇവൾ എന്റെ പുണ്യമാണ്." ഉറക്കത്തിൽ എന്ന പോലെ ജനി അവന്റെ കൈകൾക്കുള്ളിലേക്ക് ഒന്ന് കൂടി നീങ്ങിക്കിടന്നു. ദേവാ സുരത്തിലെ ഭാനുമതിയെ ഓർമ്മ വന്നു.

സന്ധ്യയോടെ ഇടുങ്ങിയ വഴിക്കപ്പുറം, മനോഹരിയായി ഒരുങ്ങി തലയുയർത്തി നിൽക്കുന്ന താമസസ്ഥലത്തേക്ക്... കുന്നിൻ പുറത്തുള്ള

ആ കണ്ണാടി വീട്ടിൽ രാത്രി, ഭക്ഷണം കഴിക്കാനായി റിസോർട്ടിന് താഴത്തെ ഹോട്ടലിലേക്ക് നീങ്ങി. പുറത്ത് ദീപങ്ങളിൽ കുളിച്ചു നിൽക്കുന്ന മനോഹരമായ വലിയ പൂന്തോട്ടം... ചുറ്റുമുള്ള മരങ്ങളിലെല്ലാം പല തരം നക്ഷത്ര വിളക്കുകൾ.. ക്രിസ്മസ് ട്രീ.... ബലൂണുകൾ.... ഇടയ്ക്കിടെ ചെറിയ കുടിലുകൾ പോലെ പുല്ലുമേഞ്ഞ് ഒരുക്കിയ ഭിത്തികൾ ഇല്ലാത്ത മനോഹരമായ മുളവീടുകൾ.. മുളയിൽ തീർത്ത ചാരുബഞ്ചുകൾ. മൺകൂജകളിൽ നിറച്ചു വെച്ചിരിക്കുന്ന ഇളം വാസനയുള്ള പൂക്കൾ. മഞ്ഞ് മായും പോലെ അവന്റെ കണ്ണുകളിൽ പുഞ്ചിരിയുടെ വെയിൽ തെളിയുന്നത് ജനി കണ്ടു... ശേഷം മഞ്ഞും തണുപ്പും അവനും അവളും മാത്രമായി. പശ്ചാത്തലത്തിൽ ഒരു പ്രണയ ഗാനം മുഴങ്ങി... ശേഷം അവരൊരുക്കിയ ക്യാംപ് ഫയർ... പ്രണയ ഗന്ധം കത്തിയുയർന്ന് അവിടെങ്ങും പടർന്നു. പിറ്റേന്ന് യാത്ര കഴിഞ്ഞ് അവനൊപ്പം മടങ്ങുമ്പോൾ മൊബൈൽ സ്ക്രീനിൽ ജനി കുറിച്ചിട്ടു.

ഈ മരത്തിൽ നിന്ന് അവസാനത്തെ ഇലയും പൊഴിയും മുമ്പേ വേനൽ വറുതിയിലേക്കൊരു പുതുമഴ പെയ്യും. വരണ്ട നിലങ്ങളിൽ നിന്നും ചിതലുകൾ സ്വപ്നങ്ങളെ വഹിച്ചുകൊണ്ടു പോകും. വേരുകൾക്കിടയിലൂടൊരു ഉറവയുടെ പൊക്കിൾച്ചുഴി വലിഞ്ഞു പൊട്ടും. മരണഗാനത്തിന് ഒരു നിമിഷം മുമ്പേ മണ്ണിന്റെ നാഭിയിൽ നിന്നും വെളിച്ചത്തിലേക്കൊരു വിത്തു പൊട്ടിയടരും. ജ്വരം പിടിച്ച ദിനങ്ങൾക്ക് മംഗളം നേർന്നുകൊണ്ട് വർഷകാലത്തിന്റെ കാലൊച്ച കരിയിലകൾ പറത്തി കടന്നു വരും... ശവഘോഷയാത്ര വൈകുമ്പോൾ പരുന്തുകൾ മാത്രം ചിറകു കുഴഞ്ഞു വീഴും... ജന്മാന്തരങ്ങൾക്കപ്പുറത്തേക്കും പ്രണയത്തിന്റെയും രതിയുടെയും സുവിശേഷം പാടാൻ ഒരു ചില്ല ആകാശത്തിലേക്ക് മിഴികൾ നീർത്തി നിൽക്കും. വെയിലിൻ അഴികളിൽ പറ്റിപ്പിടിച്ച കണ്ണീരിന്റെ കറയിലേക്ക് മഞ്ഞും മഴയും മാറി മാറി പെയ്യും... വടുക്കളോരോന്നും മാഞ്ഞുമാഞ്ഞു പോവും... ജീവിതത്തെ കാലം എഴുതി വെയ്ക്കുന്നതെപ്പോഴും അങ്ങനെയാണ്...!

“നമ്മുടെ പ്രണയം പിറന്നത്
ചുമരുകൾക്കു പുറത്തായിരുന്നു
ഇരുട്ടത്തും കാറ്റത്തുമായിരുന്നു
വെറും മണ്ണിലായിരുന്നു
അതുകൊണ്ടല്ലേ,
വേരിനും പൂവിനും ചേറിനും
നിന്റെ പേരറിയാമെന്നായതും.”

“പെണ്ണേ.... നിന്നെ പ്രണയിച്ച് എനിക്ക് മതിയായില്ല. ഇനി എത്ര നാൾ കാത്തിരുന്നാലാണ് നിന്റെ അടിവയറിന്റെ വേദനയിൽ എനിക്ക്

രതിയുടെ സുവിശേഷം പാടാനാവുക?" അന്ന് രാത്രി നാഗങ്ങളെ പോലെ പരസ്പരം ചുറ്റിപ്പിണഞ്ഞു കിടക്കുമ്പോൾ അവളുടെ കഴുത്തിനോട് മുഖം ചേർത്ത് കിടന്നു ആസിഫ് പറഞ്ഞു.

ആ രാത്രി, ആനകളുടെ ചിന്നംവിളികൾ കേട്ടുകൊണ്ട് കാടിന്റെ മധ്യത്തിൽ, തേയിലക്കാടുകളുടെയും സിൽവർ ഓക്ക് മരങ്ങളുടെയും അസ്ഥി തുളയ്ക്കുന്ന കൊടും തണുപ്പിൽ അവർ പരസ്പരം ലയിച്ച് ഉറങ്ങി.

"പലപ്പോഴും ദേശത്തിന്റെ പല ഭാഗങ്ങളിലേക്ക് മനുഷ്യരുടെ ജീവൻ രക്ഷാപ്രവർത്തനങ്ങൾക്കായി ഓടേണ്ടി വരുമ്പോൾ ഭയം തോന്നാത്തത് എനിക്കു വേണ്ടി കാത്തിരിക്കാൻ നീയുണ്ട് എന്ന ബോധ്യത്തിലാണ്.... നിന്നോളം എന്നെ നനച്ച മറ്റൊരു മഴയില്ല. നിനക്കുവേണ്ടിയുള്ള കാത്തിരിപ്പിനോളം ഞാൻ അനുഭവിച്ച മറ്റൊരു വേനലുമില്ല. നമ്മൾ ഒരുമിച്ചു തീർത്ത വസന്തത്തേക്കാൾ നല്ല ഋതുവും ഇല്ല...."

"ആസിഫ്..." അയാളുടെ തടിച്ചു തുടുത്ത ചുണ്ടുകൾക്കിടയിലേക്ക് ജനി തന്റെ ചുണ്ടുകൾ പൂഴ്ത്തി... ചുംബനത്തിന്റെ ലഹരിയിൽ ആത്മാവുകൾ നൃത്തം ചെയ്തു.

"ഇസ ഒരു നീറ്റലായി നെഞ്ചിൽ ഉണ്ട്... നമുക്കിനിയും വരണം. അടുത്ത ഓഗസ്റ്റിൽ..." അവൾ അയാളുടെ നഗ്നമായ നെഞ്ചിലേക്ക് കയറി കിടന്നു.

ഇരു കൈകളാൽ അവളെ പൊതിഞ്ഞു പിടിച്ചു ആസിഫ് മന്ത്രിച്ചു.

"നിന്നോളം മനോഹരിയല്ല എനിക്ക് ഇസ പോലും..."

അധിനിവേശത്തിന്റെ കാട്ടുവഴികൾ

മിക്കാ പള്ളിമുറ്റത്ത് നിന്നും അവർക്കൊപ്പം താഴെ തെരുവിലേക്ക് നടന്നു. വെള്ള നിറമുള്ള കുതിരകൾ നിറഞ്ഞ അവരെ കണ്ടു ചിനച്ചു. ഇടയ്ക്ക് കാറ്റാടി മരങ്ങളുടെ തണലുകൾ.

മുന്നിൽ പുകപടലം പോലെ മഞ്ഞു മാത്രം. വഴിയിൽ കല്ല് കൂട്ടി ഉണ്ടാക്കിയ കൊച്ചടുപ്പിലെ തീയിൽ ഊതി കത്തിക്കുന്ന കനലിൽ വേവുന്ന ചോളം. അതിനരികെ തീ കായുന്ന ഒരു തേയില കൊളുന്തുകാരി. അവളുടെ നിറം മങ്ങിയ മൂക്കുത്തിയിൽ മഞ്ഞുകണം സൂര്യനെ പോലെ തിളങ്ങി.

തേയിലക്കൊളുന്തുമായി ഒരു ട്രാക്ടർ കടന്നു പോയി. തീ കത്തിക്കാനുള്ള മരക്കഷ്ണങ്ങൾ നിറച്ച കെട്ടുമായി കുതിര വണ്ടികൾ.

വഴിയോരങ്ങളിൽ നിറയെ കാട്ടരിപ്പൂവിന്റെ കാട്. വഴി അവസാനിച്ചത് ഒരു താഴ്‌വാരത്തിന്റെ ഉച്ചിയിലാണ്. ജനി താഴേക്കു നോക്കി... ആകാശം ഭൂമിയിലാണിപ്പോൾ ഉള്ളതെന്ന് അവൾക്കു തോന്നി. മഞ്ഞു മാത്രം. മരങ്ങളിൽ ചെടികളിൽ നിറയെ പടരുന്ന മഞ്ഞ്.

ചാരു ബഞ്ചിൽ ഒന്നിൽ മിക്കാ ഇരുന്നു.

"ഈ മൂന്നാറിന് ഇതിനേക്കാൾ ഭംഗി ഉണ്ടായിരുന്നു. 1924ലെ പ്രളയത്തിൽ മൂന്നാർ ഒലിച്ചു പോയതാണ്."

മിക്കായുടെ മുഖത്തെ ചുളിഞ്ഞ തൊലികൾ വീണ്ടും ചുരുങ്ങി. പീള കെട്ടിയ കണ്ണിൽ ഓർമ്മകളുടെ പുകമഞ്ഞു നിറഞ്ഞു.

എതിരായി ഇട്ട ബഞ്ചിൽ ഒന്നിൽ ജോഷ്വാക്ക് ഒപ്പം ആസിഫും ജനിയും ഇരുന്നു. ജനിയുടെ കൈകാലുകൾ തണുപ്പാൽ കിടുകിടെ വിറച്ചു. പല്ലുകൾ കൂട്ടിമുട്ടി.

"ചായ..." എന്ന് മന്ത്രിച്ച് ഒരു പയ്യൻ അടുത്തു വന്നു. അവനു നൂറു രൂപ കൊടുത്തു നാല് ചായ വാങ്ങി. കാശിന്റെ ബാക്കി വാങ്ങാതെ അവനു തന്നെ നൽകിയതുകൊണ്ടാവും അവൻ ആസിഫിനെ നോക്കി മനോഹരമായി മന്ദഹസിച്ചു.

“ഇവിടെ ഈ പ്രായത്തിൽ ഉപജീവനത്തിന് ഹോട്ടൽ പണികൾ, തട്ടുകടകൾ നടത്തുന്ന ഒരുപാട് കുട്ടികൾ ഉണ്ട്...” ജോഷ്വാ പറഞ്ഞു.

“എങ്ങോട്ട് തിരിഞ്ഞാലും അമ്പലങ്ങളുടെ പ്രതിഷ്ഠകൾ, കുരിശുകൾ.... ഇതൊക്കെ പൊളിച്ചു മാറ്റിയാൽ തന്നെ ഈ മൂന്നാർ ഇനിയും മനോഹരമാകും. അന്നും ഇന്നും മുതലാളിത്തം അത്രകണ്ട് ഒഴിഞ്ഞു പോകാത്ത മണ്ണാണ് മൂന്നാറിന്റേത്...” മിക്കാ കൂട്ടി യോജിപ്പിച്ചു.

ബ്രിട്ടീഷുകാർ അവരുടെ സൗകര്യങ്ങൾക്ക് പ്രൗഢി നൽകാൻ ഈ മണ്ണിനെ പൊന്നാക്കി. അതിൽ പാവങ്ങളായ ഇന്ത്യക്കാരുടെ വിയർപ്പു അവർ ഉപയോഗിച്ചു. അന്നവർ കൊണ്ട് വന്ന സാങ്കേതിക സൗകര്യങ്ങൾ ആണ് മൂന്നാറിന്റെ സൗന്ദര്യം പിന്നാലെ വന്നവർക്ക് അനുഭവിക്കാൻ ഇടം ഉണ്ടാക്കിയത് എന്നതും പറയാതെ വയ്യ...”

ജനി ചായ ഊതിക്കുടിച്ചു കൊണ്ട് ഉത്സാഹപൂർവം മിക്ക പറയുന്ന കഥയിലേക്ക് ആസിഫിന്റെ തോളിൽ ചാരി ഇരുന്നു.

ബ്രിട്ടീഷുകാരനായ ജോൺ ഡാനിയേൽ മൺറോ മൂന്നാറിലെത്തിയതോടെയാണ് മൂന്നാറിന്റെ കാലക്കേട് തുടങ്ങിയതെന്നു പറയാം. മൂന്നാർ മലനിരകൾ യൂറോപ്പിലേതുപോലെ തേയിലത്തോട്ടങ്ങളുണ്ടാക്കുവാൻ അനുയോജ്യമാണെന്നായിരുന്നു മൺറോസായിപ്പിന്റെ കണ്ടെത്തൽ. തുടർന്ന് ഈ മണ്ണ് അധീനതയിൽ ആകുവാനുള്ള ശ്രമങ്ങൾ സായിപ്പ് തുടങ്ങി. പലവഴിയിൽ പൂഞ്ഞാർ രാജാവിനെ സ്വാധീനിച്ച് ഭൂമി പാട്ടത്തിനെടുക്കുന്നതിൽ മൺറോ വിജയം കണ്ടു. കൊല്ലവർഷം 1052 മിഥുനം 29ന് ഒപ്പുവച്ച പാട്ടക്കരാർ പ്രകാരം 5000 രൂപ ആദ്യപാട്ടമായും തുടർന്ന് പ്രതിവർഷം 3000 രൂപയും നൽകുമെന്ന വ്യവസ്ഥയിൽ കണ്ണൻ ദേവൻ മലനിരകളടങ്ങുന്ന പ്രദേശം മൺറോയ്ക്ക് കൈമാറി. കരാറിൽ വിസ്തൃതി വ്യക്തമാക്കിയിട്ടുണ്ടായിരുന്നു. 1,38,000 ഏക്കർ സ്ഥലമാണ് പാട്ടക്കരാറിലൂടെ മൺറോ സ്വന്തമാക്കിയതെന്ന് പിന്നീട് ചരിത്രം പറയുകയുണ്ടായി.

പൂഞ്ഞാർ രാജാവുമായി കരാറായെങ്കിലും തിരുവിതാംകൂർ മഹാരാജ്യത്തിന്റെ ഭാഗമായിരുന്ന ഈ പ്രദേശത്ത് തിരുവിതാംകൂറിലെ ഭൂനിയമങ്ങൾ ബാധകമായിരുന്നതിനാൽ നടപടികൾ പൂർത്തിയാക്കി തേയിലത്തോട്ട നിർമ്മാണം ആരംഭിക്കുവാൻ രണ്ടുവർഷത്തോളം കാത്തിരിക്കേണ്ടി വന്നു. ആയില്യംതിരുനാൾ മഹാരാജാവിന് മൺറോ അനുമതിക്കായി അപേക്ഷ സമർപ്പിച്ചെങ്കിലും ദിവാൻ ശേഷയ്യ അപേക്ഷ പരിഗണിക്കാതെ നീട്ടിവയ്ക്കുകയായിരുന്നു. ശേഷയ്യ സ്ഥാനമൊഴിഞ്ഞ ശേഷം അധികാരത്തിലെത്തിയ നാണുപിള്ള ദിവാൻജിയാണ് ഭൂമി കൈമാറ്റത്തിന് അനുമതി നൽകിയത്. 1878 നവംബർ 18-ാം തീയതിയാണ് അനുമതിപത്രത്തിൽ മഹാരാജാവ് തുല്യം ചാർത്തിയയത്.

പാട്ടക്കരാർ പ്രകാരം ഏറ്റെടുത്ത് തോട്ടമാക്കിയ ഭൂമി 1879ൽ മൺറോ നോർത്ത് ട്രാവൻകൂർ ലാൻഡ് ആന്റ് അഗ്രികൾച്ചറൽ സൊസൈറ്റിക്ക്

കൈമാറി. അങ്ങനെ മൂന്നാറിൽ ആദ്യകരാർ ലംഘനം നടത്തിയ വ്യക്തിയായി മൺറോ. മൂന്നാറിന്റെ ചരിത്രത്തിൽ മറ്റൊരു നാഴികക്കല്ലുകൂടി കുറിച്ചു. എന്തുകൊണ്ടോ കൈമാറ്റത്തിന്റെ നിയമസാധുത പൂഞ്ഞാർ രാജാക്കന്മാരോ തിരുവിതാംകൂർ സർക്കാരോ ചോദ്യം ചെയ്തില്ല. ഈ സൊസൈറ്റി തുടർന്നു നടത്തിയ ഭൂമി ഇടപാടുകളും നിയമപരമായി സാധുതയുള്ളതായിരുന്നില്ല. സ്കോട്ട്ലന്റിൽ രജിസ്റ്റർ ചെയ്യപ്പെട്ട കരാറിലൂടെ 1892ൽ ഹിൽ പ്രൊഡ്യൂസ് കമ്പനിക്ക് ഭൂമി കൈമാറുകയായിരുന്നു. തിരുവിതാംകൂറിൽ രജിസ്റ്റർ ചെയ്യപ്പെടാത്ത ഒരു കരാറിലൂടെ തിരുവിതാംകൂറിലെ ഒരു ഭൂവിഭാഗം കൈമാറ്റം ചെയ്താൽ അതിനു നിയമസാധുതയില്ലാത്തതിനാൽ തന്നെ മൂന്നാറിൽ നിയമലംഘനങ്ങൾ ആവർത്തിക്കപ്പെടുകയായിരുന്നു.

മൺറോ സായിപ്പിന് പാട്ടഭൂമി അനുവദിച്ചുകൊണ്ടുള്ള തിരുവിതാംകൂറിന്റെ നിബന്ധനകളും ഏറെ പ്രാധാന്യം അർഹിച്ചു. കൃഷി ചെയ്യുന്നതിനുള്ള അവകാശം മാത്രമാണ് പാട്ടക്കാരനുണ്ടായിരുന്നത്. പുൽമേടുകൾക്ക് രണ്ടര അണയും (15 പൈസ) പുൽമേടുകളൊഴികെയുള്ള ഭൂമിക്ക് എട്ടണയും (60 പൈസ) പ്രതിവർഷം കരം നൽകണം. ആന, ആനക്കൊമ്പ്, ചന്ദനം, തേക്ക്, ഏലം, ധാതുദ്രവ്യങ്ങൾ, ജലസ്രോതസ്സുകൾ എന്നിവയുടെ പൂർണ്ണ അധികാരം സർക്കാരിൽ നിക്ഷിപ്തമായിരിക്കും തുടങ്ങിയവയായിരുന്നു മുഖ്യവ്യവസ്ഥകൾ.

മഴക്കാടുകളിൽ സ്വൈര്യവിഹാരം നടത്തുന്ന കാട്ടുമൃഗങ്ങളെപ്പോലെ സായിപ്പ് മൂന്നാറിന്റെ കാട്ടുവഴികളിൽ ഭീകരസ്വപ്നമായി. നായാട്ടു നടത്തുന്നതിനെക്കാളും വെടിയിറച്ചി കഴിക്കുന്നതിനെക്കാലും മൂന്നാറിലെ ഫലഭൂയിഷ്ഠമായ മണ്ണ് സായിപ്പിന്റെ ഉറക്കം കെടുത്തി. ഈ മണ്ണിനെ കൈക്കലാക്കുന്നതിന്റെ കുതന്ത്രങ്ങളുമായി അയാൾ രംഗത്തിറങ്ങി. ചാണക്യസൂത്രം പറഞ്ഞു കൊടുക്കാൻ ചാരന്മാർ ആയ പലരും ഈ മണ്ണിൽ തന്നെ ഉണ്ടായി. പണവും സ്വാധീനവും കൊണ്ട് ഇവിടുത്തെ മനുഷ്യരിൽ ചിലരെ തന്നെ സായിപ്പ് വിലയ്ക്ക് വാങ്ങി.

കണ്ണൻ ദേവൻ മലനിരകളിലെ മണ്ണിൽ അയാൾ തേയില ചെടികളുടെ വസന്തം വിരിയിച്ചു. അയാളെപോലൊരു തോട്ടക്കാരനെ കണ്ടെത്താൻ ഇന്നും ചരിത്രത്തിനു സാധിച്ചിട്ടില്ല.

വനഭൂമി അയാളുടെ സ്വാർത്ഥതയ്ക്ക് മുൻപിൽ ചിറകറ്റു നിന്നു. കാടിന്റെ, മൃഗങ്ങളുടെ അന്തകൻ ആയിരുന്നു മൺറോ. ഭൂമി വിലക്കുവാങ്ങി പാർപ്പുറപ്പിച്ച ആദ്യകാല കുടിയേറ്റകുടുംബമാണ് പൂഞ്ഞാർ രാജവംശമായി പിന്നീട് മാറിയത്.

പൂഞ്ഞാർ രാജാവിന്റെ അധീനതയിലുണ്ടായിരുന്ന ഭൂപ്രദേശമാണ് ഇന്നത്തെ ദേവികുളം താലൂക്കിലെ മൂന്നാർ ഉൾപ്പെടുന്ന ഭൂപ്രദേശം. ക്രിസ്തുവർഷംം 1160ൽ മാനവിക്രമൻ എന്ന പാണ്ഡ്യരാജാവും ചോളരാജാവുമായി മധുരയിൽ വെച്ച് യുദ്ധം നടന്നുവെന്നും യുദ്ധത്തിൽ

പരാജയപ്പെട്ട മാനവിക്രമൻ മധുരഭരണം അനുജൻ മാരവർമ്മനെ ഏല്പിച്ച് പശ്ചിമഘട്ടം കടന്ന് കുമളിയിൽ എത്തിയെന്നും തമിഴ്നാട് കേരള കവാടമായ ഗൂഡല്ലൂരിൽ ആദ്യം താമസമുറപ്പിച്ച മാനവർമ്മമൻ തെക്കും കൂർ രാജാവിൽനിന്നും മുണ്ടക്കയം, കാഞ്ഞിരപ്പള്ളി, പൂഞ്ഞാർ, ഈരാറ്റു പേട്ട, ഇടുക്കി പ്രദേശങ്ങൾ ഉൾപ്പെനടുന്ന 750 ചതുരശ്ര കിലോമീറ്റർ സ്ഥലം വിലക്കുവാങ്ങിയെന്നും മാനവിക്രമനും കുടുംബവും ഗൂഡല്ലൂ രിൽ നിന്നും പൂഞ്ഞാർ പനച്ചിപ്പാറയിൽ താമസമുറപ്പിച്ചു എന്നുമാണ് ചരിത്രം.

അക്കാലം ആ മലനിരകളിൽ, കാടകങ്ങളിൽ മുതുവൻ, മന്നാൻ, മല യരയൻ, പളിയർ, ഊരാളി, മന്നാൻ അങ്ങനെയങ്ങനെ ഏഴോളം ഗോത്ര മനുഷ്യർ അധിവസിച്ചിരുന്നു.

കണ്ണൻദേവൻ മലനിരകൾ ഉൾപ്പെടുന്ന മൂന്നാർ മേഖലയിൽ മുതുവ ഗോത്രക്കാരല്ലാതെ മറ്റൊരു മനുഷ്യരുമുണ്ടായിരുന്നില്ല.

1793 ആയപ്പോഴേക്കും പൂഞ്ഞാർ കുടിയേറ്റക്കാലം അസ്തമിക്കുന്നു. തിരുവിതാകൂറിന്റെ മേൽക്കോയ്മ അംഗീകരിച്ച് ഭരണമൊഴിയുന്നു. തെക്കുംകൂറിനോട് വിലക്കുവാങ്ങിയ ഉടുമ്പൻചോല, പീരുമേട് പ്രദേശ ങ്ങൾ 1842 ഓടെ തിരുവിതാംകൂറിനോട് ചേർക്കപ്പെട്ടു. അവശേഷിച്ച് ഭൂപ്രദേശമായ കണ്ണൻദേവൻ മലനിരകൾ അന്നത്തെ പൂഞ്ഞാർ രാജാവ് കേരളവർമ്മ 1877 ജൂലായ് 11ലെ പാട്ടക്കരാർ പ്രകാരം ജോൺ ഡാനി യേൽ മൺറോ എന്ന ബ്രിട്ടീഷുകാരന് കൈമാറി. അങ്ങനെ വേട്ടക്കാ രൻ സായിപ്പ് തോട്ടങ്ങളുടെ ഭരണം കയ്യേറി. മലമുകളിൽ ഒരു ബ്രിട്ടീഷ് സാമ്രാജ്യം ഉദയംകൊള്ളുകയായിരുന്നു.

നൂറ്റാണ്ടിന്റെ അന്ത്യത്തിലാണ് മൂന്നാർ കണ്ണൻ ദേവൻ മലനിരകളി ലേക്ക് കൃഷിക്കായി ഇംഗ്ലീഷുകാർ എത്തിച്ചേരുന്നത്. അക്കാലം അവിടെ കൊടുംകാടായിരുന്നു. ഇടതൂർന്ന വനങ്ങളും ചെങ്കുത്തായ കയറ്റിറക്ക ങ്ങളുമുള്ള പ്രദേശത്തൂകൂടെയുള്ള യാത്ര സാഹസികമായിരുന്നു.

പിന്നീട് 1862ൽ ഹാമിൽട്ടണും സംഘവും ആനമുടി കയറുന്നു. ആന കൾ സ്ഥിരമായി ഉപയോഗിച്ച് പതിഞ്ഞ ആനത്താരയിലൂടെയായിരുന്നു യാത്ര. ഈ ആനത്താരകളെ റോഡുകളാക്കി മാറ്റിക്കൊണ്ടാണ് ബ്രിട്ടീ ഷുകാർ ഹൈറേഞ്ചിലേക്കുള്ള വഴികൾ തുറന്നത്. ഹൈറേഞ്ചിൽ റോ ഡുകൾ ഉണ്ടാക്കുന്നതിന് സഹായകരമായത് മുതുവാന്മാരുടെ കാടുമാ യുള്ള ബന്ധമായിരുന്നു. ആനകൾ നടന്നു നീങ്ങുന്ന വഴികൾ കണ്ടു പിടിച്ച് അവിടെയായിരുന്നു റോഡുകൾ വെട്ടിയത്. ആനകൾ ഉറച്ച ഭൂമി യിലൂടെ മാത്രമേ യാത്ര ചെയ്യുകയുള്ളൂ എന്നുള്ള പാരിസ്ഥിതിക തത്ത്വം കണക്കിലെടുത്തുകൊണ്ടായിരുന്നു റോഡുനിർമ്മാണം

“ബ്രിട്ടീഷുകാർ കണ്ണൻ ദേവൻ മലകൾ വിലക്കുവാങ്ങി തോട്ടങ്ങൾ വികസിപ്പിച്ചെടുക്കാൻ ശ്രമം ആരംഭിച്ചപ്പോൾ മുതുവാന്മാർ വളരെ യേറെ സഹായങ്ങൾ ചെയ്തുകൊടുത്തു. കാട്ടിലേക്കുപോയി കൃഷിക്ക്

അനുകൂലമായ സ്ഥലങ്ങൾ കണ്ടുപിടിക്കുന്നതിൽ അവരുടെ സഹായം ബ്രിട്ടീഷുകാർക്ക് നിർലോഭം കിട്ടിയിരുന്നു.

കാട്ടിനുള്ളിൽ കൃഷിക്ക് അനുയോജ്യമായ ഇടങ്ങൾ കണ്ടെത്തുന്നതിന് ഇംഗ്ലീഷുകാരെ സഹായിച്ചത് മുതുവാന്മാരാണ്. മൂന്നാറിന്റെ യഥാർത്ഥ ഉടമകളായിരുന്ന ഈ ആദിമ നിവാസികളെ ബ്രിട്ടീഷുകാർ സമർത്ഥമായി ഒഴിവാക്കി. കാടുകളിൽ പലഭാഗത്തായി കുടിവെച്ച് പാർത്തിരുന്നവരെ കുടിയിറക്കി. കോളനികൾ നിർമ്മിച്ച് അവിടെ പാർപ്പിച്ചു. പുനരധിവാസം എന്നാണ് കോളനിരേഖകൾ ഇതിനെ വിളിച്ചത്!

സ്വന്തം ആവാസവ്യവസ്ഥയിൽ നിന്ന് അടർന്നുപോയതോടെ ഗോത്രജീവിതം ശിഥിലമായി. കോളനികളിൽ സ്ഥിരതാമസമാക്കുന്നതോടെ അവരുടെ അധ്വാനത്തെ തോട്ടങ്ങൾക്ക് പ്രയോജനപ്പെടുത്തണമെന്നുവന്നു. ജീവസന്ധാരണത്തിനുള്ള ഗോത്രമാർഗ്ഗങ്ങൾ അടയുന്നതോടെ അധിനിവേശ ശക്തികൾക്ക് വിധേയപ്പെടാൻ ഇവർ നിർബന്ധിതരായി. അധികാരവും അറിവും സാങ്കേതികജ്ഞാനവും മാനേജ്മെന്റ് വൈദഗ്ധ്യവും അധികാര വ്യാപനത്തിനുള്ള ഉപകരണങ്ങളായി തീരുന്നതോടെ മൂന്നാറിന്റെ യഥാർത്ഥ അവകാശികൾ ആദിവാസിക്കോളനികളിലെ ദരിദ്രജനതയായി മാറി.

തോട്ടങ്ങളുടെ പിറവി മുതലുള്ള മൂന്നാറിനെക്കുറിച്ചാണ് വാദമെങ്കിൽ മൂന്നാറിന്റെ അവകാശികൾ തമിഴ്തൊഴിലാളികളാണ്.

പശ്ചിമഘട്ട മലനിരകൾ ബ്രിട്ടീഷ് തോട്ടം ഉടമകളുടെ അധീനതയിലായി. വനഭൂമി വെട്ടിത്തെളിച്ച് തോട്ടവിളകൾ നട്ടു. തോട്ടമുടമകൾ നിർമ്മിച്ച് നൽകിയ താൽക്കാലിക വാസസ്ഥലങ്ങളിൽ കൂട്ടംകൂട്ടമായി തമിഴ് തൊഴിലാളികൾ താമസിച്ചു പണിയെടുത്തു. മൂന്നാർ ദേവികുളം താലൂക്കിലെ മൂന്നാർ മലനിരകളിലെ ഇന്നു കാണുന്ന തമിഴ് തൊഴിലാളി ജനത ഇവരുടെ പിന്മുറക്കാരാണ്. 1877 മുതൽ 1964വരെ പൂർണമായും 1983 വരെ ഭാഗികമായും വൈദേശികാധിപത്യത്തിൻ കീഴിലായിരുന്നു കണ്ണൻ ദേവൻ മലനിരകൾ. 1983ൽ വിദേശ കമ്പനികൾ പൂർണ്ണമായും പിൻവാങ്ങി. പിന്നീട് കണ്ണൻദേവൻ കുന്നുകൾ ടാറ്റയുടെ അധീനതയിലായി.

ആദ്യം ബ്രിട്ടീഷ് പ്രജകളായും സ്വാതന്ത്ര്യാനന്തരം ബ്രിട്ടീഷ് തൊഴിലാളികളായും സാങ്കേതികമായി കേരളത്തിന്റെ പൗരരുമായി അവർ കണക്കാക്കപ്പെട്ടു. ദേശരാഷ്ട്രം രൂപം കൊള്ളുമ്പോൾ ഒരേസമയം ബ്രിട്ടീഷ് തോട്ടമുടമകളുടെ പ്രജകളും രാജ്യത്തിന്റെ പൗരന്മാരുമെന്ന ഉഭയാവസ്ഥയിലായിരുന്നു തമിഴ് തൊഴിലാളികൾ.

സായിപ്പന്മാർ കൊഴുപ്പിച്ച മണ്ണിൽ തമിഴരുടെ വിയർപ്പാണ് കൂടുതൽ.

ദേവികുളം, ലോക്ഹാർട്ട് പ്രദേശങ്ങളിൽ തേയിലത്തോട്ടങ്ങൾ ഉള്ള ഹാരിസൺ മലയാളം പ്ലാന്റേഷൻ 1907ലാണ് രൂപപ്പെട്ടത്. Harrison &

Crosfield എന്ന ബ്രിട്ടീഷ് തേയിലവ്യാപാരകമ്പനി ഈ പ്രദേശങ്ങളിലെ തേയിലത്തോട്ടങ്ങൾ ഏറ്റെടുക്കുകയായിരുന്നു.

മുതിരപ്പുഴ, നല്ലതണ്ണി, കുണ്ടള എന്നീ മൂന്നു നദികളുടെ സംഗമ സ്ഥലമാണ് മൂന്നാർ. മൂന്നാർ എന്ന പേരു വന്നത് ഈ മൂന്നു നദികളുടെ സംഗമ വേദി ആയതു കൊണ്ടാണ്.

തേയിലത്തോട്ടങ്ങളുടെ വെട്ടിപ്പിടിത്തം, അടിമത്തം, സങ്കരസന്തതികൾ, രണ്ടാംലോക മഹായുദ്ധം, കമ്മ്യൂണിസത്തിന്റെ ആവിർഭാവം, പാണ്ടികളുടെ കടന്നുവരവ് തുടങ്ങിയ പല ചരിത്ര നിമിഷങ്ങളെയും സ്പർശിച്ച് കടന്നുപോവുന്നുണ്ട് ഈ മൂന്നാറിന്റെ ചിത്രം.

1924 ലെ വെള്ളപ്പൊക്കത്തിൽ മൂന്നാർ വേരറ്റു പോയി. ജൂലൈ ഓഗസ്റ്റ് മാസങ്ങളിലെ വെള്ളപ്പൊക്കം.

ഇരുപതാം നൂറ്റാണ്ടിൽ കേരളം കണ്ട ഏറ്റവും വലിയ പ്രളയമായിരുന്നു ഇത്. 1099 കർക്കടകമാസം ഒന്നിന് തുടങ്ങി മൂന്നാഴ്ചയോളം നീണ്ടുനിന്ന പേമാരിയിലും പ്രളയത്തിലും കേരളത്തിലെ താഴ്ന്ന ഭാഗങ്ങൾ മുഴുവൻ മുങ്ങിപ്പോയി. മദ്ധ്യതിരുവിതാംകൂറിനേയും തെക്കൻ മലബാറിനേയും പ്രളയം ബാധിച്ചു. സമുദ്രനിരപ്പിൽ നിന്ന് 6500 അടി ഉയരമുള്ള മൂന്നാറിലെ തേയിലത്തോട്ടങ്ങളിൽ വരെ വെള്ളപ്പൊക്കമുണ്ടായി. ഈ വെള്ളപ്പൊക്കത്തിൽ മരിച്ചവർ എത്രയെന്നു കണക്കില്ല. അങ്ങനെ ഒരു കണക്കെടുക്കാനുള്ള സംവിധാനം അന്നുണ്ടായിരുന്നില്ല. അന്നത്തെ പത്രവാർത്തകളും മറ്റു രേഖകളും പ്രളയത്തിന്റെ ഒരു ഏകദേശ ചിത്രം നമുക്ക് തരുന്നു. നാടൊട്ടുക്കും ഗതാഗതം മുടങ്ങി. പാലത്തിൽ വെള്ളം കയറി തീവണ്ടികൾ ഓട്ടം നിർത്തി. തപാൽ സംവിധാനങ്ങൾ നിലച്ചു. അല്പമെങ്കിലും ഉയർന്ന പ്രദേശങ്ങളിലെല്ലാം അഭയാർത്ഥികളെക്കൊണ്ട് നിറഞ്ഞു.

ഏഷ്യയിലെ സ്വിറ്റ്സർലാൻറ് എന്ന് വിശേഷിപ്പിക്കപ്പെട്ട സ്ഥലമായിരുന്നു അക്കാലത്തെ മൂന്നാർ. ബ്രിട്ടീഷുകാരുടെപ്രിയപ്പെട്ട താവളം. അന്ന് മൂന്നാറിൽ വൈദ്യുതിയും റോപ്പ്വേയും മോണോറെയിൽ (2) തീവണ്ടിയും വരെ ഉണ്ടായിരുന്നു. കിലോമീറ്ററുകൾ പരന്നു കിടക്കുന്ന ബ്രിട്ടീഷുകാരുടെ തേയിലത്തോട്ടങ്ങളും. 1924 ജൂലൈ മാസത്തിൽ മാത്രം മൂന്നാറിൽ രേഖപ്പെടുത്തിയ പേമാരിയുടെ അളവ് 171.2 ഇഞ്ചായിരുന്നു. ജൂലൈ പകുതിയോടെ തുടങ്ങിയ കനത്തമഴയിൽ വൻതോതിൽ മണ്ണിടിഞ്ഞും മരങ്ങൾ കടപുഴകിയും മാട്ടുപ്പെട്ടിയിൽ രണ്ടു മലകൾ ചേരുന്ന സ്ഥലത്ത് തനിയെ ഒരു ബണ്ട് ഉണ്ടായി (ഇന്നവിടെ ഒരണക്കെട്ടുണ്ട്). തുടർന്നുള്ള ദിവസങ്ങളിൽ രാവും പകലും പെയ്ത മഴയിൽ ഉരുൾപൊട്ടലുണ്ടായി. ഒഴുകിവന്ന മണ്ണും വെള്ളവും താങ്ങാനാവാതെ മാട്ടുപ്പെട്ടിയിലെ ബണ്ട് തകർന്നതോടെ ഒരു അണക്കെട്ട് പൊട്ടിയപോലെയുള്ള വെള്ളപ്പാച്ചിലിൽ ഒഴുകിവന്ന വെള്ളവും ഒപ്പം വന്ന മരങ്ങളും കൂടി മൂന്നാർ

പട്ടണം തകർത്ത് തരിപ്പണമാക്കി. റോഡുകളെല്ലാം നശിച്ചു. റെയിൽവേ സ്റ്റേഷനും റെയിൽപാതയും എന്നന്നേക്കുമായി മൂന്നാറിനു നഷ്ട പ്പെട്ടു.

പൂർണ്ണമായും തകർന്ന മൂന്നാറിനെ വീണ്ടും ഒരുയർത്തെഴുന്നേൽ പ്പിനു സഹായിച്ചത് ബ്രിട്ടീഷുകാർ തന്നെ. വീണ്ടും തേയില നട്ടു, റോഡുകൾ നന്നാക്കി, മൂന്നാർ പഴയ മൂന്നാറായി. എന്നാൽ ആ വെള്ള പ്പൊക്കത്തിൽ മൂന്നാറിനു സംഭവിച്ച ഒരു വലിയ നഷ്ടമാണ് പിന്നീടൊ രിക്കലും അവിടേക്ക് തീവണ്ടി ഓടിക്കയറിയിട്ടില്ല എന്നത്. മൂന്നാറിൽ തീവണ്ടി ഉണ്ടായിരുന്നു എന്നതു തന്നെ ഇന്ന് ഒരു അദ്ഭുതവാർത്ത യാണ്.

ഇംഗ്ലണ്ടിൽ നിന്ന് തമിഴ്നാട്ടിലൂടെ കൊണ്ടുവന്ന തീവണ്ടികളുടെ ഭാഗങ്ങൾ ബോടിമേട്ടിലെ മലഞ്ചെരുവിൽ കൂടി മൂന്നാർ വരെ തള്ളി ക്കയറ്റുകയായിരുന്നു. രണ്ട് എഞ്ചിനുകൾ വീതമായിരുന്നു ഒരു തീവണ്ടി യിൽ. ഓരോ തീവണ്ടിക്കും ഓരോ പേര് - ബുക്കാനൻ, ആനമുടി, കുണ്ടള എന്നിങ്ങനെ."

മിക്കാ ഒരു നീണ്ട ചരിത്രം പറഞ്ഞു നിർത്തി. ആകാശം മഴത്താളം കൊട്ടി. അവർ വഴിയിറങ്ങി.

"ഒരാഴ്ച്ചയായി മഴ ഉണ്ട്.... ഒരു പ്രളയത്തിന്റെ ലക്ഷണം" ഒരു ജ്ഞാനിയെ പോലെ മിക്കാ ഉരുവിട്ടു. പൊടുന്നനെ മഴ പെയ്തു. അവർ വേഗത്തിൽ വണ്ടിയിൽ വഴിയിറങ്ങി.

അന്ന് രാത്രി, ജനിയുടെയും ആസിഫിന്റെയും യാത്രയുടെ തലേ ദിവസം അതിഭയങ്കരമായ മഴ പെയ്തു. നിർത്താതെ പുലരുവോളം. മൂന്നാർ ഇതുവരെ കാണാത്തത്ര ശക്തമായി.

ഫിഫ്ത് ഷട്ടർ

പമ്പ സംഹാരരുദ്രയായ കടൽപോലെ കലിതുള്ളി ഒഴുകി. അച്ചൻ കോവിലാറും മണിമലയാറും ആ കലിയുടെ ശക്തി കൂട്ടിക്കൊണ്ടിരുന്നു. ആറുകൾ ഒന്നായി. അവ ഭൂമിക്കു മീതെ പതഞ്ഞൊഴുകി. ഒഴുകുന്ന വഴികളെയെല്ലാം തകർത്തെറിഞ്ഞു. റാന്നിയും പെരിയാറിന്റെ തീരങ്ങളും ഇടുക്കിയും പത്തനംതിട്ടയും ചെങ്ങന്നൂരും എറണാകുളവുമെല്ലാം മരണ ഭയത്താൽ വിറങ്ങലിച്ചു. കാറ്റ് തിരപോലെ ജലത്തിന്റെ മുരൾച്ചയ്ക്കൊപ്പം ഏറി വന്നു. പ്രളയത്തിന്റെ അടിയൊഴുക്കിലേക്ക് ഒരു ദേശം മുഴുവൻ കിതച്ചാർത്തു. നനഞ്ഞ് അഴുകിയ മൺതിട്ടകൾ കുഞ്ഞിനെ പുറന്തള്ളാൻ ഒരുമ്പെടുന്ന പെണ്ണിന്റെ പേറ്റുനോവെന്നപോലെ ഞരങ്ങി... മഴയതിനു മീതെ നിലവിളിയായി. ഇളകിയ മണ്ണിന്റെ നാഭിയിൽനിന്നും മരങ്ങൾ കട പുഴകി. വിസ്ഫോടനംപോലെ മലകൾ പല ദിക്കുകളിലേക്ക് ചിതറി മാറി... ഭൂമിയുടെ ഗർഭഗൃഹത്തിൽനിന്നും കൂറ്റൻ ഉറവകളുടെ മതിൽക്കെട്ടുകൾ മുറിഞ്ഞ് മീതേക്ക് പതഞ്ഞൊഴുകി. പാറകൾ പിളർന്നു തെറിച്ചു... താഴ്ന്ന പ്രദേശങ്ങളിലേക്ക് മൂക്കുകുത്തി നിരങ്ങി. മഞ്ഞോ മഴയോ എന്ന് വെളി പ്പെടുത്താൻ ആവാത്തവിധം പ്രകൃതി ഒട്ടാകെ നിറയുന്ന കനത്ത പുക... ആകാശത്തിന്റെ! ചുവരുകൾ ഇടിഞ്ഞതെന്ന പോലെ നിമിഷനേരം കൊണ്ട് കൂറ്റൻ മരങ്ങൾ മരങ്ങളിലേക്ക് ചാഞ്ഞു വീണു മണ്ണിനും ജല ത്തിനും അടിയിലായി.

ചുറ്റും ഇപ്പോൾ കടലാണ്... വാ പിളർന്നടുക്കുന്ന ജലം.

കെട്ടിടത്തിന്റെ മൂന്നാം നിലയിൽ നിന്നുകൊണ്ട് ആസിഫ് പുറത്തേക്ക് നോക്കി. തെരുവിൽ ട്രാൻസ്ഫോർമറുകളിൽ നിന്നും പാറുന്ന തീവെളിച്ചം മിന്നൽപിണർപോലെ. അതിനൊപ്പം ഉഗ്രശബ്ദങ്ങൾ. മുറിഞ്ഞു വീഴുന്ന ലൈനുകൾ. പൊടുന്നനെ പ്രദേശം മുഴുവൻ ഇരുട്ടിലായി... ചുറ്റും ഇപ്പോൾ കടൽപോലെ പരക്കുന്ന ഇരുട്ട്. ആ ഇരുട്ടിൽ മുടി കുടഞ്ഞ് അലറിപ്പെയ്യുന്ന മഴ....

ബാൽക്കണിയിൽ നിന്നും അയാൾ മുറിയിലേക്ക് നടന്നു. ഗ്ലാസ് വിൻഡോകൾ മുറുക്കിയടച്ചു. ഒരു ടക് ശബ്ദത്തിനൊപ്പം മുറിയിൽ

വെളിച്ചം മങ്ങി, വീണ്ടും തെളിഞ്ഞപ്പോൾ, കറണ്ട് പോയി ഇൻവർട്ടർ ഓണായി എന്ന് മനസ്സിലായി. കിടക്കയിൽ നിന്ന് മൊബൈൽ ഫോൺ എടുത്തതും പ്രതീക്ഷിച്ച വിളി പൊടുന്നനെ അതിലേക്കു വെളിച്ചം വിതറി.

"ആസിഫ്... ഞാൻ ഫ്ളൈറ്റിലാണ്. ടേക്ക് ഓഫ്..."

"നന്നായി..."

മൂന്നാറിൽ നിന്നും കൊച്ചിയിൽ വന്ന് അവളെ ബാംഗ്ലൂരിൽ ജോഷിന യെന്ന നേവൽ അക്കാദമിയിലെ പഴയ സുഹൃത്തിന്റെ വീട്ടിലേക്ക് കിട്ടിയ ടിക്കറ്റിന് പറഞ്ഞയച്ചത് എത്ര നന്നായെന്ന് ആസിഫ് ഓർത്തു. യാത്ര പറയും മുൻപേ നെഞ്ചിൽ അള്ളിപ്പിടിച്ചുള്ള അവളുടെ കരച്ചിൽ, അവളുടെ കണ്ണീരിന്റെ നനവ് നെഞ്ചിലിപ്പോഴും ഒട്ടി നിൽക്കുന്നുവെന്ന പോലെ അയാൾ നെഞ്ചിൽ തോട്ടു.

ഒരാഴ്ച്ച അവിടെ കഴിയേണ്ടി വന്നെങ്കിലും അവൾ സുരക്ഷിത യാണല്ലോ എന്നയാൾ സമാശ്വസിച്ചു.

ജനി നീ പുറത്തല്ല. അകത്താണ് ചങ്കിനുള്ളിലെ പിടപ്പായി.

"ആസിഫ് ശബ്ദമെന്താണ് വല്ലാതെ ഇരിക്കുന്നത്? അവിടെ എന്താണ് അവസ്ഥ? വാർത്തകൾ കണ്ടിട്ട് നെഞ്ച് പിടയ്ക്കുന്നു..."

ശബ്ദത്തിൽ ഭയം കലർത്താതെ ആസിഫ് മറുപടി പറഞ്ഞു.

"ഇപ്പൊ സ്ഥിതിഗതികൾ പ്രശ്നമുള്ളതല്ല. തല്ക്കാലം ഇവിടെ ഭയ ക്കാനൊന്നുമില്ല. നീ സമാധാനമായി യാത്ര ചെയ്യൂ... സ്ഥിതിഗതികൾ നിയന്ത്രിക്കാൻ സർക്കാരിന്റെ സുരക്ഷാ ക്രമീകരണങ്ങൾക്ക് സാധിക്കും."

ഫോണിന്റെ മറുതലയ്ക്കൽനിന്ന്, ജനിയുടെ ശബ്ദത്തിനൊപ്പം എയർഹോസ്റ്റസിന്റെ മാർഗ്ഗനിർദ്ദേശങ്ങൾ അസ്വാരസ്യം മുഴക്കി.

"ഉമ്മ പെണ്ണേ... അവിടെത്തീട്ടു വിളിക്കൂ... ഗോയിംഗ് റ്റു മിസ് യു..."

മറുപടി വന്നില്ല. കോൾ കട്ടായി. വീണ്ടും ഒരു തവണ കൂടി വിളിച്ചു നോക്കി. ഔട്ട് ഓഫ് റേഞ്ച് ആണ്.

ഇൻവർട്ടർ ഉണ്ടായിരുന്നതുകൊണ്ട് ടി.വിയിലെ വാർത്തകൾ കാണാൻ കഴിഞ്ഞു. ഇടതടവില്ലാതെ ബ്രെയ്ക്കിംഗ് ന്യൂസ് ഹെഡ് ലൈൻസ്... രാത്രി രണ്ടേ പത്തിന് മുല്ലപ്പെരിയാർ ഒരു ഷട്ടർ തുറക്കും. ഇടുക്കിയിൽ ഓറഞ്ച് അലേർട്ട്. ന്യൂസിൽ ആകമാനം സുരക്ഷാക്രമീക രണങ്ങളെക്കുറിച്ചുള്ള മാർഗ്ഗനിർദ്ദേശങ്ങൾ. ഇടുക്കിയിലും മുല്ലപ്പെരിയാർ തീരങ്ങളിലും ഉള്ള മുഴുവൻ ആളുകളെയും യുദ്ധകാലാടിസ്ഥാനത്തിൽ മാറ്റാൻ തീരുമാനമായി.

അക്ഷമയായി, ലാന്റിംഗിനു കാത്തിരിക്കുകയായിരുന്നു ജനി. ഫ്ളൈ റ്റിലെ അസ്വസ്ഥമായ മനസുമായി ഒന്നു മയങ്ങാൻ പോലുമാവാതെ

അവൾ ഇരുന്നു. എയർഹോസ്റ്റസ് മുന്നിൽ നിരത്തിയ ഭക്ഷണം കഴിച്ചില്ല. റൺവേയിൽ വിമാനത്തിന്റെ ചക്രങ്ങൾ ഉരസുന്ന ശബ്ദംകേട്ടതും ബാഗിൽ നിന്നും മൊബൈൽ എടുത്ത് ഡാറ്റ ഓൺ ചെയ്തു. എട്ട് ജില്ലകളിൽ റെഡ് അലേർട്ട്. ഇടുക്കി ഡാം അഞ്ചാമത്തെ ഷട്ടർ തുറന്നു. പ്രളയം നാടിനെ വിഴുങ്ങുന്നു... മിക്ക പ്രദേശങ്ങളും വെള്ളത്തിന് അടിയിൽ മരണ നിരക്ക് കൂടുന്നു. ജനങ്ങൾ കനത്ത ജാഗ്രതയോടെ പ്രളയത്തെ നേരിടണം എന്ന് സർക്കാർ!

ഉള്ളിൽ തീയാളി. സീറ്റിൽ നിന്ന് അനങ്ങാൻ ആവാതെ ജനി ഇരുന്നു പോയി. ഒറ്റ രാത്രികൊണ്ട് ഒരു നാട് മുഴുവനും ജലം വിഴുങ്ങുന്ന ഭീകര കാഴ്ചകൾ. ജനിയുടെ കൈകൾ വിറച്ചു.

"സർക്കാർ നാടിനൊപ്പം ഉണ്ടെന്നും സുരക്ഷാക്രമീകരണങ്ങൾ ശക്തമെന്നും ജനങ്ങൾ അവർക്കൊപ്പം സഹകരിക്കണം എന്നും നമ്മൾ ഒറ്റക്കെട്ടായി ഈ ദുരന്തത്തെ നേരിടുമെന്നും മുഖ്യമന്ത്രി."

പിന്നിൽ നിന്ന് ആളുകൾ ഇറങ്ങാനായി തള്ളിക്കൊണ്ടിരുന്നു. ബാഗ് വലിച്ചെടുത്തു മുൻപോട്ടു നടന്നു. ഫോണിൽ ആസിഫിന്റെ നമ്പർ ഡയൽ ചെയ്തു.... ഫോൺ അടിക്കുന്നുണ്ട് അനങ്ങുന്നില്ല.

ആധി വിറയായി പടർന്നു. വീണ്ടും വീട്ടിലേക്കുള്ള നമ്പർ ഡയൽ ചെയ്തു.

"അപ്പാ..."

"കൊച്ചെത്തിയോ....?"

"എത്തി അപ്പാ.... അവിടെന്താണ് കാര്യങ്ങൾ...?"

"ഇവിടെന്ത്.... പേടിക്കാനൊന്നുമില്ല."

"പേടിക്കാനില്ലേ.... പമ്പയും അച്ചൻകോവിലാറും കര കവിഞ്ഞു ഒഴുകുന്ന ചിത്രം ഞാൻ കണ്ടു..."

അപ്പുറം അപ്പന്റെ ചിരി....

"പുഴയായാൽ നിറയും കവിയും. മഴയ്ക്കിറങ്ങാൻ മണ്ണില്ലാതെ വരുമ്പോൾ പുഴ മഴയെ പേറി ഒഴുകും..."

"അപ്പാ... തമാശ നിർത്തൂ... നമ്മുടെ പ്രദേശത്തൊക്കെ വെള്ളം കേറിത്തുടങ്ങിയല്ലോ..."

"എടി കൊച്ചേ... അപ്പനെ ഒരു പ്രളയവും കൊണ്ടുപോകത്തില്ല..."

എമിഗ്രേഷനിൽ ചെക്കിംഗിനു തന്റെ ഊഴം എത്തിയതും ജനി ഫോൺ കട്ട് ചെയ്തു.

പുലർച്ചെ മൂന്നു മണിയായി, എയർപോർട്ടിൽ വന്നിറങ്ങുമ്പോൾ. എത്ര വേഗമാണ് ലീവ് കഴിഞ്ഞുപോയതെന്നവളോർത്തു.

ഹോസ്പിറ്റലിൽ നിന്നും രാവിലെ ക്യാബ് കൂട്ടാനായി വന്നു നില്ക്കുമ്പോൾ അതിൽ കാർഡിയാക് സർജൻ ഡോ. ലത്തീഫ്ഖാനും പീടിയാട്രിക് സ്പെഷ്യലിസ്റ്റ് ഡോ. ബ്രിന്ദ താക്കൂറും ഉണ്ടായിരുന്നു.

തികഞ്ഞ ഉത്കണ്ഠയോടെയാണ് അവർ അവർ ജനിയെ വരവേറ്റത്.

"എങ്ങനെ എത്തിപ്പെട്ടു? പ്രളയത്തെക്കുറിച്ചുള്ള വാർത്തകൾ ഇന്ന് ടൈംസിൽ വായിച്ചു."

ഡോക്ടർ ലത്തീഫിന്റെ ശബ്ദത്തിൽ ആകാംക്ഷ.

"അവിടിപ്പോൾ സ്ഥിതിഗതികൾ വഷളാണ്."

"മരണസംഖ്യ കൂടുമോ?"

ബ്രിന്ദയും കാര്യങ്ങൾ അറിഞ്ഞിട്ടുണ്ട്.

"സാധ്യത തള്ളിക്കളയാനാവില്ല."

"ഉം..."

മനസ്സ് പ്രളയംപോലെതന്നെ അശാന്തമായി കിടന്നു. ഫോണിൽ ന്യൂസ് കണ്ടുകൊണ്ട് ഗ്രൗണ്ട് ഫ്ളോറിലെ ലിഫ്റ്റിനു നേർക്ക് നടക്കുമ്പോൾ, 'ജനി പഞ്ച് ചെയ്യാൻ മറന്നു' എന്ന് പിന്നിൽ നിന്നും ഡോക്ടർ ലുബ്ന ഉറക്കെ വിളിച്ചുപറഞ്ഞു. മുന്നിൽ കൈവിടർത്തി നിന്ന ലിഫ്റ്റിനു മുന്നിൽ നിന്നും വീണ്ടും തിരിഞ്ഞു നടന്നു.

"വീട്ടിൽ എല്ലാരും സേഫല്ലേ?"

ഡിപ്പാർട്ട്മെന്റിലേക്കു നടക്കുമ്പോൾ മലയാളികളായ പലർക്കും ആ ഒരു ചോദ്യമേ ബാക്കി ഉണ്ടായിരുന്നുള്ളൂ.

വീട് മാത്രമല്ല... എന്റെ നാട് മുഴുവൻ പരിഭ്രാന്തിയുടെ വക്കിലാണ് എന്ന് മറുപടി.

ട്രാഫിക് ബ്ലോക്കിൽ പത്ത് മിനിറ്റ് ലേറ്റ് ആയതിന്റെ ഫലം ഓ.പി.ഡിയിൽ ടോക്കണുമായി ഇരിക്കുന്ന രോഗികൾക്കിടയിൽ കാണാമായിരുന്നു.

വിഷാദം രോഗാവസ്ഥയിൽ ആയ രോഗികൾ. ഉന്മാദത്തിന്റെ അവസ്ഥാന്തരങ്ങൾ. വാടിയ ഇല പോലെ തളർന്നിരിക്കുന്ന മുഖങ്ങൾ. മൂടിക്കെട്ടിയ ആകാശം പോലെ കറുത്തിരിക്കുന്ന കൺപോളകൾ. ഏകബിന്ദുവിലേക്ക് തറച്ചുനില്ക്കുന്ന നോട്ടങ്ങൾ... ചുറ്റുപാടുകളുടെ സംഘർഷങ്ങൾ അവരെ അലട്ടുന്നത് അപൂർവമായിരിക്കും. നിറഞ്ഞ ശാന്തത, അമിത സന്തോഷം അതുമല്ലെങ്കിൽ കോപം. വികാര വിക്ഷോഭങ്ങളുടെ നിയന്ത്രണങ്ങളുടെ താക്കോൽ ഓർത്തെടുക്കാനാവാത്ത ഏതോ നിമിഷത്തിൽ എവിടെയോ കളഞ്ഞു പോയവർ. സ്വന്തം മനസ്സ് കൈവിട്ട് പോയവർ... കൈവിട്ടു പോകുന്നുവെന്ന ഭയത്താൽ അതിനെ തിരിച്ചു പിടിക്കാൻ ചികിത്സയ്ക്ക് വന്നവർ.

ഗസ്റ്റ് റിലേഷൻ സ്റ്റാഫിനോട് കയർത്തു സംസാരിക്കുന്നൊരു യുവാവിനെ ആണ് ഓ.പി.ഡി കൗണ്ടറിലേക്ക് നടക്കുമ്പോൾ ആദ്യം കണ്ടത്.

സാമാന്യം നല്ല ഉയരമുള്ള മിടുക്കനായ ഒരു ചെറുപ്പക്കാരൻ. അയാളെ അനുനയിപ്പിക്കാൻ ശ്രമിക്കുന്ന കൂടെ വന്നൊരു പ്രായമായൊരു മനുഷ്യൻ. അച്ഛൻ ആയിരിക്കണം. ആ മനുഷ്യന്റെ കൈകൾ തട്ടിമാറ്റിക്കൊണ്ട് യുവാവ് ബഹളം വെയ്ക്കുന്നു.

അടുത്തേക്ക് ചെന്ന് സ്റ്റാഫിനോട് കാര്യം തിരക്കികൊണ്ടിരിക്കുമ്പോൾ മുന്നിൽ നിന്ന യുവാവ് ആ പ്രായമുള്ള മനുഷ്യന്റെ പുറത്ത് ഒറ്റയടി.

“എന്തായിത്....?”

ജനി അയാൾക്കു നേരെ തിരിഞ്ഞു.

യുവാവ് ഉച്ചത്തിൽ പൊട്ടിച്ചിരിച്ചു. പിന്നെ ജനിയുടെ അടുത്തേക്ക് വന്നു. കുനിഞ്ഞ് ഡോ. ജനിയുടെ കണ്ണുകളിലേക്കു തറപ്പിച്ചു നോക്കി.

“ഡോക്ടർ... അയാൾ വന്നപ്പോൾ മുതൽ പ്രശ്നം ആണ്. സംസാരിക്കാൻ നില്ക്കണ്ട. ഉപദ്രവിച്ചേക്കും.”

സ്റ്റാഫ് നേഴ്സ് മാർട്ടിൻ ഡോ. ജനിയെ പിൻപോട്ടു തള്ളിമാറ്റി.

യുവാവ് നോട്ടം മാറ്റി. ഓ.പി.ഡി മുഴുവൻ കേൾക്കുന്നത്ര ഉച്ചത്തിൽ നിർത്താതെ ചിരിച്ചു. എന്നിട്ട് ഡോ. ജനിയെ നോക്കി പറഞ്ഞു.

“ഞാനിയാളെ തല്ലിയത് എന്തിനാന്നറിയോ...?

ഡോ. ജനി യുവാവിന്റെ മുഖത്തേക്ക് എന്തിനെന്ന അർത്ഥത്തിൽ ശാന്തമായി നോക്കി.

“ഇയാൾക്ക് ഭ്രാന്താണ്... മാനസികരോഗി. ദേ... കണ്ടില്ലേ? ആകെ പ്രശ്നക്കാരനാ... ഞാനൊന്ന് തല്ലിയപ്പോ കിളവൻ മിണ്ടാതെ നിന്ന് കരയുന്നു...”

ചുറ്റുംനിന്ന സ്റ്റാഫിന്റെ മുഖത്ത് നിയന്ത്രിച്ചു നിർത്തിയ ചിരി. ഡോ.ജനി ഒന്നും പറയാതെ തല്ലു കിട്ടിയ ആ മനുഷ്യനെ നോക്കി. അയാളുടെ കണ്ണുകൾ നിറഞ്ഞിരുന്നു. അടികൊണ്ട കവിൾത്തടം ചുവന്നിരുന്നു. താടിരോമങ്ങളിലേക്ക് കണ്ണിലെ നനവ് ഊർന്നിറങ്ങിയിരുന്നു.

ഡോ. ജനി ആ മനുഷ്യന്റെ തോളിൽ മൃദുവായി ഒന്ന് തൊട്ടു.

“പേഷ്യന്റിന്റെ...?”

അയാളുടെ ചിലമ്പിച്ച ശബ്ദം പതിയെ ഉരുവിട്ടു.

“പിതാവാണ്...”

സ്റ്റാഫിന്റെയും ഡോ. ജനിയുടെയും മുഖത്ത് നരച്ച ആകാശം പടർന്നു.

“505ലേക്ക് വിളിച്ചു പറയൂ.”

സിസ്റ്റർ മഗ്ദി സെക്യൂരിറ്റി നമ്പറിലേക്ക് കോൾ ചെയ്തതും ഈജിപ്ഷ്യൻസ് ആയ രണ്ടു സെക്യൂരിറ്റികൾ വന്ന് പേഷ്യന്റിനെ പിടിച്ചു കൊണ്ടുപോയി.

“ഒബ്സർവേഷൻ റൂമിൽ ഇരുത്തിയാൽ മതി.”

സ്റ്റാഫ് ലൂക്കോയ്ക്ക് കൂടെ ചെല്ലാൻ നിർദ്ദേശം കൊടുത്ത് ഡോ. ജനി തന്റെ കൺസൾട്ടേഷൻ റൂമിലേക്ക് നടന്നു.

“അഞ്ചു മിനിറ്റ് കഴിഞ്ഞ് ഇദ്ദേഹത്തെ അകത്തേക്ക് കടത്തി വിടൂ.” തല്ലു കിട്ടിയ ആ മനുഷ്യനെ നോക്കി തന്റെ അഡ്മിനിസ്ട്രേഷൻ അസിസ്റ്റന്റായ ബെല്ലയോട് ജനി പറഞ്ഞു.

മുറിയിലെ എസിയുടെ തണുപ്പിൽ തന്റെ ചെയറിൽ തൂക്കിയിട്ട വെളുത്ത കോട്ട് ഈർപ്പത്തെ മൊത്തമായി പേറിയതു പോലെ.

ടേബിളിനു മീതെ കെൻ കേസ്ക്കിയുടെ ‘വൺ ഫ്ല്യു ഓവർ ദി കുക്കൂസ് നെസ്റ്റ്’. അതിനു സമീപത്തായി ബെല്ല ഒരു കെട്ട് പേഷ്യന്റ് എൻട്രി റസീപ്റ്റ് കൊണ്ടുവെച്ചു.

“ആ പേഷ്യന്റിന്റെ എൻട്രി എവിടെ?”

“അതാണ് മാഡം ഏറ്റവും മീതെ...”

ബെല്ല എടുത്തുകൊടുത്ത റസീപ്റ്റിലെ പേരിലേക്ക് ഡോ. ജനി കണ്ണു പായിച്ചു.

ഫയാസ് അബ്ദുൽ റഹിമാൻ. 23 വയസ്സ്.

ഏകദേശം പത്തു നിമിഷങ്ങൾക്കകം കൺസൾട്ടേഷൻ റൂമിലേക്ക് അയാളുടെ പിതാവ് കയറി വന്നു.

അയാളോട് ഇരിക്കാൻ ആവശ്യപ്പെട്ട് ജനി തന്റെ മുന്നിലെ സിസ്റ്റത്തിലേക്ക് എം. ആർ നമ്പർ ഫീഡ് ചെയ്തു. പേഷ്യന്റ് ഹിസ്റ്ററിയുടെ ഫയൽ ഓപ്പൺ ആയി. ഡോ. മേതിലിന്റെ പേഷ്യന്റ് ആണ്. ഒരു വർഷം ആയി ചികിത്സ ഇല്ല.

ഡോ. മേതിൽ കൊല ചെയ്യപ്പെടുന്നതിന് കൃത്യം ഒരാഴ്ച്ച മുന്നേയാണ് ഇയാൾ അവസാനമായി ഹോസ്പിറ്റൽ സന്ദർശിച്ചിരിക്കുന്നത്.

ഡോ. മേതിൽ, ലൈഫ് കേർ ഹോസ്പിറ്റലിന്റെ സി.ഇ.ഒ. കൂടിയായിരുന്നു. ഇവിടുത്തെ സൈക്യാട്രി വിഭാഗത്തിൽ ഏറെ പേരെടുത്ത ഡോക്ടർ. ചെറുപ്പക്കാരൻ. വെറുതെയൊന്ന് സംസാരിച്ചാൽ ഭേദമാകുന്ന അസുഖമാണോ മാനസികരോഗമെന്ന് അതിശയിപ്പിക്കുന്ന രീതിയിൽ അദ്ദേഹത്തിന്റെ മുറിയിലേക്ക് പോകുന്ന വിഷാദരോഗികൾ ചെറുചിരിയോടെ മടങ്ങി വരുന്നത് കാണാം.

ഒരു വെള്ളിയാഴ്ച്ച. പൊരിവെയിൽ ഉച്ചനേരം. തിരക്കുകുറഞ്ഞ ആ സമയത്താണ് ഏകദേശം മുപ്പതു വയസ്സ് പ്രായം വരുന്ന ഒരു സ്ത്രീയെയും കൊണ്ട് രണ്ടു പുരുഷന്മാർ സൈക്യാട്രി കൺസൾട്ടേഷന് വരുന്നത്. അന്ന് ഡോക്റ്റർ മേതിലിനോടൊപ്പം അസിസ്റ്റന്റ് നേഴ്സ് ആയി ഉണ്ടായിരുന്നത് തന്റെ ഇപ്പോഴത്തെ അസിസ്റ്റന്റ് ബെല്ല തന്നെയാണ്. ഡോക്ടർ ചോദിക്കുന്ന ചോദ്യങ്ങൾക്കൊന്നും ആ സ്ത്രീ ഉത്തരം പറഞ്ഞില്ല.

സംസാരിച്ചത് മുഴുവൻ കൂടെ വന്നവരായിരുന്നു. വളരെ സുന്ദരിയായ ഒരു കാശ്മീരി സ്ത്രീ. അന്ന് ഡോ. ജനി ഡോക്ടർ ആയി ലൈഫ് കെയറിൽ പ്രാക്റ്റീസ് തുടങ്ങിയിട്ടേ ഉള്ളൂ. അവരുടെ സൗന്ദര്യം കണ്ടു തന്നെയാണ് അവരെ അത്ര അന്ന് ശ്രദ്ധിച്ചതും.

ഉറക്കം ഇല്ല, വെളിച്ചത്തെ ഭയം, വയലൻസ് അങ്ങനെ പല കാരണങ്ങളും കൂടെ വന്നവർക്ക് പറയാനുണ്ടായിരുന്നു. അപ്പോഴൊക്കെയും ആ സ്ത്രീയുടെ മുഖം ശാന്തമായിരുന്നു.

“ഇവൾക്ക് ഭ്രാന്തുതന്നെയാണ് ഡോക്ടർ...” കൂടെ വന്നവർ ആവർത്തിച്ചുകൊണ്ടിരുന്നു.

ഉറക്കമില്ലായ്മയ്ക്കും ഡിപ്രഷനും ഉള്ള മരുന്നുകൾ എഴുതി ഫോളോ അപ്പിനുള്ള ഡേറ്റ് പറഞ്ഞു ഡോ. മേതിൽ അവരെ പറഞ്ഞയച്ചു.

വീണ്ടും ഒരാഴ്ച കഴിഞ്ഞു ഫോളോ അപ്പിന് വരുമ്പോൾ ആ സ്ത്രീ തനിച്ചായിരുന്നു. റുബീന നസീർ എന്നായിരുന്നു അവരുടെ പേര്. കറുത്ത പർദയിൽ മുഖം മാത്രം വെളിച്ചത്തു കാണാം. തുടുത്ത കവിളുകൾ. ചുവന്നു വരണ്ട ചുണ്ടുകൾ. ക്ഷീണിച്ച നീല സമുദ്ര കണ്ണുകൾ.

കൂടെ വന്നവർ വെളിയിൽ ഉണ്ടാകും എന്ന ചിന്തയിൽ ആവണം ഡോ. മേതിൽ സിസ്റ്റത്തിലേക്ക് പേഷ്യന്റിന്റെ ഡീറ്റയിൽസ് തിരയുകയായിരുന്നു. സിസ്റ്റർ ബെല്ല സമീപത്തു നില്ക്കുന്നുണ്ട്. പൊടുന്നനെ എമർജൻസി ഡിപ്പാർട്ട്മെന്റിൽ നിന്നും കോഡ് ബ്ലൂ അനൗൺസ്മെന്റ് മൂന്ന് വട്ടം മുഴങ്ങി.

കാത്ത ലാബ്, ഗ്രൗണ്ട് ഫ്ളോർ,

സിസ്റ്റർ ബെല്ലയ്ക്കൊപ്പം ഡോ. ജനിയും പുറത്തേക്കിറങ്ങി.

ഡോ. അബ്ബാസ് ന്യൂറോളജിസ്റ്റ് ലീവ് എടുക്കുന്ന ദിവസങ്ങളിൽ ഓൺ കോൾ ഡ്യൂട്ടിയിൽ കോഡ് ബ്ലൂ ടീമിൽ അന്ന് ഡോക്റ്റർ ജനിയും ഉണ്ട്.

ജനി മുറിക്കു പുറത്തേക്കിറങ്ങി.

കോഡ് ബ്ലൂ കേട്ടാൽ പൊതുവേ ഉണ്ടാകുന്ന ഒരാധിയുണ്ട്. രോഗിയുടെ ഏറ്റവും ക്രിട്ടിക്കൽ ആയ സ്റ്റേജിൽ ആണ് കോഡ് ബ്ലൂ അനൗൺസ് ചെയ്യുക. അതിനൊരു ടീം ഉണ്ട്. അഞ്ചു നിമിഷങ്ങൾക്കുള്ളിൽ ആ ടീമിലെ അംഗങ്ങൾ ആ രോഗിയുള്ള ഡിപ്പാർട്ട്മെന്റിൽ എത്തിയിരിക്കണം. എമർജൻസി ലിഫ്റ്റ് മറ്റൊരു സ്റ്റാഫും ആ സമയം ബ്ലോക്ക് ചെയ്യാൻ പാടില്ല. കാർഡിയോളജി, ഐ.സി.യു. എമർജെൻസി, അനസ്തേഷിസ്റ്റ്, ഓ.റ്റി. അങ്ങനെ അതിലെ ഡോക്ടേർസ്. പിന്നെ സ്റ്റാഫ്.

സിസ്റ്റർ ബെല്ല റിപ്പോർട്ട് എടുത്തു തിരിച്ചുവരുമ്പോൾ പിന്നെ കേട്ടത് ഒരു അലർച്ചയാണ്. ആ പതിമൂന്നാം നിലയുടെ എ ബ്ലോക്കിൽ സൈക്യാട്രി വാർഡും തൊട്ടടുത്ത് മെയിന്റനൻസ് ഡിപ്പാർട്ട്മെന്റിന്റെയും സാമ്പിൾ കളക്ഷന്റെയും സ്റ്റോർ ആണ്.

സിസ്റ്റർ ബെല്ലയുടെ നിലവിളി കേട്ടാണ് മറ്റു സ്റ്റാഫ് ഡോ. മേതിലിന്റെ റൂമിലേക്ക് ഓടി വരുന്നത്. മുറിയിൽ തളംകെട്ടി കിടക്കുന്ന രക്തത്തിൽ അനക്കമില്ലാതെ ഡോ. മേതിൽ. മുറിയിൽ റുബീന നസീർ എന്ന പേഷ്യന്റിനെ കാണാനില്ല. ട്രാൻസ്ലേറ്റർ അലി ഉടൻ താഴെ സെക്യൂരിറ്റി കൺട്രോൾ റൂമിലേക്ക് ഫോൺ ചെയ്തു. ഹോസ്പിറ്റലിൽ എമർജൻസി അലേർട്ട് മുഴങ്ങി. ഗസ്റ്റ് റിലേഷൻ, സേഫ്റ്റി, സെക്യൂരിറ്റി ടീം അംഗങ്ങൾ ഓരോ ഫ്ളോറിലെയും ലിഫ്റ്റിനു മുന്നിൽ ഞൊടിയിടകൊണ്ട് നിലയുറപ്പിച്ചു.

റൂബിന അസീസ് അപ്പോൾ ലിഫ്റ്റിൽ ബേസ്മെന്റിന്റെ ബട്ടൻ അമർത്തിയിരുന്നു. ക്ലോസ് ബട്ടണിൽ നിന്നും കയ്യെടുക്കാതെ മറച്ചു പിടിച്ച മനുഷ്യരക്തം പുരണ്ട കത്തി ലിഫ്റ്റിനും ഫ്ളോറിനും ഇടയിലെ വിടവിലൂടെ അവൾ താഴേക്കിട്ടു.

പർദയ്ക്കിടയിലൂടെ അവളുടെ നെഞ്ചിൻതടം ഉയർന്നു കിതച്ചു. ചുവന്ന മുഖത്തേക്ക് വിയർപ്പു പടർന്നു നനഞ്ഞു. പക്ഷേ അപ്പോൾ പതിവില്ലാത്തവിധം അവളുടെ കണ്ണുകൾ അഗ്നി പെയ്യിച്ചു. ചുണ്ടുകൾ പ്രതികാരത്തിന്റെ വിജയത്തിൽ വിറച്ചു.

കത്തി വന്നു വീണത് കൃത്യമായും സെക്യൂരിറ്റിയുടെ മുൻപിലേക്കാണ്. ലിഫ്റ്റിന്റെ വാതിലുകൾ തുറന്നു. റുബീന നസീർ പുറത്തേക്കോടിയതും ചുറ്റും സെക്യൂരിറ്റി ഗാർഡുകളുടെ ഒരു വലയം നിരന്നു.

ബേസ്മെന്റിൽ തന്റെ കാർ നിർത്തിയിട്ട ഇടത്തിറങ്ങി അതിൽ രക്ഷപ്പെടാമെന്ന് കരുതിയ ആ കൊലയാളിക്ക് തെറ്റ് പറ്റിയിരിക്കുന്നു. ഗ്രൗണ്ട് ഫ്ളോറിൽ സെക്യൂരിറ്റി കൺട്രോൾ റൂമിന്റെ വാതിൽക്കൽ പിടിക്കപ്പെടാനായി വന്നു നിന്നവളെ പോലെ റുബീന നസീർ നിന്നു.

ലേഡി സെക്യൂരിറ്റിമാർ അവളുടെ കയ്യിൽ പിടിച്ചതും അവൾ ആ കൈകൾ തട്ടി മാറ്റി.

“ഞാൻ അയാളെ കൊന്നു. എനിക്ക് ഭ്രാന്താണെന്ന് തീർപ്പ് കല്പിച്ചവനെ ഞാൻ കൊന്നു...”

അവൾ ഹോസ്പിറ്റൽ ഞെട്ടുന്ന ഉച്ചത്തിൽ അലറി. ആ കണ്ണുകളിൽ ഒരു വനം എരിഞ്ഞു. അതിലെ കാട്ടുതീ ചുറ്റും നിന്നവരെ ദഹിപ്പിക്കും എന്ന് തോന്നി.

പുറത്ത് പൊലീസ് വാഹനത്തിന്റെ സൈറൻ മുഴങ്ങി. പച്ച വേഷം ധരിച്ച പൊലീസുകാർ നീട്ടിപ്പിടിച്ച തോക്കുകളുമായി ഫ്ളോറിലേക്ക് ഓടിക്കയറി. തനിക്കു നേരെ ചൂണ്ടിയ തോക്കിന് നേർക്ക് ഉച്ചത്തിലുള്ളൊരു ചിരി എറിഞ്ഞ് റുബീന നസീർ തനിക്കു ചുറ്റും കൂടിയവർക്ക് നേരെ അലറി.

‘കുഞ്ഞു നഷ്ടപ്പെട്ട അമ്മയുടെ ദുഃഖം അറിയുമോ നിങ്ങൾക്ക്? ഇല്ല... നിങ്ങൾക്കൊരു ചുക്കും അറിയില്ല.”

ആ സമയം എമർജൻസി ഡിപ്പാർട്ട്മെന്റിലേക്ക് കഴുത്തിന് താഴേക്കു നീലവിരിപ്പാൽ മൂടിയൊരു ശരീരം സ്ട്രക്ചറിൽ വേഗത്തിൽ ഉന്തിക്കൊണ്ട്, ബെൽ ബോയ്സിനോപ്പം സ്റ്റാഫും ഡോക്ടർമാരും കടന്നുവന്നു. ആ കൂട്ടത്തിൽ ഡോ. ജനിയും ഉണ്ടായിരുന്നു. ചോരയിൽ പുതഞ്ഞ ഡോക്ടർ മേതിലിന്റെ ശരീരത്തെ തുറിച്ചുനോക്കി റുബീന നസീർ പുച്ഛത്തോടെ അലറി.

“മനുഷ്യ മനസ്സിന്റെ നീറ്റലുകൾ അറിയാത്തവൻ... മാനസികരോഗ വിദഗ്ധനാണത്രേ... എന്നോടൊന്നും ചോദിക്കുക പോലും ചെയ്യാതെ, എന്റെ ഉള്ളിലെ തീയ് അണയ്ക്കാൻ നോക്കാതെ, അയാൾ എനിക്ക് ഭ്രാന്താണെന്ന് എഴുതി...”

ആ പെൺമുഖത്തെ കൂടുതൽ സമയം നോക്കി നിൽക്കാനുള്ള മാന സികാവസ്ഥയോ സാഹചര്യമോ അല്ലാതിരുന്നതുകൊണ്ട് സ്ട്രെച്ചറിന്റെ ചക്രങ്ങളുടെ അതേ വേഗതയിൽ ഡോ. ജനി എമർജൻസി റൂമിലേക്ക് കടന്നു.

തന്നെ പഠിപ്പിച്ച, തനിക്കു ട്രെയിനിംഗ് തന്ന മനുഷ്യനാണ് ചലന മില്ലാതെ കിടക്കുന്നത്. സ്റ്റെതസ്കോപ്പിന്റെ പൾസ് റേറ്റു നിശ്ശബ്ദമായി. ഡോ. ജനിക്കു പിന്നാലെ കാർഡിയോളജിയിലെ ഡോ. സജീഷ് വന്ന് ഒന്നുകൂടെ പരിശോധിച്ചു.

റിപ്പോർട്ടിൽ ഡെത്ത് സർട്ടിഫൈ ചെയ്തു സീൽ വെച്ചു. പൊലീസ് നടപടികളുടെ ഭാഗമായി ഹോസ്പിറ്റൽ സൂപ്രണ്ടുമാർ, നേഴ്സ്മാർ പലരും തിരക്കിലും പരിഭ്രാന്തിയിലുമായി.

ഡോ. ജനി ഡോ. മേതിലിന്റെ മുഖം മൂടി.

അവളുടെ കണ്ണുകൾ നിറഞ്ഞുതുളുമ്പി.

ഡോ. മേതിലിന്റെ വാക്കുകൾ അവളുടെ ഓർമ്മയിൽ ഈയം ഉരുക്കി ഒഴിച്ചു.

“മനുഷ്യമനസ്സിന്റെ താളഭേദങ്ങളെ തിരിച്ചറിയാൻ കഴിയാത്ത ഒരാൾക്ക് ഒരു നല്ല സൈക്കോളജിസ്റ്റ് ആവാനാവില്ല. അത് അത്ര എളു പ്പമല്ല എങ്കിലും ഏറെക്കുറെ സാധ്യമാണ്. അതിന് അവരെ നമ്മൾ കേട്ടു കൊണ്ടേ ഇരിക്കണം.”

ജനി തന്റെ നിറഞ്ഞുതൂവാൻ തുടങ്ങിയ കണ്ണുകൾ ഇറുകെ അടച്ചു.

ഡോ. ലത്തീഫ് അവളുടെ കൈകളിൽ മുറുകെ പിടിച്ചു.

“റിലാക്സ്...”

നിയമക്കുരുക്കൾ അഴിക്കാൻ അഞ്ചു ദിവസം വേണ്ടി വന്നു. ആ ദിവസങ്ങളിൽ ഹോസ്പിറ്റൽ അടച്ചിട്ടു. ഐ.സി.യുവിലും ഐ.പിയിലും കിടക്കുന്ന രോഗികളെ തൊട്ടടുത്തുള്ള ബ്രാഞ്ചിലേക്ക് മാറ്റി.

ഡോ. ജനിയുടെ മുന്നിൽ നിസ്സഹായതയോടെ അയാൾ ഇരുന്നു.

"പഠിക്കാനും ജോലിയിലും മിടുക്കൻ ആയിരുന്നു..."

"പിന്നീട് എപ്പോഴാണ് അസുഖത്തിന്റെ ലക്ഷണങ്ങൾ കണ്ടു തുടങ്ങിയത്...?"

കുറെ മാസങ്ങൾക്കു മുൻപ്, നാട്ടിൽ വെച്ച്.

"എന്തെങ്കിലും പ്രത്യേക കാരണം ഓർത്തെടുക്കാൻ പറ്റുന്നുണ്ടോ...?

അയാൾ ഡോ. ജനിയുടെ ചോദ്യത്തിന് നേർക്ക് 'ഉണ്ട്' എന്നൊരു നീട്ടിയെറിഞ്ഞു.

"എന്താണത്...?"

"നാട്ടിൽ ആണ് അവൻ എഞ്ചിനീയറിംഗ് കഴിഞ്ഞത്. അവന്റെ ഉറ്റ സുഹൃത്തായിരുന്നു ഹരിശങ്കർ. പാവപ്പെട്ട വീട്ടിലെ പയ്യൻ. തൊട്ടപ്പുറത്താണ് വീട്. അത്യാവശ്യം രാഷ്ട്രീയം തലയ്ക്കു പിടിച്ചിരുന്നു. ഒരു സന്ധ്യയ്ക്ക് കോളേജ് വിട്ടു ലൈബ്രറിയിലെ കൂട്ടുകാർക്കൊപ്പമുള്ള അന്തിച്ചർച്ചയും കഴിഞ്ഞു വീട്ടിലേക്കു പോകുമ്പോൾ മുഖം മൂടിയ ഒരുകൂട്ടം ആളുകൾ അവനെ വെട്ടിക്കൊന്നു. അലർച്ച കേട്ടു മകൻ ഓടിയടുക്കുമ്പോൾ മില്ലിൽ അറുക്കാനായി കൂട്ടിയിട്ട കൂറ്റൻ മരത്തിൽ തട്ടി മലർന്നു വീണു പോയ അവനെ മാടിനെ അറക്കുംപോലെ വടിവാള് കൊണ്ട് അറുത്തിടുന്നതാണ് ഞങ്ങൾ കണ്ടത്.

ഹരിശങ്കറിന്റെ മരണം അവനെ വല്ലാതെ തളർത്തി. പിന്നീട് കുറേക്കാലം അവൻ ആരോടും സംസാരിക്കാതെയായി. ഞങ്ങൾ അന്നൊന്നും അത്ര കാര്യമാക്കിയില്ല. ഉറക്കമില്ലാതെ പിച്ചും പേയും പുലമ്പിത്തുടങ്ങുന്നത് ശ്രദ്ധയിൽപെട്ടപ്പോഴാണ് ഡോ. മേതിലിന്റെ ചികിത്സ തേടുന്നത്. ഈയിടെയാണ് ഉപദ്രവിച്ചുതുടങ്ങിയത്. മറ്റുള്ളവരെ മാത്രമല്ല സ്വന്തം ശരീരവും മുറിപ്പെടുത്തുന്ന രീതികൾ. ഒറ്റ മകനാണ്. എന്റെ കബറിൽ ഒരുപിടി മണ്ണിടേണ്ടവൻ. അവന്റെ ഉമ്മ കണ്ണ് നിറയാതെ ഒരൊറ്റ രാത്രിയും ഉറങ്ങാറില്ല."

എന്തോ എഴുതാനായി തുറന്ന പേനയുടെ തുമ്പിൽ മഷി കട്ടപിടിച്ചു. അതാ പേപ്പറിലേക്ക് കുത്തിയടർത്തി ഡോ. ജനി ഒരു ദീർഘനിശ്വാസം എടുത്തു.

"പുറത്തിരുന്നോളൂ..."

ഡോ. ബെല്ല അയാൾക്കൊപ്പം കൺസൾട്ടേഷൻ റൂമിന്റെ പുറത്തേക്ക് നടന്നു.

വിഷാദം പൂക്കുന്ന കാലം

ജനി വാർഡിലേക്ക് നടന്നു. ചിലർ അടുത്ത് വന്നു കൂടി. ചിലർ ബെഡ്ഡിൽ ചുരുട്ടിക്കൂട്ടിയിട്ട പുതപ്പിനുള്ളിലേക്ക് വലിഞ്ഞു. ചിലർ ബെഡ്ഡിന്റെ കീഴിലേക്ക് തല പൂഴ്ത്തി.

റൗണ്ട്സിനു വരുമ്പോഴുള്ള സ്ഥിരംകാഴ്ചകളിൽ ചിലത് മാത്രമാണിവ.

എല്ലാവരോടും സംസാരിച്ച് കഴിഞ്ഞ് ഡോ. ജനി റൂം നമ്പർ 704 ലേക്ക് വന്നു. പ്രായമായൊരു മനുഷ്യൻ. മെലിഞ്ഞ് നര വീണ മുടിയും താടിയും. മുഖത്ത് നിറഞ്ഞ ശാന്തത. ജനി അയാളുടെ കുഴിഞ്ഞ കണ്ണുകളുടെ പോളകൾ തുറന്നു നോക്കി.

സിസ്റ്റർ ബെല്ല അയാളെ പതിയെ സോഫയിലേക്ക് പിടിച്ചിരുത്തി. കിടക്കവിരികൾ ശ്രദ്ധയോടെ മാറ്റി വിരിച്ചു. ഫ്ളവർവെയ്സിൽ പുതിയ പൂക്കൾ നിറച്ചു.

ഈ മുറിയിപ്പോൾ ഒരു കൊച്ചു വീടാണ്. ലൈഫ് കേർ ഹോസ്പിറ്റലിന്റെ എം.ഡി വി.കെ. മേനോൻ ആണ് ഇവിടുത്തെ അന്തേവാസി.

അഞ്ചു വർഷം മുൻപേയാണ് ശ്രീ. മേനോൻ ഇവിടെ പേഷ്യന്റ് ആയി വന്നെത്തുന്നത്. രണ്ടു മക്കളുടെ മരണശേഷം.

പ്രതീക്ഷിക്കാത്ത രണ്ടു മരണങ്ങൾ.

ആദ്യത്തെ കുഞ്ഞിന് മൂന്ന് വയസ്സ് പ്രായമുള്ളപ്പോൾ. മകൻ ആയിരുന്നു. രാവിലെ ഹോസ്പിറ്റലിലേക്ക് പോകാൻ ഇറങ്ങുമ്പോൾ ആണ് മരണം അദൃശ്യനായൊരു കോമാളിയായി കാറിന്റെ പിൻചക്രത്തിന് പിന്നിൽ.

രാവിലെ കാർഡിയാക് അറസ്റ്റ് രേഖപ്പെടുത്തപ്പെട്ട ഐ.സി.യുവിലെ ഒരു പേഷ്യന്റിന്റെ ആരോഗ്യസ്ഥിതി വഷളായതിനെ തുടർന്ന് ഓൺ കോൾ ഡ്യൂട്ടിക്ക് പോവാൻ ധൃതി വെച്ച് ഇറങ്ങിയതാണ്. ഡ്രൈവിംഗ് സീറ്റിൽ കടന്നിരുന്നു കാർ തിരിക്കാനായി പിന്നോട്ടേക്ക് എടുത്തപ്പോൾ മുറ്റത്ത് കളിച്ചുകൊണ്ടിരുന്ന കുഞ്ഞിന്റെ ദേഹത്തേക്ക് ഓഡി കാറിന്റെ

പിൻചക്രങ്ങൾ കടന്നു കയറി. ഭാര്യ ഡോ. പ്രീത അത് കണ്ടുകൊണ്ടാണ് സിറ്റൗട്ടിലേക്ക് വരുന്നത്. ഒരു നിലവിളി തൊണ്ടയിൽ കുരുങ്ങി ചിതറി. വണ്ടി നിർത്തി ഡോ. മേനോൻ കാറിന്റെ പിൻവശത്ത് എത്തുമ്പോൾ ചക്രങ്ങൾക്കിടയിൽ നിന്നും മാറ്റി എടുക്കാൻ പറ്റാത്ത വിധം അരഞ്ഞു കിടക്കുകയായിരുന്നു ആ കുഞ്ഞിന്റെ കഴുത്തിൽ. ചക്രങ്ങൾക്കിടയിൽ പുരണ്ട ചോര നോക്കി ഡോ. പ്രീത ഭ്രാന്തിയെപോലെ അലറിക്കരഞ്ഞു. അന്നവർ മൂന്നു മാസം ഗർഭിണിയാണ്.

ഇതേ ഹോസ്പിറ്റലിൽ വെച്ചാണ് അന്ന് കുഞ്ഞിന്റെ മരണം സ്ഥിരീകരിക്കുന്നത്. ഡോ. പ്രീത ലൈഫ് കേർ ഹോസ്പിറ്റലിന്റെ സി.ഇ.ഒ. ആണ്. അന്നവർ ലൈഫ് കേറിലെ പേരെടുത്ത ഗൈനക്കോളജിസ്റ്റ് ആണ്.

ആദ്യ കുഞ്ഞിന്റെ മരണശേഷം അപൂർവ്വമായി മാത്രമേ ഡോ. പ്രീത ഹോസ്പിറ്റലിലേക്ക് വരാറുണ്ടായിരുന്നുള്ളൂ. അതും മാസത്തിലുള്ള ചെക്കപ്പിനു വേണ്ടി മാത്രം. ഡോ. മേനോൻ സദാ മൂകയും വിഷാദിയും ആയി അവർ കാണപ്പെട്ടു. ആ ദിവസങ്ങളിൽ ആരോടും അധികം സംസാരിക്കാറുണ്ടായിരുന്നില്ല.

രണ്ടാമത്തെ കുഞ്ഞിന്റെ പ്രസവശേഷം ഡോ. മേനോന്റെയും ഡോ. പ്രീതയുടെയും ജീവിതത്തിലേക്ക് സ്വപ്നങ്ങളുടെ പുതിയ നിറങ്ങൾ വന്നു തുടങ്ങി. രണ്ടാമത്തേത് മകൾ ആയിരുന്നു.

ഡോ. പ്രീതയെപ്പോലെ തന്നെ അതിസുന്ദരിയായ ഒരു പെൺകുഞ്ഞ് ആയി വളർന്നു. പഠിപ്പിലും നൃത്തത്തിലും ഒരുപോലെ മിടുക്കിയായിരുന്നു മകൾ 'സ്നേഹ'. അമ്മയേക്കാൾ അച്ഛന്റെ സ്വകാര്യ അഹങ്കാരമായിരുന്നു അവൾ. ഹോസ്പിറ്റലിൽ പലപ്പോഴും ഡോ. മേനോനോപ്പം അവൾ വരിക പതിവായിരുന്നു. അവിടെ എല്ലാവർക്കും പ്രിയപ്പെട്ടവൾ ആയിരുന്നു.

പത്താം ക്ലാസ് കഴിഞ്ഞ സമയം. അന്നത്തെ ഡാൻസ്ക്ലാസ് കഴിഞ്ഞു വന്നതേയുണ്ടായിരുന്നുള്ളൂ. ഖാലിദ് ബിൻ അൽ വാലിദ് സ്ട്രീറ്റിൽ ഗോൾഡൻ സാൻഡ് ബിൽഡിംഗിലെ പതിനേഴാം നമ്പർ ഫ്ളാറ്റ്.

ഡോ. പ്രീത ഹോസ്പിറ്റലിൽ നിന്ന് വന്ന് കുളിക്കാനായി കേറിയതാണ്. പുറത്ത് മകൾ സ്നേഹ ബാൽക്കണിയിലെ ചെടികൾക്ക് വെള്ളം ഒഴിച്ചുകൊണ്ടിരുന്നു. സൈഡിൽ കിളിക്കൂടിൽ പലതരം പക്ഷികൾ. അവയ്ക്ക് വെള്ളം കൊടുക്കാനായി കൂട് തുറന്നതും തത്തകളിൽ ഒന്ന് പുറത്തേക്ക് പാറി. അവൾ അതിനെ കൈയെത്തിച്ചു പിടിക്കാൻ നോക്കിയപ്പോൾ പിടി തരാതെ അത് ബാൽക്കണിക്ക് പുറത്തേക്ക് തള്ളി നില്ക്കുന്ന ചെടിയുടെ ചില്ലയുടെ അറ്റത്തേക്ക് തുള്ളി തുള്ളി ചെന്നിരുന്നു. സ്നേഹ കൈനീട്ടി. എത്തിപ്പിടിക്കാനായില്ല. ഒന്നുകൂടെ മുന്നോട്ടേക്ക് ചാഞ്ഞു നിന്നതും താഴെ ചെടിച്ചട്ടികളിൽ നിന്നും തൂവി ടൈൽസിൽ വീണ

വെള്ളത്തിൽ ചവുട്ടി ബാൽക്കണിക്ക് പുറത്തേക്ക് തെറിച്ചു വീണു. കെട്ടിടത്തിന്റെ മുൻപിൽ പാർക്ക് ചെയ്ത കാറിന്റെ മീതേക്ക് മലർന്നടിച്ചുള്ള വീഴ്ച. വീഴ്ചയുടെ ശക്തിയിൽ കാറിന്റെ റൂഫിൽനിന്നും തെറിച്ചു വീണ്ടും കോംപൗണ്ടിലേക്ക്. കാറിൽ നിന്ന് പുറത്തിറങ്ങിയത് മറ്റാരുമായിരുന്നില്ല, ഡോ. മേനോൻ. ഓടിച്ചെന്ന് മകളെ മലർത്തി കിടത്തുമ്പോൾ ആ ശരീരത്തിലെ ജീവൻ അല്പംപോലും ബാക്കിയില്ലെന്നു തീർച്ചപ്പെടുത്താൻ ഡോ. മേനോന് അധിക നിമിഷം ആവശ്യം ഉണ്ടായിരുന്നില്ല.

മകളുടെ മരണശേഷം ഡോ. മേനോൻ പിന്നെ സംസാരിച്ചിട്ടില്ല. കുറെനാൾ വിഷാദരോഗത്തിനു മരുന്ന് കഴിച്ചു. പിന്നീട് ഒരിക്കൽ ആത്മഹത്യാ ശ്രമത്തിലാണ് ഹോസ്പിറ്റലിലേക്ക് കൊണ്ട് വരുന്നത്. ആശുപത്രിയിൽ വെച്ചുള്ള ആത്മഹത്യാശ്രമം കൂടി ആയപ്പോൾ ഹോസ്പിറ്റലിൽ ഒരു സ്ഥിര താമസക്കാരനെ പോലെ അയാൾ മാറി.

അയാളെ ശുശ്രൂഷിക്കാൻ മാത്രം ചില നഴ്സുമാർ. അയാളിലെ ഓർമ്മകൾക്ക് യാതൊരു കേടുപാടും സംഭവിച്ചിരുന്നില്ല. അതുകൊണ്ടാവണം ഇടയ്ക്കൊക്കെ പുറത്തേക്ക് നോക്കി നിന്ന് കരയുന്നത് കാണാം. ഒപ്പിടാൻ പറയുന്ന പേപ്പറുകളിൽ മടിയില്ലാതെ ഒപ്പിടും. രാത്രി ഉറക്കമില്ലാതെ ഇരുട്ടിലേക്ക് തുറിച്ചു നോക്കി കിടക്കും. കൊടുക്കുന്ന ഫ്ളുവോക്സേടിൻ സെഡേറ്റീവ് മരുന്നിന്റെ ബലത്തിൽ ചിലപ്പോൾ ഒക്കെ പകൽ കിടന്നുറങ്ങും. ആരെങ്കിലും വന്നു വിളിച്ചാൽ മാത്രം എണീക്കും. ഭക്ഷണം കഴിക്കും. ഡ്രസ്സുകൾ മാറും. ഡോ. പ്രീത കഴിഞ്ഞ വർഷം ക്യാൻസർ വന്നു മരിച്ചു. അതുവരെ വി.കെ. മേനോനെ നോക്കിയത് അവരായിരുന്നു. ബ്രെസ്റ്റ് ക്യാൻസർ ആണ് എന്നറിഞ്ഞിട്ടും ചികിത്സയ്ക്ക് സമ്മതിച്ചില്ല. വളരെ വേദന സഹിച്ചുള്ള മരണം. അവസാന സമയങ്ങളിൽ ഏകദേശം ഒന്നര മാസക്കാലം അബോധാവസ്ഥയിൽ.

അദ്ദേഹത്തിന്റെ അനുജൻ ശ്രീവത്സൻ മേനോൻ ആണിപ്പോൾ ലൈഫ് കേർ ഹോസ്പിറ്റലിന്റെ നടത്തിപ്പുകാരൻ. അയാൾ വന്ന ശേഷമാണ് ഹോസ്പിറ്റലിന്റെ സ്ഥിതിഗതികൾ ആകെ വഷളായിത്തുടങ്ങുന്നത്.

സ്റാഫിന്റെ കാര്യത്തിൽ യാതൊരു ദയയും ഇല്ലാത്ത ലക്ഷണമൊത്ത ബിസിനസ്സുകാരൻ.

അഞ്ചു മിനിറ്റ് ലേറ്റ് ആയാൽ ഒരു മണിക്കൂർ അധികം ജോലി ചെയ്യണം. സ്റ്റാഫിനോടുള്ള സമീപനങ്ങൾ പലപ്പോഴും അടിമകളോടുള്ളതിനേക്കാൾ കഷ്ടവും.

വി. കെ മേനോൻ ഉള്ള കാലം ഈ ഹോസ്പിറ്റൽ ഇങ്ങനെ ഒന്നും ആയിരുന്നില്ല എന്ന് അയാളുടെ തളർന്ന കണ്ണുകൾ നോക്കിയപ്പോൾ ജനി വിഷമത്തോടെ ഓർമ്മിച്ചു.

മുറിയുടെ വാതിലിൽ ആരോ മുട്ടുന്ന ശബ്ദം. ജനിയും ബെല്ലയും തിരിഞ്ഞു നോക്കി. ഡോ. ശ്രീവത്സൻ മേനോൻ.

അയാൾ ഡോ. ജനിയെ ആപാദചൂഡം ഒന്ന് നോക്കി.

"ഇപ്പോൾ എന്തെങ്കിലും വ്യത്യാസം...?"

"മെഡിസിന്റെ ഡോസ് ഇനി കൂട്ടണ്ട... പഴയത് തന്നെ മതി... ഈ അവസ്ഥയിൽ ഇനി വ്യത്യാസം ഒന്നും വരാൻ പോകുന്നില്ല. ഹോസ്പിറ്റലിൽ നിന്ന് വീട്ടിലേക്കു മാറ്റിയാൽ ഒരുപക്ഷേ നിലവിലുള്ള അവസ്ഥയിൽ മാറ്റമുണ്ടാകും... പുറത്തെ കാറ്റും വെളിച്ചവും അയാൾ അനുഭവിക്കട്ടെ..."

അതുകേട്ട് അയാൾ ഒന്ന് ഇരുത്തി മൂളി.

"വ്യത്യാസം ഒന്നും ഉണ്ടാകാൻ പോണില്ല."

അയാൾ കൂടുതൽ ഒന്നും പറയാതെ ഇറങ്ങിപ്പോയി.

"ഇയാളുടെ വർത്തമാനം കേട്ടാൽ തോന്നും സാർ ഇവിടെ തന്നെ കിടന്നു അസുഖം ഭേദമാവാതെ മരിച്ചാ മതീന്ന്. പണത്തിനോട് ആർത്തി മൂക്കുമ്പോൾ ബന്ധവും സ്വന്തവും ഒന്നുമില്ല..." സിസ്റ്റർ ബെല്ല അമർഷത്തോടെ പിറുപിറുത്തു.

"നേരാണ്."

കടലിനപ്പുറം ഒരു രക്ഷാനിലയം

ഓഗസ്റ്റ് പതിന്നാല്. 2018.

റസിഡൻഷ്യൽ ഏരിയയുടെ പാർക്കിംഗിൽ കാർ പാർക്ക് ചെയ്ത് ജനി ലിഫ്റ്റിലേക്ക് നടക്കുമ്പോൾ കോട്ടിന്റെ പോക്കറ്റിൽ നിന്നും മൊബൈൽ എടുത്തു നോക്കി.

നാല് മിസ്ഡ് കോൾ. അതിലൊന്ന് ആസിഫിന്റേതായിരുന്നു.

ജനി ലിഫ്റ്റിറങ്ങിയതും ആസിഫിനെ തിരിച്ചു വിളിച്ചു. ഫോൺ റിംഗ് ചെയ്യുന്നതല്ലാതെ അറ്റൻഡ് ചെയ്യുന്നില്ല. മറുവശത്ത് പ്രതികരണമില്ല. അയാളുടെ ജോലിയുമായി ബന്ധപ്പെട്ടു പലപ്പോഴും ആസിഫ് ഫോൺ ഉപയോഗിക്കാൻ പറ്റാത്തത്ര തിരക്കിലായിരിക്കും പലപ്പോഴും. ഇങ്ങോട്ട് വിളിക്കുമ്പോഴാണ് അവനോടു മിണ്ടാൻ സാധിക്കുക. അതും രാത്രി കാല ങ്ങളിൽ ഏതെങ്കിലും നേരങ്ങളിൽ.

വാട്സ് അപ്പിൽ മെസ്സേജിന്റെ ബീപ് ശബ്ദം.

"ബിസി... കോൾ യു ബാക്ക്... ലവ് യൂ.... ആൻഡ് മിസ്സ് യൂ ടൂ..."

അവളാ മെസ്സേജ് നോക്കി ഒന്ന് പുഞ്ചിരിച്ചു.

കുട്ടനാട് ആലപ്പിയിൽ അവളുടെ സ്കൂൾ കാലത്ത് ഏറ്റവും പ്രിയ പ്പെട്ടവനായി ആസിഫിനെ അവൾക്ക് നൽകിയ ഒരു മഴക്കാലം. അന്ന് അപ്പനും മുഹമ്മദ് കുഞ്ഞി എന്ന അപ്പന്റെ കൂട്ടുകാരനും അവരേക്കാൾ അടുപ്പമുള്ള കൂട്ടുകാർ ആയിരുന്നു. പലചരക്ക് കട നടത്തിക്കൊണ്ടിരുന്ന അപ്പൻ മുഹമ്മദ് കുഞ്ഞിക്കൊപ്പം കടലിൽ പോയി തുടങ്ങിയപ്പോൾ അപ്പൻ കുഞ്ഞിക്കയേക്കാൾ മിടുക്കനായ മീൻപിടുത്തക്കാരനായി. കുഞ്ഞിക്കയ്ക്ക് മീൻപിടുത്തം വയറ്റിപ്പിഴപ്പ് ആയിരുന്നുവെങ്കിൽ അപ്പനത് അന്തിക്കള്ളിന്റെ ആനന്ദംപോലെ മറ്റൊരു ആനന്ദമായിരുന്നു.

കൂലി വിഷയത്തിൽ അമ്പേ അലസനായ തോമസ് എന്ന ബോട്ട് മുതലാളിയുമായുണ്ടായ ഒരു വഴക്കിന് ശേഷം കുഞ്ഞിക്ക അയാളുടെ വള്ളത്തിൽ പോക്ക് നിർത്തി. ഏകദേശം പതിനേഴു ദിവസം തുറയിൽ പോകാതെ കൂരയിൽ സങ്കടപ്പെട്ടിരുന്ന കുഞ്ഞിക്കയ്ക്ക് ഒരു കൊതുമ്പു വള്ളം വാങ്ങിക്കൊടുത്ത ദിവസം കുഞ്ഞിക്ക അപ്പനെ കെട്ടിപ്പിടിച്ചു കര ഞ്ഞൊരു കരച്ചിൽ നെഞ്ചിൽ ഉണ്ട്.

കുറ്റബോധമോ മറ്റൊരാളുടെ ഔദാര്യം കൈപ്പറ്റിയപോലുള്ള ജാള്യ തയോ എന്നറിയില്ല അതുകണ്ട് ഓലപ്പുരയുടെ വാതിലിനു പിന്നിലേക്ക് മറഞ്ഞു നിന്ന ആസിഫിന്റെ മുഖം.

അപ്പൻ ഒടുവിൽ നിലവിട്ടു കരയുന്നത് അവസാനമായി കണ്ടത് കുഞ്ഞിക്ക മരിച്ച ദിവസമാണ്. അപ്പോൾ തങ്ങൾ പാണ്ടനാട് അപ്പന്റെ നാട്ടിലേക്ക് താമസം മാറിയിരുന്നു. ജലത്തോടു യുദ്ധം ചെയ്യാൻ ഇഷ്ടപ്പെട്ട അപ്പൻ പാണ്ടനാട് സ്വന്തം മണ്ണിൽ മണ്ണിനോട് സമരം ചെയ്തു. കർഷക നായി. പഴയ ഇഷ്ടങ്ങൾ ഇടയ്ക്ക് താലോലിക്കാൻ പമ്പയും അച്ചൻ കോവിലാറും മണിമലയാറും അപ്പന് വേണ്ടിയെന്നപോലെ ഒരുങ്ങിനിന്നു.

ഒരു സന്ധ്യയ്ക്ക് കുഞ്ഞിക്ക മരിച്ചുവെന്ന് ആസിഫ് തന്നെയാണ് വിളിച്ചു പറയുന്നത്. കുഞ്ഞിക്കയുടെ കബറടക്കത്തിനു പോയ അപ്പന്റെ കൂടെ താനും ഉണ്ടായിരുന്നു. കബറടക്കം കഴിഞ്ഞു വന്ന അപ്പൻ ആ മുറ്റത്തെ ഓല കെട്ടിയ പന്തലിന് കീഴെ ഇരുന്ന് ഉച്ചത്തിൽ പൊട്ടിക്കരഞ്ഞു.

ആസിഫ് അന്ന് നേവൽ അക്കാദമിയിൽ സെലക്ഷൻ കിട്ടി എഴിമല യിൽ രണ്ടാമത്തെ വർഷം ട്രെയിനിംഗ് പരിശീലനം നടത്തുന്ന സമയമാണ്.

പൊട്ടിക്കരയുന്ന അപ്പന്റെ അരികിലേക്ക് നീരുവന്നു വീർത്തതു പോലെ വിഷാദം പേറിയ മുഖത്തോടെ ആസിഫ് വന്നിരുന്നു. അയാളുടെ തോളത്തു തട്ടി. ആസിഫ് കരയുന്നേ ഉണ്ടായിരുന്നില്ല. ജീവിതത്തിൽ അയാൾ കണ്ട കറുത്ത സായാഹ്നങ്ങൾ ഏതു പ്രതിസന്ധിയിലും ഉലഞ്ഞു പോകാത്ത ഒരു വള്ളത്തിന്റെ ബലംപോലെ അയാളുടെ മനസ്സി നെയും ബലപ്പെടുത്തിയിട്ടുണ്ടാവണം.

അന്ന് മടങ്ങുമ്പോൾ, കണ്ണ് നിറഞ്ഞൊഴുകിയത് കുഞ്ഞിക്കയെ ഓർത്തായിരുന്നില്ല. ആസിഫിനെ ഓർത്തായിരുന്നു. ജീവിതത്തിൽ ഒറ്റ പ്പെട്ടുപോയ അയാളെ ഓർത്തു മാത്രമായിരുന്നു.

'നിന്നെ ഞാൻ അങ്ങോട്ടേക്ക് കൊണ്ടാവാ..." പൊറപ്പെടാൻ ഒരു ങ്ങിക്കോ..." അപ്പൻ ആസിഫിനോടായി പറഞ്ഞു.

ആസിഫിന്റെ പ്രിയ മിത്രങ്ങൾ രാജനും ഐസക്കും ദീപക്കും നവാസും അടുത്ത് നില്പുണ്ടായിരുന്നു. പർദയിട്ട ചില മുഖങ്ങൾ അകത്തു നിന്നും എത്തിനോക്കി. കൂട്ടം കൂടി നിന്ന ആളുകൾ ഒക്കെ പിരിഞ്ഞു തുടങ്ങി. മരണം വീട്ടിലേക്കു കയറി വരുമ്പോൾ ഉണ്ടാകാവുന്ന നിശ്ശബ്ദതയിൽ കടൽകാറ്റിന്റെ ഇരമ്പം പതിഞ്ഞു.

"ഇല്ല പാപ്പച്ചി..." ആസിഫ് അപ്പന്റെ മുഖത്ത് നോക്കാതെ പറഞ്ഞു.

ആസിഫ് അപ്പനെ വിളിക്കുന്നത് 'പാപ്പച്ചി' എന്നാണ്. കുഞ്ഞിക്ക വിളിക്കുന്നത് കേട്ട് വിളിച്ചു തുടങ്ങിയ ശീലം.

"എടാ... ഉവ്വേ... ഇവനെ നമുക്ക് പഠിപ്പിച്ചു മിടുക്കനാക്കണം..." കാണു മ്പോൾ എല്ലാം അപ്പൻ കുഞ്ഞിക്കയെ ഓർമ്മിപ്പിക്കും.

“നീ പൊയ്ക്കോടാ.... ഇവിടെ തനിച്ച്...” രാജൻ അസിഫിന്റെ തോളത്തു സ്നേഹത്തോടെ പിടിച്ചു.

ആസിഫിന്റെ കണ്ണുകൾ ഇത്തവണ നനഞ്ഞിരുന്നു.

“ഇല്ലെടാ.... ബാപ്പയെ അടക്കം ചെയ്ത മണ്ണിൽ തന്നെ എനിക്ക് ഈ രാത്രി കഴിയണം...”

അതുകേട്ട് അപ്പൻ ഒരു ബീഡിക്ക് തീ കൊളുത്തി. അതിന്റെ പുക യൂതി വിട്ടുകൊണ്ട് എണീറ്റു.

“നിനക്ക് എപ്പോ വേണേലും അങ്ങോട്ട് കേറി വരാം... എന്താവശ്യത്തിനും കുഞ്ഞിയെപോലെ ഞാനുണ്ട് നിനക്ക് അപ്പനായിട്ട്... ആ വീടിന്റെ വാതിൽ നിനക്ക് എപ്പോ വേണേലും തൊറന്നു തരും...”

ആസിഫ് ജനിയെ ഒന്ന് നോക്കി. അവൾ അത് കേട്ടില്ല എന്ന ഭാവത്തിൽ ഒന്നും മിണ്ടാതെ അകത്തേക്ക് വലിഞ്ഞു.

അപ്പനൊപ്പം കാറിലേക്ക് കയറുമ്പോൾ ജനി ആസിഫിനെ ഒന്നു നോക്കി. അയാൾ ജനിയെ നോക്കുന്നേ ഉണ്ടായിരുന്നില്ല. മുറ്റത്തെ ബഞ്ചിൽ കടലിലേക്ക് നോക്കി നിശ്ശബ്ദനായി അയാൾ ഇരിക്കയായിരുന്നു.

അവൾക്ക് ആ സാഹചര്യം അവനോടു എന്തെങ്കിലും പറയാൻ പറ്റുന്നതും ആയിരുന്നില്ല. ആൾക്കൂട്ടങ്ങൾക്കിടയിൽ മാറി നിന്ന് സംസാരിക്കുക എളുപ്പമോ ആ അവസരത്തിന് യോജിച്ചതോ അല്ലായിരുന്നു. പക്ഷേ അവളുടെ നോട്ടത്തിൽ അയാളോടുള്ള അലിവിന്റെ, കുട്ടിക്കാലം മുതൽ നെഞ്ചിൽ കൊണ്ട് നടക്കുന്ന ഇഷ്ടത്തിന്റെ സകല അനുഭാവവും നിഴലിച്ചു.

മരണത്തിന്റെ തണുപ്പ് നിറഞ്ഞ കാറ്റ് കൂരയുടെ ഓലകളിൽ തട്ടി ശബ്ദമുണ്ടാക്കി.

കടലോളം ഹൃദയത്തിന്റെ മുറിവുകൾ ഉണക്കാൻ പറ്റുന്ന മറ്റൊരു കാഴ്ചയില്ല. കടലിൽ ജീവിക്കുന്നവന്റെ അനിശ്ചിതാവസ്ഥയോളം ഭയപ്പെടുത്തുന്ന മറ്റൊരു ജീവിത സാഹചര്യവും വേറെ ഇല്ല. കടലിന്റെ നീതി കരയേക്കാൾ ഭദ്രമാണെന്ന് പറഞ്ഞ കുഞ്ഞിക്കയെ ആണ് കടൽ കൊണ്ടുപോയത്. ആ കടലാണ് ആസിഫ് എന്ന മനുഷ്യനെ ഒരു നേവി ഓഫീസർ ആക്കിയത്. മെറിറ്റ് സീറ്റിൽ പഠിച്ചു വന്ന, ജനിച്ച ഗ്രാമത്തിലെ മനുഷ്യർക്ക് ആദരവ് തോന്നിക്കുന്ന ഉയരത്തിലേക്ക് വളർന്ന ലഫ്റ്റനന്റ് കമാണ്ടർ ആസിഫ് മുഹമ്മദ്.

അന്ന് വായനശാലയിലെ ലൈബ്രറിയിൽ നിന്ന് എന്നും പുസ്തകം എടുത്തു വായിക്കുന്ന ഒരാൾ ആസിഫ് ആയിരുന്നു. അയാളുടെ പരന്ന വായനയും പഠിപ്പിൽ ഉള്ള മിടുക്കും ജീവിതം തോളിൽ ഏറ്റി കൊടുത്ത ദാരിദ്ര്യത്തിന്റെ ഭാരവും തന്നെയാണ് ജീവിതത്തെ, മനുഷ്യരെ

സ്നേഹിക്കാൻ ആസിഫിനെ പഠിപ്പിച്ചതും. അയാളുടെ ആ നിശ്ചയ ദാർഢ്യത്തിന്റെ മുൻപിലാണ് ജനിയുടെ പ്രണയം ഇതൾ വിരിയിച്ചു തുട ങ്ങുന്നതും.

പ്രണയത്തിന്റെ വഴികൾ വിചിത്രവും ആകസ്മികവുമാണ്. മരണം പോലെ തന്നെ. ഏതിടവഴിയിലൂടെ ഏതു രൂപത്തിൽ ആണ് കടന്നു വരിക യെന്ന് നിശ്ചയിക്കുക അസാധ്യം.

ജനി കുളി കഴിഞ്ഞു വന്നു. ഫോൺ വീണ്ടും ചിലച്ചു.

“അറിയപ്പെടുന്ന ഒരു ഗായികയും ഡോക്ടറും ആല്ലേ നീ... നാട്ടിൽ നടക്കുന്ന മഴക്കെടുതികളെക്കുറിച്ച് ജനങ്ങളെ ബോധവല്ക്കരിക്കാൻ നിന്റെ സോഷ്യൽ മീഡിയ പ്ലാറ്റ് ഫോം ഉപയോഗിച്ച് കൂടെ...”

ഡയറക്ടർ ഷിജു ആൻഡ്രൂസിന്റെ മെസ്സേജ്. അയാളുടെ ആദ്യത്തെ സിനിമയാണ് ഗായികയെന്ന നിലയിൽ ജനിയെ അടയാളപ്പെടുത്തുന്നത്. ഉപദേശിക്കാനും ശാസിക്കാനും ഒരുപോലെ സ്വാതന്ത്ര്യം ഉള്ള ചുരുക്കം ചില സൗഹൃദങ്ങളിൽ ഒരാൾ.

ജനി അത്ര നേരവും നാട്ടിലെ മഴക്കെടുതികൾ പ്രളയത്തിലേക്ക് എത്തിയത് അറിഞ്ഞിരുന്നില്ല. ജോലിക്കിടയിലെ ഒൻപതു മണിക്കൂർ ശ്വാസം വിടാൻ പറ്റാത്തത്ര തിരക്കുള്ളതും ആണ്.

പ്രത്യേകിച്ച് ഒഴിവു ദിനം ആയതിനാൽ ഇന്ന് പതിവിൽ കൂടുതൽ അപ്പോയിന്റ്മെന്റ്സും വോക്ക് ഇൻ പെഷ്യന്റ്സും കൂടുതലും ആയിരുന്നു.

അവൾ ടി. വി ഓൺ ചെയ്തു.

ഡാമിലെ ജലനിരപ്പ് 138.8 കവിഞ്ഞിരിക്കുന്നു. രാത്രി ഒന്നേ മുപ്പതിന് ഡാം തുറക്കും. ഇരുകരകളിലും ഉള്ള മുഴുവൻ ജനങ്ങളും സുരക്ഷിത സ്ഥാനങ്ങളിലേക്ക് മാറുക. പരിഭ്രാന്തരാകരുത്. സർക്കാർ നടപടികളു മായി സഹകരിക്കുക. വൈദ്യുതി വകുപ്പ് മന്ത്രി.

ജനി ഞെട്ടലോടെ ചാനലുകൾ മാറ്റി മാറ്റി നോക്കി. എങ്ങും മഴയുടെ താണ്ഡവത്തെക്കുറിച്ചുള്ള റിപ്പോർട്ടുകൾ.

അവൾ ഷിജു ആൻഡ്രൂസിന് മറുപടി അയച്ചു.

“ഹോസ്പിറ്റൽ ഡ്യൂട്ടിയിൽ ആയിരുന്നു. അറിഞ്ഞില്ല ഇത്രയും ഭീകര മാണ് നാട്ടിലെ കാര്യങ്ങൾ എന്ന്...”

മറുപടി വന്നില്ല.

വാർത്തകൾക്കൊപ്പം ജനി കാതും കൂർപ്പിച്ചിരുന്നു.

“അതെ.. അവൻ പറഞ്ഞതുപോലെ നാടിനെ ഉണർത്തേണ്ടത് എന്റെ കൂടി ബാധ്യതയാണ്...”

അവൾ ഫേസ് ബുക്ക് പ്രൊഫൈൽ മൊബൈലിൽ തുറന്നു. തന്റെ പേജിലേക്ക് വാർത്തകൾ അപ്ഡേറ്റ് ചെയ്തുകൊണ്ടിരുന്നു. ലൈക്കു

കളേക്കാൾ ഷെയറുകൾ പോയി തുടങ്ങുന്നത് അറിഞ്ഞു. അതെ... ജനങ്ങളിൽ വാർത്തകൾ എത്തണം. നാട്ടിൽ പാതിരാ ആവുന്നു. കടൽക്കരയിൽ, പുഴയുടെ, ഡാമിന്റെ തീരങ്ങളിൽ ഇതൊന്നും അറിയാതെ ഉറങ്ങുന്നവർ ഏറെ ഉണ്ടാകാം. ഈ വാർത്തകൾ കേട്ടെങ്കിലും ഒരാൾ ഫോൺ വിളിച്ചായാലും അവരെ കാര്യം അറിയിച്ചാൽ സുരക്ഷിതമായ ഇടങ്ങളിലേക്ക് അവരുടെ അതിജീവനം സാധ്യമായേക്കാം.

ജനി വാർത്തകൾ നിരന്തരമായി തന്റെ പ്രൊഫൈലിലൂടെ പോസ്റ്റു ചെയ്തുകൊണ്ടിരുന്നു. മെസഞ്ചറിൽ പൊടുന്നനെ പല സഹപ്രവർത്തകരുടെ, സുഹൃത്തുക്കളുടെ മെസ്സേജുകൾ വന്നു നിറഞ്ഞു.

"യൂ ആർ ടൂയിംഗ് എ ഫന്റാസ്റ്റിക് ജോബ് ജനി... ഹാറ്റ്സ് ഓഫ്..."

ജനിയുടെ ആത്മവിശ്വാസത്തിന് പൊടുന്നനെ ചിറകു മുളച്ചു.

"അതെ... ശ്രമങ്ങൾ പതിയെ വിജയം കണ്ടുതുടങ്ങിയിരിക്കുന്നതിന്റെ ആദ്യ ലക്ഷണം..."

അവളാ രാത്രി ഉറങ്ങിയില്ല. പുലരുംവരേക്കും വാർത്തകൾ നിരന്തരമായി പോസ്റ്റ് ചെയ്തുകൊണ്ടിരുന്നു. രാവിലെ ഏഴു മണിക്കുള്ള ഡ്യൂട്ടിക്ക് പോവാൻ അഞ്ചു മണിക്ക് അലാറം വെച്ചത് അടിച്ചപ്പോൾ ആണ് ഡ്യൂട്ടിക്ക് പോവാൻ നേരമായെന്ന കാര്യം ഓർമ്മ വരുന്നത്.

അടുക്കളയിൽ കയറാനോ എന്തെങ്കിലും ഉണ്ടാക്കാനോ കഴിക്കാനോ നിന്നില്ല. വീണ്ടും കുറച്ചുനേരം കൂടി വാർത്തകളുടെ പിന്നാലെ പോയി. പ്രളയവുമായി ബന്ധപ്പെട്ട പ്രധാന അറിയിപ്പുകൾ വാട്സ് അപ് ഗ്രൂപ്പുകളിൽ അപ്‌ലോഡ് ചെയ്തുകൊണ്ടേയിരുന്നു.

ഓടിപ്പിടിച്ചാണ് ഒരുങ്ങുന്നത്. ഈ മാനസികാവസ്ഥയിൽ ഡ്രൈവ് ചെയ്താൽ ശരിയാവില്ല. ഉറക്കം കണ്ണുകളിൽ ഉറഞ്ഞുകൂടാൻ തുടങ്ങിയിരിക്കുന്നു.

ഹോസ്പിറ്റൽ പിക് അപ് ഡ്രൈവർ മനോജിനെ ഫോൺ ചെയ്തു. പത്തു നിമിഷങ്ങൾക്കകം അയാൾ വരുമെന്ന് മറുപടി കിട്ടി.

ജനി വീട്ടിലേക്കു വിളിച്ചു. അപ്പനാണ് ഫോൺ എടുത്തത്.

"നീ വിളിക്കുമെന്ന് അറിയാമായിരുന്നെടി കൊച്ചേ..."

"അവിടെ പ്രശ്നങ്ങൾ ഒന്നുമില്ലല്ലോ അപ്പാ...."

"കറണ്ടില്ല എന്നൊരു വല്യ പ്രശനം ഉണ്ട്. വിളിച്ചാ കിട്ടിയില്ലേ മനപ്രയാസപ്പെടേണ്ട. അപ്പനും നിന്റെ പെണ്ണമ്മയ്ക്കും യാതൊന്നും വരുകേലാ..."

"അതും പറഞ്ഞോണ്ടിരിക്കല്ലേ അപ്പാ... വെള്ളം കേറിത്തൊടങ്ങും മുമ്പേ മാറി താമസിക്കാൻ നോക്ക്. കുന്നത്ത് റോസമ്മആന്റിയുടെയോ തോമസ് അച്ചായന്റെയോ വീട്ടിലേക്കു പോവാൻ നോക്ക്..."

“അതൊന്നും വേണ്ടന്നേ.... നീ ഇവടത്തെ കാര്യോർത്ത് മനസ്സ് പുണ്ണാക്കണ്ട... നിന്റപ്പൻ നിന്റെ കെട്ടും കണ്ട് നിന്റെ കൊച്ചുങ്ങടെ മാമോദീസാ ചടങ്ങും കഴിഞ്ഞ് പിന്നെ അവരുടെ കെട്ടും കഴിഞ്ഞേ ചാകൂ...”

“ഇക്കണക്കിനു പോയാ കൊച്ചിന്റെ കെട്ടു നടത്താൻ അപ്പൻ കാണുകേലാ.... ഈ മഴവെള്ളം കടല് പോലെ നാട് മൊത്തം ഒഴുകുമ്പോ ഇതിയാൻ ഈ വയസ്സാംകാലത്ത് രക്ഷാപ്രവർത്തനം എന്നും പറഞ്ഞ് പോവാ...” പെണ്ണമ്മയുടെ പതം പറച്ചിൽ ജനി കേട്ടു.

“അതെന്നതാടീ അവരും മനുഷ്യരല്ലേ... നിന്നെ പോലെ നിന്റെ അയൽക്കാരനെയും സ്നേഹിക്കണം എന്നല്ലയോ കർത്താവ് പറഞ്ഞേക്കുന്നേ...” അപ്പൻ വിടാൻ ഭാവമില്ല.

“കർത്താവ് ബൈബിളിൽ പല കാര്യോം പറഞ്ഞിട്ടൊണ്ട്... അതൊക്കെ ഇതിയാൻ അനുസരിക്കാറൊണ്ടോ...? ഞാനീ മനുഷ്യൻ വന്നില്ലേ എന്റെ വീട്ടീ ഒറ്റയ്ക്കും പോകും കെട്ടാ... മലവെള്ളം കുടിച്ചു ചാകാൻ എന്നെ കിട്ടേലാ...” അമ്മ അപ്പനോട് മത്സരിക്കാൻ തയാറായി.

“ആ ചെല്ല് ചെല്ല്... കെട്ടു കഴിഞ്ഞ ശേഷം തിരിഞ്ഞു നോക്കാത്ത വർഗ്ഗാണ് ഇനീപ്പോ വെള്ളപ്പൊക്കം വന്നപ്പോ കൂടെ നിർത്താൻ പോണത്...” അപ്പൻ പരിഹസിച്ചു.

“എന്റപ്പാ... അപ്പനോട് പറഞ്ഞു ജയിക്കാൻ പറ്റുകേലാ... ശ്രദ്ധിക്കണം... എന്റെ വണ്ടി വന്നു താഴെ നില്ക്കുന്നു. ഡ്രൈവർ ഫോണിൽ വിളിച്ചോണ്ടിരിക്കുന്നു. ഞാൻ ഇറങ്ങട്ടെ അപ്പാ...”

“ശരിയെടി മോളേ...” അപ്പൻ ഫോൺ കട്ട് ചെയ്തു. ഹാംഗറിൽ അലക്കി തേച്ചു തൂക്കിയ വെള്ള കോട്ടും കൈയിൽ തൂക്കി ജനി ഫ്ളാറ്റിനു പുറത്തേക്ക് നടന്നു.

പുറത്തെ ചൂടിനു അകത്തെ പ്രളയത്തിന്റെ തണുപ്പിനെ എരിയിച്ച് കളയാൻ ആവുമായിരുന്നില്ല. നനഞ്ഞു കുതിരുന്നത് നാടാണ്. ജനിച്ച നാട്. അപകടപ്പെടുന്നവരിൽ ബന്ധുക്കൾ ഉണ്ടോ ഇല്ലയോ എന്നതല്ല അവർ മറ്റാരുടെയോക്കെയോ ബന്ധുക്കളും സുഹൃത്തുക്കളും ഒക്കെയാണ്.

ഫോണിനോട് ഇയർഫോൺ കണക്റ്റ് ചെയ്ത ജനി റോഡിനപ്പുറം നിർത്തിയ ക്യാബിലേക്ക് കയറാനായി മുന്നോട്ടു നടന്നു.

ഉച്ചയ്ക്ക് ഹിറ്റ് എഫ്. എം ഇൽ സോണിയയുടെ വാർത്താ വായനയിലേക്ക് ചെവി തുറന്നുവച്ച് ജനി സ്പ്ലിറ്റ് ഡ്യൂട്ടി കഴിഞ്ഞ് വീട്ടിലേക്ക് കാർ ഡ്രൈവ് ചെയ്തു. പ്രളയ വാർത്തകൾ അവളിലൂടെ ഓരോ അര മണിക്കൂറിലും കേൾക്കാമായിരുന്നു. പരിഭ്രാന്തമായ അവസ്ഥയിലൂടെ കേരളം കടന്നു പോകുമ്പോഴും സർക്കാർ ഒപ്പമുണ്ടെന്ന മുഖ്യമന്ത്രിയുടെ മറുപടി താൽക്കാലിക ആശ്വാസം തന്നു.

സിഗ്നലിൽ പച്ച ലൈറ്റിനു കാത്തു കിടക്കുമ്പോൾ അവൾ റേഡിയോ

സ്റ്റേഷനുകൾ മാറ്റി മാറ്റി നോക്കി. എങ്ങും പ്രളയ വാർത്തകൾ അല്ലാതെ മറ്റൊന്നും കേൾക്കാനില്ല. അതിശക്തമായ മഴ കേരളത്തിൽ തുടരുന്നു എന്ന വാർത്ത കേൾക്കുന്നതിനിടയിൽ കാറിന്റെ ഗ്ലാസ് താഴ്ത്തി അവൾ പുറത്തേക്ക് നോക്കി. ഫുട്പാത്തിനപ്പുറം പാർക്കിലെ പുൽത്തകിടിമേൽ ഗാഫ് മരങ്ങൾക്ക് കീഴിൽ ഇത്തിരി തണലിനായ് വട്ടത്തിൽ തിങ്ങി ഇരിക്കുന്ന തൊഴിലാളികൾ. കുടിവെള്ളത്തിന്റെ ബോട്ടിൽ തുറന്ന് ദാഹത്തിന്റെ ആർത്തി ശമിപ്പിക്കുന്നവർ... മഴ നനഞ്ഞ പോലെ വിയർത്തു നനഞ്ഞ കുർത്തകൾ... വിയർപ്പോട് നനഞ്ഞ് ഒട്ടിയ താടി രോമങ്ങൾ. ഇത്തിരി മഴയെ സ്വപ്നം കാണുംപോലെ ആകാശത്തേക്ക് തുറന്നുപിടിച്ച അവരുടെ കണ്ണുകൾ.

മുന്നിൽ പച്ച വെളിച്ചം പ്രത്യക്ഷമായി. എ.സിയുടെ തണുപ്പ് ഒന്നുകൂടി കൂട്ടി അവൾ വീണ്ടും വാർത്താ വായനയിലേക്ക് ശ്രദ്ധ കേന്ദ്രീകരിച്ചു. പ്രളയ വാർത്തകൾ സ്പെഷ്യൻ ന്യൂസുമായി വീണ്ടും സോണിയയുടെ സ്ഫുടമായ ശബ്ദം.

"കഴിഞ്ഞ 24 മണിക്കൂറിൽ 310 മില്ലി മീറ്റർ മഴ കേരളത്തിൽ. ചാല ക്കുടിപുഴ കര കവിഞ്ഞു. കണ്ണൂരിൽ ഇരുപതു ഇടങ്ങളിൽ ശക്തമായ മണ്ണിടിച്ചിൽ. നൂറു കണക്കിന് കുടുംബങ്ങൾ ഒറ്റപ്പെട്ടു. 23 ആളുകൾ മരിച്ചതായി റിപ്പോർട്ട്."

ജനിയുടെ നെഞ്ചിൽ മഴത്താളം ശക്തമായി. പൊടുന്നനെ ഐഫോണിൽ ഡോ. ശ്യാമിന്റെ കോൾ വന്നു. കോൾ അറ്റന്റ് ചെയ്യാൻ കൈയിൽ എടുത്തതും മുന്നിൽ ട്രാഫിക് പൊലീസിന്റെ പച്ചയുടുപ്പിന്റെ തെളിച്ചം. രണ്ടു വട്ടം മൊത്തം റിംഗ് ചെയ്തു കോൾ കട്ടായി. എന്തെങ്കിലും അത്യാവശ്യം ഇല്ലാതെ ഡോ. ശ്യാം തന്നെ വിളിക്കില്ല. വർഷങ്ങളായുള്ള പരിചയമാണ് ഡോ. ശ്യാമിനെ. ഓൾ ഇന്ത്യ ഇൻസ്റ്റിറ്റ്യൂട്ട് ഓഫ് മെഡിക്കൽ സയൻസ്, ഡൽഹിയിൽ നിന്നും എം.ബി.ബി.എസ് കഴിഞ്ഞ് എം.ഡി ക്ക് നാഷണൽ ഇൻസ്റ്റിറ്റ്യൂട്ട് ഓഫ് മെന്റൽ ഹെൽത്ത് ആന്റ് ന്യൂറോ സയൻസ്, ബാംഗ്ലൂരിൽ പഠിക്കുമ്പോൾ അന്നവിടെ ന്യൂറോളജിയിൽ എം.ഡി ചെയ്യുന്നുണ്ടായിരുന്നു ശ്യാം.

അന്ന് മുതലുള്ള പരിചയമാണ്.

നാട്ടിൽ പഠിക്കുമ്പോൾ ശാസ്ത്രസാഹിത്യപരിഷത്തിന്റെയും എസ്.എഫ്.ഐയുടെയും സജീവ പ്രവർത്തകൻ ആയിരുന്നു അയാൾ. ഒരു തികഞ്ഞ സഖാവ്. എന്ത് സംസാരിച്ചാലും ഒടുവിൽ ശാസ്ത്രത്തിൽ വന്നവസാനിക്കുന്ന ശ്യാമിന്റെ സംസാരരീതി കാണുമ്പോൾ ജനി ചോദിക്കാറുണ്ട് താനെന്നിട്ടും എങ്ങനെയാണ് മെഡിക്കൽ സയൻസിൽ അഗ്രഗണ്യനായതെന്ന്. അത്ര മിടുക്കനായിരുന്നു അയാൾ. ഒയാസിസ് മെഡിക്കൽ സെന്ററിൽ ആണ് ശ്യാമും അവിടെ തന്നെ പതോളജിസ്റ്റ്

ആയ ഡോ. നേഹയും.

ഡബ്ല്യൂ.ടി.സി. സെന്ററിന്റെ അരികിലേക്ക് കാർ ഒതുക്കി ജനി ശ്യാമിനെ തിരിച്ചു വിളിച്ചു.

"ജനീ... വാർത്തകൾ അറിഞ്ഞോ എന്ന് ചോദിക്കേണ്ടതില്ലല്ലോ അല്ലേ...?"

മുഖവുരയില്ലാതെ ശ്യാം സംസാരിച്ചു തുടങ്ങി.

"കേൾക്കുകയാണ് ശ്യാം... വല്ലാത്ത നിസ്സഹായത."

"നിസ്സഹായതയ്ക്ക് നേരെ മുഖം തിരിച്ചിരുന്നിട്ടു കാര്യമില്ല ജനി. നമുക്കിതിൽ ഇവിടെ നിന്ന് എന്ത് ചെയ്യാൻ പറ്റും എന്ന് ചിന്തിക്കണം..."

"ശ്യാം പറയൂ... എന്താണ് ചെയ്യേണ്ടത്..."

"നമുക്ക് ഉച്ചയ്ക്ക് ഒന്നിരുന്നാലോ... ഖലീജ് ടൈംസിൽ നിന്ന് അഞ്ജന ശങ്കറും നമ്മുടെ പഴയ ഒരു ഫ്രണ്ട് കിരണും വരാമെന്ന് ഏറ്റിട്ടുണ്ട്. ഒരു സോഷ്യൽ ആക്റ്റിവിസ്റ്റിന്റെ പബ്ലിസിറ്റി ഒരുപക്ഷേ ഞങ്ങൾക്ക് വേണ്ടി വരും. അതിനു ജനിയുടെ സഹായം വേണം..."

ജനിക്കു മറുപടിക്ക് ചിന്തിക്കേണ്ട കാര്യംപോലും ഉണ്ടായിരുന്നില്ല.

"വൈ നോട്ട്? ഞാനുണ്ടാകും. ഞാനിപ്പോൾ ഓഫീസിൽ നിന്നിറങ്ങി. വൈകിട്ട് അഞ്ചു മണി വരെ ഫ്രീ ആണ്. നേരെ അങ്ങോട്ട് വരാം..."

"സന്തോഷമായെടോ... നിങ്ങൾ ഒരു നല്ല കാര്യത്തിനു കൂട്ട് നില്ക്കും എന്ന ഉറച്ച വിശ്വാസത്തിൽ ആണ് ഞാൻ നാട്ടിലെ ഈ അവസ്ഥയിൽ ഇവിടെ നിന്നും എന്തെങ്കിലും അവർക്കായി ചെയ്യണം എന്ന് ആലോചിക്കുന്നത് പോലും. ഓർമ്മയിൽ വന്ന ആദ്യത്തെ മുഖം ജനിയുടെ തന്നെ ആയിരുന്നു..."

ഡോ. ശ്യാമിന്റെ ശബ്ദത്തിൽ ആഹ്ലാദം നിറഞ്ഞു.

"എവിടാണ് ശ്യാം ഫ്ളാറ്റ്?"

"റമദയുടെ നേരെ ഓപ്പോസിറ്റ് ഗോൾഡൻ സാന്റ് ബിൽഡിംഗ്, കോർണിഷ് റോഡ്. ഫ്ളാറ്റ് നമ്പർ 1707."

"ഓക്കേ... ഇതാ... വരുന്നു."

പിന്നിൽ നിന്നൊരു വണ്ടി ഹോൺ മുഴക്കി. ലെഫ്റ്റിലേക്കു ഇന്റിക്കേറ്റർ ഇട്ട് വണ്ടി തിരിക്കുമ്പോൾ പിന്നിൽ അടുത്ത് വന്നു നിന്ന വണ്ടിയിൽ അക്ഷമയോടെ തന്നെ തുറിച്ചു നോക്കിയ മൊട്ടത്തലക്കാരനോട് കണ്ണാടിയിൽ നോക്കി ജനി സോറി പറഞ്ഞു. അയാളുടെ മുഖത്തെ അക്ഷമ മാഞ്ഞു ചിരി വിരിഞ്ഞു.

ഒരു ചെറു പുഞ്ചിരികൊണ്ട് തുടച്ചു നീക്കാൻ പറ്റുന്ന വികാരവിക്ഷോഭ

ങ്ങൾ.

ജി.പി.ആർ എസ് ഇൽ ലൊക്കേഷൻ ഓൺ ചെയ്തു. ചൂണ്ടുന്ന വഴികളിലേക്ക് ശ്രദ്ധയോടെ കാർ എടുത്തു.

ശ്യാമിന്റെ ഫ്ളാറ്റിലേക്ക് നടക്കുമ്പോൾ വിശപ്പിനേക്കാൾ ദാഹം തോന്നി. ലിഫ്റ്റിൽ പലവിധ സംസ്കാരങ്ങളുടെ ഗന്ധം നിറഞ്ഞു. കൂട് പൊട്ടിച്ച്, ലേയ്സ് വായിലിട്ടു ചവയ്ക്കുന്നതിനിടയിൽ നീലക്കണ്ണും സ്വർണ്ണമുടിയും ഉള്ള ബാർബില ഡോളിനെ പോലെ ഉള്ള പെൺകുട്ടി അവളെ നോക്കി കണ്ണിറുക്കി.

ജനി ഒരു കുസൃതിയോടെ അവളുടെ മുടിയിൽ തലോടിയതും അവൾ അവളുടെ അമ്മയുടെ പർദയ്ക്ക് പിന്നിലേക്ക് നാണത്തോടെ പതുങ്ങി നിന്നു. ആ സ്ത്രീ ജനിയെ നോക്കി ചിരിച്ചു.

"മലബാറി....?" എന്നൊരു ചോദ്യം അവൾക്കു നേരെ തൊടുത്തു.

"യെസ്..." എന്ന് ഉത്തരം പറഞ്ഞപ്പോൾ അവരുടെ ചുണ്ടിൽ ഒരു മൂടിയ ചിരി പടർന്നോ എന്ന് ജനിക്കു സംശയം തോന്നി. അവൾ പിന്നെയാ സ്ത്രീയെ ഗൗനിച്ചതേ ഇല്ല....

ലിഫ്റ്റിന്റെ വാതിൽ തുറന്നതും നേരെ ശ്യാമിന്റെ ഫ്ളാറ്റ് നമ്പർ ആയിരുന്നു. പുറത്ത് കുറെയധികം ചെരുപ്പുകൾ. വാതിൽ തുറന്നിട്ടിരുന്നു. അവൾ ചെരുപ്പൂരിയിട്ട് അകത്തേക്ക് കടന്നതും നേഹ ചിരിയോടെ ഇറങ്ങി വന്നു....

"വരൂ.... വരൂ..."

ഹാളിൽ പ്രതീക്ഷിച്ചതിൽ അധികം ആളുകൾ ഉണ്ടായിരുന്നു. ഏക ദേശം പതിനഞ്ചു പേർ. കൂടുതൽ പുരുഷന്മാർ.

"ഞങ്ങൾ ജനിയെ പ്രതീക്ഷിച്ചിരിക്കുകയായിരുന്നു."

കിരൺ അടുത്തു വന്നു.

'ഞങ്ങൾ ഡോക്ടർമാർക്ക് സ്ഥിരമായി ഒരു ഓഫ് ഡേ ഇല്ലല്ലോ... അല്ലേ ജനി?" ശ്യാമാണ് മറുപടി പറഞ്ഞത്.

"പാർക്കിംഗ് കിട്ടാൻ കുറച്ചധികം ഞാൻ കറങ്ങി. ഇത്തിരി ദൂരത്താണ് നിർത്തിയിട്ടത്."

"ഇവിടെ പെയ്ഡ് പാർക്കിംഗ് ആണ്..."

"അവിടുന്നിങ്ങോട്ടു ഈ പൊരിവെയിലത്ത് നടന്നതിന്റെ ക്ഷീണം. ഒരു കട്ടൻ അത്യാവശ്യായി വേണം." ജനി നേഹയെ നോക്കി പറഞ്ഞു.

"അതിനെന്താ...? വീട്ടിൽ പോവാതല്ലേ ഇങ്ങോട്ട് വന്നത്? ഊണ് എടുക്കാം ഞാൻ. വല്യ വിഭവങ്ങൾ ഒന്നും ഉണ്ടാവില്ല."

“വേണ്ടാ... ആദ്യം ചർച്ച നടക്കട്ടെ...” കാറിൽ ഊരി വെക്കാൻ മറന്നു പോയ സ്റ്റെതസ്കോപ്പ് സോഫയുടെ കുഷ്യന് മീതെ വെച്ച് ടേബിളിനു ചുറ്റും വട്ടംകൂടിയിരുന്ന പതിനഞ്ചു അംഗ ടീമിലേക്ക് ജനിയും ചേർന്നു.”

ഫസ്റ്റ് ഗൾഫ് ബാങ്കിന്റെ ക്രെഡിറ്റ് മാനേജർ ദീപ്തി അവരെ ഓരോ രുത്തരെ ജനിക്ക് പരിചയപ്പെടുത്തി.

“ഇത് ലത്തീഫ് ഖാൻ... പേര് കേട്ട് നോർത്ത് ഇന്ത്യൻ ആണെന്ന് കരുതരുത്. മലപ്പുറം ആണ് ദേശം. മലയാളി ശ്യാമിന്റെ സുഹൃത്താണ്. കാർഡിയോളോജി ഡോക്റ്റർ ആണ്.”

താടിയും തൊപ്പിയും വെച്ച ഒരു ‘യോ യോ’ ചെറുപ്പക്കാരൻ. അവർ പരസ്പരം ഒരു ചിരി കൈമാറി.

“ഷെറി തരകൻ... ജിയോഗ്രഫിക്കൽ സയന്റിസ്റ്റ്...” നീട്ടി വളർത്തിയ മുടിയും ഉണ്ടക്കണ്ണുകൾക്ക് മീതെ തടിച്ച കറുത്ത ഫ്രെയിമുള്ള കണ്ണട വെച്ച് പൊക്കം അല്പം കുറഞ്ഞ ഇരുണ്ട നിറമുള്ള അല്പം വണ്ണം കൂടിയ ഒരു ബുദ്ധിജീവി പ്രകൃതം ഉള്ള ചെറുപ്പക്കാരൻ.

“ഇതാണ് മുബാറക്... അട്ടയുടെ കണ്ണ് കണ്ടു പിടിച്ചവൻ...”

എല്ലാവരും ഉച്ചത്തിൽ ചിരിച്ചു. ജനി അയാളെ നോക്കി.

വെളുത്തു ചുവന്നു പൂച്ചക്കണ്ണും അസാമാന്യ പൊക്കവും ഉള്ള പഞ്ചാബിയെ പോലെ തോന്നിപ്പിക്കുന്ന ഒരാൾ.

“സ്ത്രീ പങ്കാളിത്തം... കുറവാണല്ലോ...” ജനി തമാശയെന്നോണം നേഹയെ നോക്കി പറഞ്ഞു.

“കനൽ എന്തിനാണ് അധികം. ഒരു തരി മതി ആളിക്കത്തിക്കാൻ...” ഷിനാസ് അബ്ദുൽ റഹിമാൻ ജനിയെ നോക്കി മറുപടിയായി പറഞ്ഞു.

“ഇത് എന്റെ ഉപ്പയുടെ സുഹൃത്തിന്റെ മകനാണ്.... ഇവിടെ മിലിട്ടറി യിൽ സെക്യൂരിറ്റി വിഭാഗം ഓഫീസർ ആണ്. കൂട്ടത്തിലെ ഒരേയൊരു ഉഭയജീവി. ഒരു മാസം കടലിലും ഒരു മാസം കരയിലും ആണ് ജീവിതം...” ലത്തീഫ് ഉച്ചത്തിൽ പറഞ്ഞു.

പരിചയപ്പെടൽ എളുപ്പമായിരുന്നു.

“എന്താണ് നമ്മുടെ പ്ലാൻ...”

ജനി അവർക്കിടയിലേക്ക് ഇരുന്നു. ഡോ. ശ്യാം അവൾക്ക് അരികി ലായി ഇരിപ്പുറപ്പിച്ചു.

“ഒരു സോഷ്യൽ മീഡിയ അറ്റംപ്റ്റ് ആണ് ഉദ്ദേശം... അതിനു ജന ങ്ങൾക്ക് വിശ്വസനീയമായ ഒരു പ്രൊഫൈൽ നമുക്ക് വേണം. നമ്മുടെ പ്രവർത്തനങ്ങൾക്ക് അത് പ്രയോജനപ്പെടും. കാര്യങ്ങൾ ജനങ്ങളിലേക്ക് എത്തിക്കാൻ ഇപ്പോഴത്തെ അവസ്ഥയിൽ അതാണ് ഏറ്റവും നല്ല

മാർഗ്ഗം..."

ഡോ. ശ്യാം വിവരിച്ചു. ഫോണിൽ ബീപ് ശബ്ദം മുഴങ്ങി. വാട്സ് അപ്പിൽ ആസിഫിന്റെ സന്ദേശം...

"Taken as the in charge of Pandanaadu Rescue operation. Call u if I get a chance since it is a panic situation in Kerala."

ജനിയുടെ തൊണ്ടയിൽ ഉമിനീർ തടഞ്ഞു.

"മൈ ഡിയർ... ബി സേഫ്... ആൻഡ് മേക്ക് അദേഴ്സ് ആൾസോ സേഫ്. ഐ നോ യു വിൽ... ലവ് യൂ... ഉമ്മ..."

അതിനു മറുപടിയായി ജനി ആസിഫിന് എഴുതി.

നെഞ്ചിൽ ഒരു മഴക്കാറ്റിൻ ഭീതി പൊടുന്നനെ.

ഡോ. ശ്യാം കൈയിൽ തട്ടി.

"എന്തുപറ്റി.... പെട്ടെന്നൊരു മൗനം...?"

"ഒന്നുമില്ല... തുടരൂ..." ജനി തന്റെ ഉള്ളിൽ നാമ്പിട്ട കറുത്ത മേഘത്തെ കുടഞ്ഞെറിഞ്ഞു.

"റസ്ക്യൂ സപ്പോർട്ട് വേണ്ട ആളുകളുടെ ഡാറ്റ ശേഖരിച്ച്, ഗവണ്മെന്റിന് അത് കൈമാറുന്നതിനുള്ള സംവിധാനത്തെക്കുറിച്ച് തിരക്കാം."

അതിന്റെ പ്രായോഗികവശങ്ങൾ...?

"നമുക്ക് നിലവിൽ സുതാര്യമായി ഇടപെടാൻ പറ്റുന്ന ഒരാൾ പ്രശാന്ത് നായർ ഐ.എ.എസ് ആണ്. കേരള റസ്ക്യൂ ഡോട്ട് ഇൻ സൈറ്റിലേക്കു ഡാറ്റ കൈമാറാൻ ഉള്ള ഓപ്ഷൻസ് അദ്ദേഹവുമായി സംസാരിച്ചിട്ടുണ്ട്.

"ഗ്രേറ്റ്..." എല്ലാവരും ഒന്നടങ്കം പറഞ്ഞു.

"ഇനി വേണ്ടത് പബ്ലിസിറ്റിയുള്ള ഒരാളുടെ നല്ല റീച്ച് ഉള്ള ഒരു സോഷ്യൽ മീഡിയ പ്രൊഫൈൽ ആണ്. അവിടെ ഞങ്ങളെ സഹായിക്കാൻ ജനിയോളം പറ്റിയ മറ്റൊരാൾ ഇല്ല. നമ്മൾ പറയുന്ന കാര്യങ്ങൾ പരമാവധി ജനങ്ങളിൽ എത്തണം. അതിലാണ് നമ്മുടെ വിജയം..."

"കാണാതായ ആളുകൾ, അവരുടെ വിവരങ്ങൾ പോസ്റ്റിനു കീഴെ കമന്റ് ചെയ്യാൻ ആവശ്യപ്പെടണം. ആ കമന്റുകൾ ചെക്ക് ചെയ്യാനായി കുറച്ചു പേർ ഇരിക്കണം. വിവരങ്ങൾ ഗൂഗിൾ സ്പ്രെഡ് ഷീറ്റിലേക്ക് മാറ്റണം... ആവർത്തനങ്ങൾ ഇല്ലാതെ നോക്കണം... അപ്പപ്പോൾ കേരള ഡിസാസ്റ്റർ മാനേജ്മെന്റ് ടീമിന് ഡാറ്റ കൈമാറണം..."

"ഷിനാസ്... പ്രശാന്ത് സാർ ഉൾപ്പെട്ട ഗ്രൂപ്പിലേക്ക് ജനിയെ കൂടെ ചേർക്കൂ..." ശ്യാം ഷിനാസിനോടായി പറഞ്ഞു.

"കിരൺ എനിക്കതിൽ അഭിമാനം മാത്രമേയുള്ളൂ... നോട്ടിഫിക്കേഷൻ തയ്യാറാക്കിക്കോളൂ... ഉടൻ ഞാൻ പോസ്റ്റ് ചെയ്യാം."

ജനിയുടെ മറുപടിക്ക് ഉച്ചത്തിൽ ഉള്ള കൈയടി ഉയർന്നു.

"നിങ്ങളാണ് ഞങ്ങളുടെ പ്ലാറ്റ്ഫോം..."

"എങ്കിൽ വൈകണ്ട... കിരൺ പോസ്റ്റ് തയ്യാറാക്കിക്കോളൂ."

ഒരു വീട് ഒരു കൺട്രോൾ റൂം ആവുന്ന കാഴ്ച്ച. ചുറ്റും നിരന്ന ലാപ് ടോപ്പുകൾ, മൊബൈലുകൾ, പ്ലഗ് പോയന്റുകൾ. ചാർജറുകൾ, പവർ ബാങ്കുകൾ.

കിരൺ പോസ്റ്റ് തയ്യാറാക്കി. ഏതാനും നിമിഷങ്ങൾക്കകം തന്റെ പ്രൊഫൈലിൽ അവളാ പോസ്റ്റ് ഇട്ടു. പ്രധാനമായും സെലിബ്രിറ്റികളെ ടാഗ് ചെയ്തു. അവരിലൂടെ ഈ അറിയിപ്പ് ആളുകളിലേക്ക് എത്തണം.

മീഡിയ വൺ ചാനലിൽ പ്രളയ വാർത്തകളുടെ ദൃശ്യങ്ങൾ... പ്രളയ ജലത്തിലൂടെ കൈയിൽ കിട്ടിയ വസ്തുക്കളുമായി നീന്തുന്നവർ. ചങ്ങാടങ്ങളിൽ പ്രായമുള്ളവരെ, കുഞ്ഞുങ്ങളെ, സ്ത്രീകളെ രക്ഷപ്പെടുത്തുന്നവർ... ജാതിമത രാഷ്ട്രീയങ്ങൾ മറന്നു രക്ഷാപ്രവർത്തനത്തിനു മുന്നിട്ടിറങ്ങിയവർ.

ചെറുതോണി ഡാമിന് താഴെ കുത്തി ഒലിച്ചു ജലം. ചെറുതോണി ബസ്സ്റ്റോപ് ഒലിച്ചുപോയി.ചെറുതോണി പുഴ കര കവിഞ്ഞു ഒഴുകുന്നതിന്റെ ഞെട്ടിക്കുന്ന ദൃശ്യങ്ങൾ. പാലത്തിനു മീതെ കടപുഴക്കി ഒലിച്ചു വന്ന മരങ്ങൾ. ട്രാൻസ്ഫോർമർ നിലംപൊത്തിയിരിക്കുന്നു. മരങ്ങൾ കടപുഴകി പാലത്തിനു കുറുകെ നില്ക്കുന്ന കാഴ്ച. തെങ്ങുകൾ, മരങ്ങൾ വെള്ളത്തിലേക്ക് നിലം പൊത്തുന്നു. റോഡുകളുടെ മധ്യത്തിൽ ഗർത്തങ്ങൾ, പൊട്ടിത്തകർന്ന റോഡുകൾ, ഇളകിയ അടിത്തറകൾ, മൂടിയ കിണറുകൾ...

ആർത്തലച്ചു വരുന്ന ഡാമിലെ ജലപ്രവാഹത്തിന് കുറുകെ പാലം കര കവിയുന്നതിനും അര നിമിഷം മുൻപ് ഒരു കൈക്കുഞ്ഞുമായി രക്ഷപ്പെടുന്ന ഒരു രക്ഷാപ്രവർത്തകൻ... ന്യൂസ് 18 ചാനലിൽ ആ ദൃശ്യം നിരന്തരമായി കാണിച്ചുകൊണ്ടിരുന്നു. ശ്വാസം നിലയ്ക്കുന്ന മൂകത ഹാളിൽ നിറഞ്ഞു.

"നമുക്കൊരു നിമിഷം പാഴാക്കാനില്ല." ലത്തീഫ് ഓർമ്മിപ്പിച്ചു.

ജനി തന്റെ സുഹൃത്തുക്കളെ പലരെയും ഫോണിൽ വിളിച്ചു. ഐ.ടി മേഖലയിൽ പ്രാവീണ്യം ഉള്ളവരെ.

മിക്കവരും വരാമെന്നേറ്റു. വൈകിട്ട് നാല് മണി ആകുമ്പോഴേക്കും ഏകദേശം ഇരുപത്തിയഞ്ചുപേർ ശ്യാമിന്റെ വീട്ടിലെ ഹോളിൽ അണി നിരന്നു. വാഹന സൗകര്യം ഇല്ലാത്തവർക്ക് ജോൺ ഡ്രൈവറുടെ പങ്കു വഹിച്ചു. ആരുമാരും പരസ്പരം പേര് ചോദിച്ചില്ല, ജോലി എവിടെന്നോ വീടെവിടെന്നോ തിരക്കിയില്ല. ഒരേയൊരു ലക്ഷ്യം മാത്രം.

“റിക്വസ്റ്റുകൾ എല്ലാം മോണിറ്റർ ചെയ്യണം അതിനു രമ്യയും ദേവിയും ദീപ്തിയും രശ്മിയും സ്മിനിയും ചേരട്ടെ. വീട്ടിൽ ഇരുന്നാ യാലും റിക്വസ്റ്റുകൾ സ്പ്രെഡ് ഷീറ്റിലേക്ക് പകർത്താനാവും...” കിരൺ ഒരു നിർദ്ദേശം മുന്നോട്ടു വെച്ചു. അവർ അത് മടി കൂടാതെ അംഗീകരിച്ചു.

റിക്വസ്റ്റുകൾ ഡാറ്റാബേസിലേക്ക് അതിവേഗതയിൽ അപ്ഡേറ്റ് ചെയ്തുകൊണ്ടിരുന്നു.

ടി.വി ഓൺ ചെയ്തുവെച്ചിരുന്നു. വാർത്തകൾ കേൾക്കാനും എമർ ജൻസി റിക്വസ്റ്റുകൾ ഫോളോഅപ് ചെയ്യാനും ഷരീഫിനെ ഏല്പിച്ചു.

“പത്തനംതിട്ട ജില്ലയിൽ ആയിരങ്ങൾ ഒറ്റപ്പെട്ടു. നേവി സുരക്ഷാ പ്രവർത്തകർ ദുരന്തബാധിത പ്രദേശങ്ങളിൽ. ടെറസ്സിൽ കയറി ടോർച്ചോ മറ്റു സാധ്യതകളോ ഉപയോഗിച്ച് അവരുടെ ശ്രദ്ധ ആകർഷിക്കുക. റാന്നി പൂർണ്ണമായും വെള്ളത്തിന് അടിയിൽ. ബസ്സ്റ്റാന്റും പട്ടണങ്ങളും ജല നിബിഡം.”

കൺട്രോൾ റൂം നമ്പറുകൾ സ്ക്രീനിൽ തെളിഞ്ഞുവന്നുകൊണ്ടി രുന്നു. ന്യൂസ് റിപ്പോർട്ടർമാർ ജനങ്ങളെ പരിഭ്രാന്തരാക്കാതെ വാർത്ത കൾ കൈകാര്യം ചെയ്തു.

ഈ പ്രളയത്തെ അതിജീവിക്കാൻ വേണ്ട നടപടികൾ കരസേനയും നേവിയും ജനങ്ങളും ഏറ്റെടുത്തുകഴിഞ്ഞിരിക്കുന്നു എന്ന് മുഖ്യമന്ത്രി. അദ്ദേഹത്തിന്റെ വാക്കുകളിൽ അപാരമായ ധൈര്യം ഉണ്ടായിരുന്നു. ലോകത്തിന്റെ ഏതു കോണിലുള്ള മലയാളിയെയും മാനുഷികമായ ചിന്തയിലേക്ക് ഉയർത്തിപ്പിടിക്കാൻ പ്രാപ്തമായ ആത്മവിശ്വാസം.

അനാവശ്യ സംശയങ്ങൾ ഒഴിവാക്കണമെന്ന് റസ്ക്യൂ കൺട്രോൾ റൂം മുന്നറിയിപ്പുകൾ.

“പൊലീസും ഫയർഫോർസും റെസ്ക്യൂ സർവ്വീസ് തുടങ്ങി. മൊബൈൽ ടവറുകൾ പലതും ഓഫ് ആയി തുടങ്ങി. പലയിടങ്ങളിലും ഉരുൾപൊട്ടലിന്റെ ലക്ഷണങ്ങൾ. നമ്മുടെ ഡാറ്റ ഇനി ശ്രദ്ധിക്കണം... ആവർത്തനങ്ങൾ വരാതെ നോക്കണം...” ഷിനാസ് ഇടയ്ക്കിടെ ഓർമ്മ പ്പെടുത്തി.

രാത്രി ജനി ഡ്യൂട്ടി കഴിഞ്ഞു നേരെ പോയത് ശ്യാമിന്റെ വീട്ടിലേ ക്കാണ്. അവിടെ കണ്ട കാഴ്ച മനസ്സ് കുളിർപ്പിച്ചു. ഒരു ലഹരിപോലെ ഊർജ്ജം പടർന്നു. നൂറോളം ആളുകൾ വീടിന്റെ എല്ലാ ഏരിയകളിലും നിലയുറപ്പിച്ചിരിക്കുന്നു. കാലുറപ്പിക്കാൻ ഇടമില്ലാത്തവിധം റെസ്ക്യൂ കോർഡിനേഷന് വന്നവർ.

സോഫകളിൽ, കസേരകളിൽ, നിലത്തു വിരിച്ച ഷീറ്റിൽ ലാപ് ടോപ്പും തുറന്നുവെച്ച് വിവരങ്ങൾ കൈമാറുന്നവർ.

“ഇരുപത്തിമൂന്ന് ബോട്ടുകളുമായി സുരക്ഷാ പ്രവർത്തകർ റാന്നി മേഖലയിൽ. പല സബ്സ്റ്റേഷനുകളിലും വെള്ളം കയറി. വൈദ്യുതി പലയിടങ്ങളും വിച്ഛേദിക്കപ്പെട്ടു. നേവിയുടെ ഹെലികോപ്റ്റർ നമ്പറിൽ വിളിക്കുക അടിയന്തിര സഹായം.”

ഡോ. ജനി ആസിഫിന്റെ നമ്പറിലേക്ക് വിളിച്ചു. ഭാഗ്യത്തിനാണ് ലൈനിൽ കിട്ടിയത്. ഒറ്റ ശ്വാസത്തിൽ അവൾ കാര്യം പറഞ്ഞു.

നേവിയുടെ, കരസേനയുടെ റിക്വസ്റ്റുകൾ അയാൾക്ക് അയച്ചാൽ മതിയെന്ന് ആസിഫ് ഉറപ്പു നല്കി. ബോട്ട് സർവീസിനും വള്ളക്കാർക്കും വിവരങ്ങൾ കൈമാറാൻ അയാൾ നവാസിന്റെയും രാജന്റെയും നമ്പർ കൊടുത്തു.

ടീം ആ വാർത്തയെ കയ്യടിച്ചു വരവേറ്റു. അവരുടെ ആത്മവിശ്വാസം പതിന്മടങ്ങ് ഉയർന്നു.

“പവർ ബന്ധം തകരാറിൽ, ഫോൺ, ടോർച്ച്, പവർബാങ്കുകൾ ചാർജ്ജ് ചെയ്യുക. നേവി സർവീസിന്റെ, തഹസീൽദാർമാരുടെ, റസ്ക്യൂ ബോട്ടുകളുടെ ഒക്കെ നമ്പർ സോഷ്യൽ മീഡിയയിലെക്ക് ജനി പോസ്റ്റ് ചെയ്തുകൊണ്ടിരുന്നു.

പത്രക്കാർ, ചാനലുകാർ കോർഡിനേഷൻ പ്രവർത്തനങ്ങളെക്കുറിച്ച് അഭിമുഖങ്ങൾ ചെയ്തു. അത് കാര്യങ്ങളെ കുറച്ചുകൂടി വിസ്തീർണ്ണം ആക്കി.

“നമ്മുടെ പ്രവർത്തനങ്ങൾ വളരെ കൃത്യതയോടും ശ്രദ്ധയോടുംകൂടി ആവേണ്ടിയിരിക്കുന്നു. സമയം അതാണിവിടുത്തെ വില്ലൻ... നമ്മൾ ഗ്രൂപ്പുകളായി തിരിയണം.” ഷെറി പറഞ്ഞു.

വളരെ പെട്ടന്ന് ആ ഒരാൾക്കൂട്ടം പല ഗ്രൂപ്പുകളായി തിരിഞ്ഞു. മനുഷ്യത്വം എന്ന ഒറ്റ രാഷ്ട്രീയത്തിലേക്ക്. ഒരേ മനസും ഒരേ ചിന്തയും. എമർജൻസി, പി.ആർ. വർക്ക്, ഫുഡ്, റെസ്ക്യൂ. നേവി, ബോട്ട് സർവ്വീസ്, ഗവമ്മെന്റ് സപ്പോർട്ട് അങ്ങനെ പല വിഭാഗങ്ങൾ. ഓരോ ഗ്രൂപ്പിലും പത്തോളം പേർ ഉണ്ടായി. ടീമിന്റെ വിവരങ്ങൾ ചുമരിൽ സ്ഥാപിച്ച ബോർഡിൽ എഴുതി.

ജനി എമർജൻസിയുടെയും പി.ആർന്റെയും ടീമിൽ ആയിരുന്നു. അവൾക്ക് ആദ്യം വന്ന റിക്വസ്റ്റ് ആറന്മുളയിൽ നിന്നായിരുന്നു.

ലൊക്കേഷൻ അറിയില്ലായിരുന്നു. ജിയോ ലോക്കേഷൻ ട്രേസ് ചെയ്യാനായി ഷിനാസിനെ ഏല്പിച്ചു. അപ്പോൾ രാത്രി ആയിരുന്നു. ഷിനാസ് ഫോൺ ചെയ്യുമ്പോൾ ജനി തന്റെ മെസ്സേജിൽ വന്ന റിക്വസ്റ്റുകൾ സ്പ്രെഡ് ഷീറ്റിലേക്ക് മാറ്റുന്നതിന്റെ തിരക്കിലായിരുന്നു. പൊടുന്നനെ നോക്കുമ്പോൾ ഷിനാസിന്റെ ഏങ്ങലടിശബ്ദം. അടുത്തിരുന്ന ജനിക്കോ ലത്തീഫിനോ മുബാറക്കിനോ ഒന്നും മനസ്സിലായില്ല.

“എന്താടാ...” മുബി അയാളുടെ തോളിൽ പിടിച്ചു കുലുക്കി.

ഷിനാസ് ഫോൺ സ്പീക്കറിൽ ഇട്ടു.

ഫോണിന്റെ തലയ്ക്കൽ വാവിട്ടു കരയുന്ന ഒരു സ്ത്രീ ശബ്ദം.

“ഞങ്ങൾ ഇപ്പോൾ കഴുത്തോളം വെള്ളത്തിൽ ആണ്... മോൻ ഇവിടുന്ന് രക്ഷിക്കാൻ ഉള്ള സഹായം ചെയ്യണം... അപേക്ഷയാണ്...”

അവരുടെ സംസാരത്തിന്റെ അവസാനഭാഗം മാത്രം കേട്ടതുകൊണ്ടാവണം മുബിക്കും ലത്തീഫിനും കാര്യം മനസ്സിലായില്ല. അവർ പരസ്പരം നോക്കി. ഷിനാസിന്റെ കണ്ണുകൾ നിറഞ്ഞു കലങ്ങിയിരുന്നു. കണ്ടുനിന്ന ഹരികൃഷ്ണൻ അവന്റെ സമീപം വന്നിരുന്നു തോളിൽ തട്ടി.

“ഇതൊക്കെ നമ്മൾ പ്രതികരിക്കണം.... കമോൺ.”

ഷിനാസ് പതിയെ കാര്യം പറഞ്ഞു. അയാളുടെ ശബ്ദം വല്ലാതെ ഇടറിയിരുന്നു.

“റസ്ക്യൂ ടീമിൽ നിന്നാണ് വിളിക്കുന്നത് എന്ന് പറഞ്ഞപ്പോൾ ഫോണിന്റെ മറുവശം ആദ്യം കേട്ടത് മോനേ എന്നുള്ള ഒരു വിളിയാണ്. അവരുടെ ഭർത്താവ് ഇന്നലെ രാത്രി മരണപ്പെട്ടു. വീടിന്റെ ഉൾഭാഗം മുഴുവൻ വെള്ളത്തിലാണ്. ഭർത്താവ് രോഗിയാണ്. മരുന്ന് കിട്ടാതെ മരിച്ചു. ഇപ്പോൾ അവരുടെ കഴുത്തൊപ്പം വെള്ളം ഉണ്ട്. മരിച്ച ഭർത്താവിന്റെ ജഡം വെള്ളത്തിൽ ഒഴുകിപ്പോവാതിരിക്കാൻ അയാളെ ജനലിനോട് ചേർത്ത് സാരിത്തലപ്പുകൊണ്ട് കെട്ടിയിട്ടിരിക്കയാണ്...”

അത്രയും പറഞ്ഞു ഷിനാസ് എങ്ങിക്കരഞ്ഞു.

കേട്ടിരുന്നവർ മുഴുവൻ പ്രളയജലത്തിൽ ഉറഞ്ഞ മനസ്സുമായി ഇരുന്നു. എല്ലാ കണ്ണുകളിലും പ്രളയജലം തികട്ടി വന്നു. ചിലരിൽ അത് കണ്ണതിരുകൾക്ക് മീതെ ഒഴുകി പരന്നു.

ജനിക്കു ശ്വാസം നിലയ്ക്കുംപോലെ തോന്നി. ഷിനാസിനെ ആശ്വസിപ്പിക്കാനോ കൂടുതൽ ചിന്തിക്കാനോ ആവാത്ത അവസ്ഥ.

“സമയം..., സമയം മാത്രമാണ് ഇപ്പൊ നേരിടുന്ന പ്രതിബന്ധം... മാറ്റി വെയ്ക്കപ്പെടുന്ന ഓരോ നിമിഷവും ഓരോ മനുഷ്യരുടെ ജീവനാണ്. മരണത്തെ അവർ മുഖാമുഖം കാണുകയാണ്...”

ഷിനാസ് ലൊക്കേഷൻ മാപ് ചെയ്തു.

“നമ്മൾ അയയ്ക്കുന്ന ഡാറ്റയിൽ ആവർത്തനം പാടില്ല. രക്ഷാപ്രവർത്തനത്തിനു പോകുന്നവരുടെ വിലപ്പെട്ട സമയമാണത് നശിപ്പിക്കുക. ജാഗ്രത കൂടുതൽ നമുക്ക് വേണം.” ലത്തീഫ് അസ്വസ്ഥതയോടെ പറഞ്ഞു.

അവരെ രക്ഷിച്ചേ അടങ്ങൂ...

ഡോ. ജനി നവാസിനെ വിളിച്ചു. “പേടിക്കണ്ട അറിയാവുന്ന മേഖല

യാണ്. ഇന്നീ രാത്രിയിൽ ബോട്ടുകൾക്ക് ആ വഴി പോകാനാകില്ല. നേരം പുലരുമ്പോൾ ഞങ്ങൾ ഏതുവിധേനയും അവിടെ എത്തിയിരിക്കും ഡോക്ടറേ..." അയാളുടെ വാക്കുകൾതന്ന ധൈര്യം ആ ടീമിന് ചെറുതായിരുന്നില്ല.

നാട്ടിൽനിന്നും സഖാവ് രതീഷിന്റെ ഒരു മെസ്സേജ് വന്നു.

"ചെങ്ങന്നൂർ മേഖലയിൽ ഒരു ക്യാമ്പിൽ വെള്ളം കേറിയിട്ടുണ്ട്. അവിടെ നിന്നും വളരെ സാഹസികമായി രക്ഷപ്പെട്ട ജോസഫ് എന്നൊരു ആൾ പറഞ്ഞതാണ്. അവരെ ഉടൻ രക്ഷപ്പെടുത്തിയില്ല എങ്കിൽ നാളേക്ക് ഒരു വലിയ സംഖ്യ മരണം ഉറപ്പാണ്..."

ഡോ. ജനിയുടെ ശരീരം വിറയ്ക്കുംപോലെ തോന്നി. പക്ഷേ പൊടുന്നനെ തന്നെ യുക്തി വികാരത്തെ നിയന്ത്രിച്ചു തുടങ്ങി.

ന്യൂറോ സർജറി ചെയ്യുമ്പോൾ, സർജിക്കൽ ബ്ലേഡ് രോഗിയുടെ ജീവനുള്ള ശരീരത്തിൽ കുത്തിയിറക്കുമ്പോൾ പോലും കൈയോ മനസ്സോ വിറയ്ക്കാറില്ല. അതിജീവനത്തിനായുള്ള ശ്രമങ്ങൾ ലക്ഷ്യം കാണണം. എങ്കിൽ വിറയ്ക്കുകയല്ല തളരാതെ നോക്കുകയാണ് വേണ്ടത്...!

അവൾ നവാസിനെ വിളിച്ചു. അപ്പോൾ രാത്രി പന്ത്രണ്ടു മണി കഴിഞ്ഞിരുന്നു.

"പുലർച്ചെ നാലുമണിക്ക് ആലപ്പുഴയിൽ നിന്നും ഞങ്ങൾ അവിടെ എത്തിരിക്കും. അഞ്ചു ബോട്ടുകൾ..."

കേട്ട് നിന്നവർക്ക് കണ്ണുകൾ നിറഞ്ഞു. ഓരോ റിക്വസ്റ്റുകൾക്കും അത്രയേറെ മനുഷ്യർ കൂടെ നില്ക്കുന്നുവെന്ന സന്തോഷത്തിന്റെ കണ്ണീർ.

ഇന്നലെ മുതൽ കുളിക്കാതെ, നനയ്ക്കാതെ കൃത്യമായി ഭക്ഷണം കഴിക്കാതെ ഇരിക്കുന്ന പലരും ടീമിൽ ഉണ്ടായിരുന്നു. എമർജൻസി ഫോൺ കോളുകൾ നാട്ടിലേക്ക് ചെയ്തു തളർന്നിരിക്കുന്ന ഷരീഫിനെ നോക്കി പുലർച്ചെ മൂന്നു മണി ആയപ്പോ ലത്തീഫ് പറഞ്ഞു.

"നീ വീട്ടിൽ പോയി ഒരു രണ്ടു മണിക്കൂർ ഉറങ്ങിക്കോ... വീടിവിടെ അടുത്തല്ലേ...?"

ഉറക്കം പൂണ്ട കണ്ണുകൾ എങ്കിലും ഷരീഫ് പറഞ്ഞ മറുപടി ഒരു യഥാർത്ഥ മനുഷ്യന്റെ ആയിരുന്നു.

"ഇല്ല ഭായ്... വീട്ടിൽ ചെന്ന് കിടന്നു പോയാൽ രണ്ടു ദിവസത്തെ ഉറക്കം ബാക്കി ആയതോണ്ട് തല അനക്കാൻ പറ്റിയേക്കില്ല. ബോധം കെട്ടു ഉറങ്ങിപ്പോയാലോ... നേരം പുലരാൻ ഇനി ഒന്നര മണിക്കൂറെ ഉള്ളൂ. രാവിലെ നാലര മണിക്ക് നവാസും ടീമും ആ ക്യാമ്പിലേക്ക് രക്ഷാ

പ്രവർത്തനത്തിനു പോകും. കൂടെ ഭർത്താവ് മരണപ്പെട്ട ആ സ്ത്രീയെയും രക്ഷപ്പെടുത്തേണ്ടതുണ്ട്..."

ഡോ. ജനി ഒന്നും മിണ്ടിയില്ല.

'മനുഷ്യൻ' എത്ര മനോഹരമായ പദം. സ്നേഹം എത്ര മനോഹരമായ ആചാരം.

ഓഗസ്റ്റ് 16. 2018. ടീം അംഗങ്ങൾ ആ വാർത്ത കേട്ട് തരിച്ചിരുന്നു.

എം.എൽ.എ തോമസ് ചെറിയാൻ മാധ്യമങ്ങളോട് സംവദിക്കുന്നു.

"നേവിയുടെ രക്ഷാപ്രവർത്തകർ ഈ രാത്രി ചെങ്ങന്നൂർ എത്തിയില്ല എങ്കിൽ നാളെ കേരളം കാണേണ്ടി വരിക അൻപതിനായിരത്തോളം പേരുടെ മരണ വാർത്തയാണ്... ഞങ്ങളെ രക്ഷിക്കൂ... നിങ്ങളോട് അപേക്ഷിക്കുകയാണ്..."

ഒരു ജനപ്രതിനിധി ആണ് കൈകൂപ്പി നില്ക്കുന്നത്.

നിശ്ചലാവസ്ഥയിൽ എല്ലാവരും ഒരു നിമിഷം സ്തബ്ധരായി നിന്നു. എല്ലാ കണ്ണുകളിലും നനവ്.

'നമുക്കീ ഒറ്റ രാത്രി നിർണ്ണായകമാണ്. ഷെറി..." നീട്ടി വളർത്തിയ തന്റെ ചുരുണ്ടമുടിയിൽ അസ്വസ്ഥതയോടെ പിടിച്ചുവലിച്ചുകൊണ്ടിരുന്നു..."

"അതേ... പാഴാക്കുന്ന ഓരോ നിമിഷത്തിനും ഒരായിരം മനുഷ്യജീവന്റെ വിലയുണ്ട്..."

റസ്ക്യൂ ടീമിൽ ആരുമാരും ഉറങ്ങിയില്ല, വീട് കണ്ടില്ല. എല്ലാ കണ്ണുകളും അതീവജാഗ്രതയോടെ ഒറ്റപ്പെട്ട മനുഷ്യർക്കുവേണ്ടിയുള്ള തിരച്ചിലിൽ ആയിരുന്നു. രണ്ടു ദിവസത്തെ ക്യാഷൽ ലീവെടുത്ത് ജനി അവർക്കൊപ്പം കൂടി.

പതിനാറാം തീയതി രാവിലെ ഷരീഫ് ആണ് നവാസിനെ വിളിച്ചത്.

"എന്തായി ഭായീ.... ആ സ്ത്രീയുടെ കാര്യം?"

"പേടിക്കാനില്ല.... അവർ ഞങ്ങൾക്കൊപ്പം ഉണ്ട്." ഷരീഫിന്റെ കണ്ണുകൾ ഈറനായി. ഷിനാസ് കുനിഞ്ഞിരുന്നു ഇരുകൈകളും കൂട്ടിപ്പിടിച്ചു. ആർക്കും കരയാനോ സഹതപിക്കാനോ ഉള്ള നേരം ഉണ്ടായിരുന്നില്ല.

സഖാവ് രതീഷ് തന്ന ജോസഫ് എന്ന മനുഷ്യന്റെ നമ്പറിലേക്ക് ഡോ. ജനി വിളിച്ചു.

"നിങ്ങൾ കേട്ടത് ശരിയാണ്... പമ്പയുടെ തീരത്ത് ഒരു വീടിന്റെ ടെറസ്സിൽ ഒരുപാട് പേർ കുടുങ്ങിക്കിടപ്പുണ്ട്... ഞാൻ രക്ഷപ്പെട്ടുവരുമ്പോൾ ഭക്ഷണത്തിനും വെള്ളത്തിനും വേണ്ടി കരയുന്നവരെ കാണാമായിരുന്നു..."

“ലത്തീഫ് ലൊക്കേഷൻ മാപ്പ് ചെയ്യൂ...” ഡോ. ജനി ഐ. ടി ടീമിന് നിർദ്ദേശം കൊടുത്തു. അതുവരെ ലൊക്കേഷൻ മാപ്പ് ചെയ്തു കിട്ടിയ കൃത്യമായ വിവരങ്ങൾ ഉള്ള പത്തോളം വീടുകളുടെ പേര് ഷിനാസ് രാജനും നവാസിനും വാട്സ് അപ് ചെയ്തു.

“അഞ്ചു ബോട്ടുകൾ കൂടി അയച്ചിട്ടുണ്ട്. ചെങ്ങന്നൂർ രക്ഷാ പ്രവർത്തനത്തിന്... ആലപ്പിയിൽ നിന്ന് ഞങ്ങൾ അയച്ച ബോട്ടുകൾ ആണ്...” ഏകദേശം പതിനൊന്നു മണിക്ക് നവാസിന്റെ കോൾ വന്നു.

ആ വാർത്ത ടീം ആഹ്ലാദത്തോടെ വരവേറ്റു. “ചേച്ചീ... പേടിക്കണ്ട... ആ ഏരിയയിൽപെട്ട മുഴുവൻ ആളുകളെയും ഞങ്ങൾ രക്ഷപ്പെടുത്തും...”

ഉച്ചയ്ക്ക് ഒന്നരയ്ക്ക് നവാസ് വിളിച്ചു. ‘അഞ്ചു ബോട്ടുകളിലായി അഞ്ചു തവണ പോയി നൂറ്റി അൻപതോളം ആളുകളെ രക്ഷപ്പെടുത്തി ഞങ്ങൾ ക്യാമ്പിൽ എത്തിച്ചിട്ടുണ്ട്. പക്ഷേ ഞങ്ങളുടെ കൂട്ടത്തിൽ ഒരാളെ ഞങ്ങൾക്ക് ആറ്റിന്റെ ഒഴുക്കിൽ നഷ്ടപ്പെട്ടു. ഒരാളെ രക്ഷപ്പെടുത്താനുള്ള ശ്രമത്തിൽ ഒഴുക്കിൽപ്പെട്ടതാ...”

സ്പീക്കറിൽ ആയിരുന്നു ഫോൺ. ഒരു നിമിഷം എല്ലാവരും നിശ്ശബ്ദമായി. ആരുമാരും ഒന്നും പറയാതെ പരസ്പരം നോക്കി, മുഖം കുനിച്ചു.

“ആറന്മുളയിൽ മൂന്നു ദിവസമായി ഒരു കുടുംബം ഒറ്റപ്പെട്ടിരിക്കുന്നു. എത്രയും വേഗം അവരെ രക്ഷിക്കാനുള്ള മാർഗ്ഗം നോക്കണം...” സത്യ മാണ് എന്ന് ഉറപ്പു വരുത്തിയ ഒരു വാർത്ത പൊടുന്നനെ ഗാന എണീറ്റ് നിന്ന് ഉച്ചത്തിൽ പറഞ്ഞു. സങ്കടം നിറഞ്ഞു നിന്ന മുഴുവൻ ടീം അംഗ ങ്ങളും ഒറ്റ നിമിഷംകൊണ്ട് ആർജ്ജവം ഉള്ളവരായി. ലാപ് ടോപ്പിന്റെ, ഫോൺ നമ്പറുകളുടെ സാധ്യതകളിലേക്ക് അവർ കണ്ണുകൾ തുറന്നു പിടിച്ച് ശ്രദ്ധാലുക്കളായി.

ചെങ്ങന്നൂർ പള്ളിക്കടുത്ത് ഒരു സ്ത്രീയുടെ നമ്പർ കിട്ടി. വിളിച്ചത് ഡോ. ജനി ആയിരുന്നു.

‘ഭക്ഷണം ലഭിക്കുന്നില്ല... മീതെനിന്നും നേവി രക്ഷാപ്രവർത്തകർ താഴെക്കിടുന്ന ഭക്ഷണപ്പൊതികൾ താഴേക്കു വീഴുമ്പോൾ ചിതറി പ്പോകുന്നു... ഒരു കൊച്ചു കുഞ്ഞുണ്ട്... അവൾക്കൊരു പാൽക്കുപ്പി വേണം...” ആ സ്ത്രീ കരയുകയായിരുന്നു.

ഭക്ഷണത്തിനുവേണ്ടി മനുഷ്യർ ആകാശത്തേക്ക് കൈ നീട്ടി നിൽക്കുന്ന ചിത്രങ്ങൾ ഡോ. ജനിയുടെ ചങ്ക് തുളച്ചു.

ചുറ്റും മനുഷ്യരുടെ കരച്ചിൽ മാത്രം. നിസ്സഹായത എത്ര വേദനിപ്പി ക്കുന്ന അവസ്ഥയാണ്. ചിലപ്പോൾ മരണത്തോളം തന്നെ കഠിനമായത്.

അഭയാർഥികൾ, അവരുടെ പലായനങ്ങൾ കണ്ടു കേട്ട് മാത്രം ജീവിച്ച ഒരു ജനത ഇപ്പോൾ അതിന്റെ നിസ്സഹായതയും നീറ്റലും തിരിച്ചറിയുകയാണ്.

ഫുഡ് റിക്വസ്റ്റുകൾ കൈകാര്യം ചെയ്യുന്ന ടീമിൽ നിന്നും നിരന്തരമായി നാട്ടിലേക്കുള്ള വിളികൾ പോയിക്കൊണ്ടിരുന്നു.

ആളുകൾ പങ്കുവെച്ച് ഉപയോഗിക്കുന്നതിന്റെ അസ്വാസ്ഥ്യം വൈഫൈ നെറ്റ്വർക്കുകൾ കാണിച്ചു തുടങ്ങി. സിസ്റ്റം പതിയെ ആയിത്തുടങ്ങി. മർസാംത് ഗ്രൂപ്പ് പുതിയ ഓഫീസ് കെട്ടിടത്തിന്റെ വാതിലുകൾ തുറന്നു തന്നു വീണ്ടും ഒരു 'മനുഷ്യൻ' അവരെ അദ്ഭുതപ്പെടുത്തി. നെറ്റ്വർക്ക് പതിവിലും വേഗതയിൽ ആയി. പേരും ഊരും ഒന്നുമറിയാത്ത ചിലർ സന്ദർശകരായി. ടീമിന് വേണ്ട സഹായങ്ങൾ അവർ നിരന്തരം ആവശ്യപ്പെട്ടുകൊണ്ടിരുന്നു. കീശയിൽനിന്ന് നിന്ന് ചിലവാക്കുന്ന കാശിനെക്കുറിച്ചോ വാഹനസർവീസുകൾക്ക് ചിലവാക്കേണ്ട പെട്രോളിനെക്കുറിച്ചോ ആരുമാരും വേവലാതിപ്പെട്ടില്ല.

പുലർകാലങ്ങളിൽ കണ്ണ് നീറി വെള്ളം വന്നു തുടങ്ങുമ്പോൾ അവർക്ക് മുന്നിലേക്ക് കടുപ്പത്തിലുള്ള ചായയും നുറുങ്ങുപലഹാരങ്ങളുമായി തോമസ് അച്ചായൻ എത്തി. ഉച്ചയ്ക്ക് ഊണുമായി മറ്റാരൊക്കെയോ....

ഗൂഗിൾ മാപ്പിംഗിൽ അതീവ മിടുക്കനായ രണ്ടു പേർ ഡോ. ജനിക്ക് അടുത്തിരിപ്പുണ്ടായിരുന്നു. സംസാരം നന്നേ കുറവെങ്കിലും ചെയ്യേണ്ട ജോലിയിൽ അത്ര കണ്ട് താത്പര്യപ്പെടുന്നവർ.

"കുട്ടീ... ഈ നമ്പർ ഒന്ന് വെരിഫൈ ചെയ്ത് ലൊക്കേഷൻ മാപ്പ് ചെയ്യണം...." തിരക്കിൽ അവനോടായി ജനി പറഞ്ഞു.

"യു കാൻ കോൾ മി ക്രിസ്റ്റി...." അവൻ ഒരു നേർത്ത പുഞ്ചിരിയോടെ അവനെ ജനിക്കു ഒറ്റവാക്കിൽ പരിചയപ്പെടുത്തി.

"ആട്ടേ... ക്രിസ്റ്റി എവിടാണ് ജോലി ചെയ്യുന്നത്...?"

"ഹ്യൂലെറ്റ് പാക്വേർഡിൽ സോഫ്റ്റ്‌വെയർ എൻജിനീയർ ആണ് ഞാൻ..." ജനി അവനെ നോക്കുകയായിരുന്നു. എത്ര പ്രസരിപ്പോടെയാണ് ആ യുവാവ് ഈ ടീമിന്റെ കൂടെ.

നമ്പർ വെരിഫൈ ചെയ്തു ജനിക്കു നല്കി അവൻ പോകാൻ എണീറ്റു.

"അടുത്താണ് വീട്... ഭാര്യ ഗർഭിണി ആണ്. അവൾക്കിപ്പോ എട്ടു മാസം കഴിഞ്ഞിരിക്കുന്നു. ആരോഗ്യപ്രശ്നങ്ങൾ ഉണ്ട്. ഞാൻ ഒന്ന് പോയി നോക്കീട്ടു വരാം..."

വീണ്ടും അവൻ ജനിയെ ഇടപെടൽകൊണ്ട് വിസ്മയിപ്പിച്ചു.

"എറണാകുളം മെഡിക്കൽ സപ്പോർട്ടിനുള്ള ഏർപ്പാട് ചെയ്തിട്ടുണ്ട്... ബാംഗ്ലൂരിൽ നിന്നും സുശാന്ത് ഇന്ന് ഒരു ലോഡ് മെഡിക്കൽ കിറ്റുകൾ കേരളത്തിലേക്ക് അയയ്ക്കുന്നുണ്ട്. അയാൾ എന്റെ സുഹൃത്താണ്... മരുന്നുകൾ ആവശ്യമുള്ള ക്യാമ്പുകളെ എത്രയും വേഗം ഇതറിയിക്കാൻ ഡോ. ജനി ഒരു സോഷ്യൽ മീഡിയ ലൈവ് പോയാൽ നന്നായിരിക്കും." അടുത്തിരുന്ന ഒരു ക്ലീൻ ഷേവ് മുഖം ഡോ. ജനിയെ നോക്കി പറഞ്ഞു.

"സുശാന്ത് എന്റെയും സുഹൃത്താണ്... നിങ്ങൾക്ക് എങ്ങനെ അറിയാം...?" ജനി അയാളോടായി ചോദിച്ചു.

"സഹാറാ ഐ കെയർ മെഡിക്കൽ ഗ്രൂപ്പിന്റെ ഓപ്പറേഷൻ ഹെഡ് ആണ് ഞാൻ..."

ഡോ. ജനി അയാളെക്കുറിച്ച് ഒരു നിമിഷം ആലോചിച്ചു. ഏകദേശം രണ്ടു ദിവസമായി രാവും പകലും ഈ മനുഷ്യൻ കൂടെ ഉണ്ട്.

ഡോ. ജനി വീട്ടിൽ പോയി പത്ത് മിനിറ്റിൽ കുളി കഴിഞ്ഞു തിരിച്ചു വന്നു. കണ്ണിൽ ഉറക്കമില്ലായ്മ നീറിത്തുടങ്ങി. ശരീരം അതിനോട് ദയയില്ലാതെ പ്രതികരിച്ചു തുടങ്ങി.

'നീ കുറച്ചു നേരം മുറിയിൽ ചെന്ന് കിടക്കൂ... കുറഞ്ഞതൊരു രണ്ടു മണിക്കൂർ." ഡോ. ശ്യാം ഇടയ്ക്ക് അവളോടായി പറഞ്ഞു.

"വേണ്ട.... എനിക്കൊരു സുലൈമാനി കിട്ടിയാൽ മതി, ഉറക്കമൊക്കെ പോകും."

"ജനി.... ഈ രാത്രി എനിക്ക് മടങ്ങണം. മറ്റു വഴിയില്ല. നാളെ എനിക്ക് കടലിലേക്ക് മടങ്ങണം. പിന്നൊരുപക്ഷേ ദിവസങ്ങൾ നിങ്ങളെക്കൊണ്ട് കോൺടാക്റ്റ് ചെയ്യാൻ മാർഗ്ഗം ഉണ്ടായെന്നു വരില്ല... ഈ നമ്പറുകൾ എല്ലാം മത്സ്യത്തൊഴിലാളികളുടെ ആണ്. എനിക്കറിയാവുന്ന ആലപ്പിയിലെ സുഹൃത്തുക്കൾ... അവരോടൊക്കെ സംസാരിച്ചിട്ടുണ്ട്. ഏകദേശം ഇരുപത്തിയഞ്ചു റസ്ക്യൂ ബോട്ടുകൾ ആറന്മുളയിലേക്കും ചെങ്ങന്നൂരേക്കും അവർ വഴി ഏർപ്പാട് ചെയ്തിട്ടുണ്ട്..." ഷിനാസ് ഒരു പെൻഡ്രൈവ് ജനിയെ ഏല്പിച്ചിട്ട് പറഞ്ഞു.

അവളാ പെൻഡ്രൈവിലെ വിവരങ്ങൾ തന്റെ ലാപ്ടോപ്പിലേക്ക് പകർത്തുന്നതിന്റെ ഇടയിൽ മുബാറക് ആണ് ഷിനാസിന്റെ അപ്പോഴത്തെ ജീവിത സാഹചര്യത്തെക്കുറിച്ച് പറയുന്നത്.

"ഇവൻ മൂന്നു ദിവസത്തെ മെഡിക്കൽ കാര്യത്തിന് കരയ്ക്ക് വന്നവനാണ്. ഫ്ളൈറ്റ് ഇറങ്ങിയത് ഇവിടുത്തെ എയർപോർട്ടിൽ ആണ്.

അപ്പോഴാണ് ഞാൻ വിളിക്കുന്നത്. ബാഗും തൂക്കി നേരെ എനിക്കൊപ്പം പോന്നു. നാളെ രാവിലെ അവന്റെ റിട്ടേൺ ടിക്കറ്റ് ആണ്..."

ഡോ. ജനിക്ക് മനുഷ്യരോട് അപാരമായ സ്നേഹം തോന്നി.

ഈ മനുഷ്യർക്കൊക്കെ, ഇതുപോലെയുള്ള ആയിരക്കണക്കിന് മനുഷ്യർക്കിടയിൽ കേരളം എങ്ങനെയാണ് പ്രളയം കൊണ്ട് പോകുക.

മറുപടി എന്ന വണ്ണം ജനി അയാളുടെ കൈകളിൽ ഒന്നു തൊട്ടു.

"നോക്കൂ... എത്ര ദിവസം ഞങ്ങൾക്കൊപ്പം ഉണ്ടായിരുന്നു എന്നതല്ല... ചിലവഴിച്ചത് ഒരു നിമിഷം ആണെങ്കിൽ പോലും ചൂണ്ടിക്കാണിച്ച ഒരു ഫോൺ നമ്പർ കാരണം പോലും ഇടപെട്ട നൂറുകണക്കിന് മനുഷ്യർ നീ കാരണം ഉണ്ട്. അങ്ങനെ പലരും. നമുക്കൊക്കെ സ്വയം സന്തോഷിക്കാൻ ഇത്തരം നന്മകൾ മതിയെടോ... നീ സമാധാനായി പോയി വാ."

ഡോ. ജനിയും ഡോ. ശ്യാമും ഇടയ്ക്കിടെ ലൈവ് അറിയിപ്പുകൾ കൊടുത്തുകൊണ്ടിരുന്നു. യു.എൻ.ഒയുടെ മെമ്പർ ജോളി ഇമ്മാനുവൽ ആയിരം പാരാ മെഡിക്കൽ സ്റ്റാഫിനെ ദുരന്തബാധിത പ്രദേശങ്ങളിലെ മെഡിക്കൽ സഹായങ്ങൾക്ക് വിട്ടുതരാൻ തയ്യാറാണ് എന്നറിയിച്ച വാർത്ത വളരെ ആഹ്ലാദം നിറച്ചു.

ദുരിതത്തിൽപെട്ട പതിനാലു ലക്ഷത്തിലധികം ജനങ്ങൾ. അതാതു ജില്ലാകലക്ടർമാർ, സിവിൽ സർവീസ് ഉദ്യോഗസ്ഥർ പ്രളയബാധിത പ്രദേശങ്ങളിൽ ഉള്ള ആളുകൾക്ക് ധൈര്യം നല്കി, വേണ്ട സഹായങ്ങൾ ഉറപ്പു വരുത്തി കൂടെ നിന്നു. 'അൻപോടു' കൊച്ചി അടക്കമുള്ള വിവിധ സംഘടനകൾ, കൂട്ടായ്മകൾ ക്യാമ്പുകളിലേക്ക് വേണ്ട ഭക്ഷണ സാമഗ്രികൾ, വസ്ത്രങ്ങൾ, മരുന്നുകൾ, സാനിറ്ററി പാഡുകൾ ശേഖരിച്ച് അയക്കുന്നതിനുള്ള ഊർജ്ജിതമായ പ്രവർത്തനങ്ങൾ നടത്തി. പ്രവാസികൾ വിമാനമാർഗ്ഗം ആവശ്യസാധനങ്ങൾ കയറ്റി അയച്ചു. എക്സ്ചേഞ്ചുകളിൽ നാട്ടിലെ ദുരിതബാധിതർക്ക് പണമയയ്ക്കാൻ നില്ക്കുന്നവരുടെ നീണ്ട നിര ആളുകളെ അതിശയപ്പെടുത്തി. സോഷ്യൽ മീഡിയ പേജുകൾ ഓരോ സുരക്ഷാസംവിധാന ഇടങ്ങളായി മാറപ്പെട്ടു. ആർജ്ജവം ചൊരിയുന്ന വാക്കുകളും പ്രവർത്തനങ്ങളുമായി ജനകീയ സർക്കാർ മുന്നോട്ടിറങ്ങുന്ന കാഴ്ചകൾ ഒരു ഭരണകൂടത്തിന്റെ വിവിധ മേഖലകളിൽ ഐക്യരൂപേണ ഒരുമിച്ചു നാടിനൊപ്പം നില്ക്കുന്ന സുന്ദരമായ കാഴ്ചയ്ക്ക് നിറം കൂട്ടി. മറ്റൊരു വാർത്തയിലേക്ക് ശ്രദ്ധപോവാതെ മനുഷ്യർ മനുഷ്യർക്കുവേണ്ടി പരസ്പരം അണിനിരക്കുന്ന ഭൂമിയിലെ ഏറ്റവും മനോഹരമായ കാഴ്ചയിലേക്ക് ലോകം അതിശയത്തോടെ നോക്കി നിന്നു.

ക്യാമ്പുകളിൽ വെളിച്ചം നിറഞ്ഞു. മുതിർന്നവർ പാട്ടും നൃത്തവു

മായി വേദനകളെ മറികടക്കാൻ ഇരുട്ടിൽ ഒരുമിച്ചു ചേർന്നു. "പ്രളയത്തിൽ തകർന്ന കേരളം എന്നല്ല, അതിനെ അതിജീവിച്ച കേരളം എന്നാകും കേരളം അറിയപ്പെടുക" എന്ന മുഖ്യമന്ത്രിയുടെ വാക്കുകൾ ജനങ്ങൾ നെഞ്ചിലേറ്റി.

അതേ... ഒരു ദുരന്തത്തെ വളരെ പതിയെ മനുഷ്യർ അതിജീവിച്ചു തുടങ്ങിയിരിക്കുന്നു.

മുഖ്യമന്ത്രിയുടെ ഇടപെടലുകളെ തുടർന്ന് ജോധ്പൂരിൽനിന്നും മുപ്പതു ബോട്ടുകളടങ്ങിയ സംഘത്തെ കേരളത്തിലേക്ക് തീരുമാനമായി.

ടീമിലെ അംഗങ്ങളുടെ ഫോണുകൾ നിരന്തരം അടിച്ചുകൊണ്ടിരുന്നു. തിരക്കിട്ട് ജോലി ചെയ്യുന്ന യുവത്വം. കീ ബോർഡിലെ അക്കങ്ങളിലേക്ക് പായുന്ന കൈവിരലുകൾ... സ്ക്രീനിൽനിന്നും സ്ക്രീനിലേക്ക് പായുന്ന കണ്ണുകൾ... ഓരോ മനുഷ്യർ രക്ഷപ്പെട്ടു എന്ന വാർത്ത വരുമ്പോഴും കൈയടിച്ചു സന്തോഷിക്കുന്നവർ.

അതിനിടയിൽ എപ്പോഴോ വീട്ടിലേക്കു ജനി വിളിച്ചു. ഫോൺ ഇടയ്ക്കൊക്കെ ശബ്ദിച്ചു. പക്ഷേ ആരും എടുത്തില്ല. വൈദ്യുതി ബന്ധങ്ങൾ തകരാറിലാണെന്നുള്ള അറിയിപ്പ് കാരണം അതിനെക്കുറിച്ച് വേവലാതിപ്പെടുന്നത് അർത്ഥമില്ല എന്ന തിരിച്ചറിവും. ആസിഫ് രക്ഷാപ്രവർത്തനത്തിനിടയിലാണ് എന്നുള്ളകൊണ്ടുതന്നെ അത്തരം ആവശ്യങ്ങളുമായി അല്ലാതെ അയാളെ വിളിച്ചില്ല.

മുഖം കഴുകാൻ വാഷ്ബേസിന് മുന്നിൽ നില്ക്കുമ്പോൾ കഴുത്തിൽ ഇനിയും മങ്ങാതെ കിടക്കുന്ന ഒരു കൊച്ചുപാടിൽ അവൾ വിരൽ തൊട്ടു.

"ഒരു പ്രണയകാലത്തിന്റെ കൊതിപ്പിക്കുന്ന ഓർമ്മയുടെ ദന്തക്ഷതം."

ഇനിയും കാത്തിരിപ്പാണ്... ഈ പ്രളയകാലം അവസാനിച്ച് പ്രകൃതി വീണ്ടും നമുക്കായി ഒരുങ്ങും. അന്ന് നിനക്കൊപ്പം വീണ്ടും ഞാൻ യാത്ര ചെയ്യും. ഈ പ്രവാസം അവസാനിപ്പിച്ച് ഞാൻ നിനക്കൊപ്പം വന്നു ചേരും. നീ പോകുന്ന ഇടങ്ങളിൽ, നിന്റെ തിരക്കൊഴിഞ്ഞ നേരങ്ങളിൽ പരസ്പരം വീഞ്ഞാവാൻ...!

നേവി - കാവൽ മാലാഖമാരുടെ കഥ...

സീനിയർ ഓഫീസർ അവിനാഷിന്റെ നിർദ്ദേശപ്രകാരം, പുറത്തേക്കിറങ്ങുമ്പോൾ ആസിഫിന്റെ മൊബൈൽ, 'ബാറ്ററി ലോ' എന്ന് ശബ്ദം വെച്ചു കരഞ്ഞു. പവർ ബാങ്കിലേക്ക് മൊബൈൽ കണക്റ്റ് ചെയ്തു. അയാൾ തന്റെ പാൻസിന്റെ പോക്കറ്റിലേക്കിട്ടു.

നിമിഷങ്ങൾ കഴിയും മുന്നേ സെൽ ഫോൺ ചിലച്ചു. വാട്സ്ആപ് ഓപ്പൺ ചെയ്ത്, വന്ന വോയിസ് മെസ്സേജിൽ ആസിഫ് വിരലമർത്തി പ്ലേ ചെയ്തു.

"ചെങ്ങന്നൂർ പാണ്ടനാട് ഓപ്പറേഷൻ സക്സസ് സാർ... പത്തു നേവി സർവ്വീസുകളിലായി എറൗണ്ട് സെവന്റി പീപ്പിൾ ഹാവ് റെസ്ക്യൂഡ് ഇൻ ലെവൻ അറ്റംപ്റ്റ്സ്... അവരെയെല്ലാം തന്നെ എഞ്ചിനീയറിംഗ് കോളേജിലെ ക്യാമ്പിൽ എത്തിച്ചിട്ടുണ്ട്."

"വെൽഡൺ ടീം.... യു ഗയ്സ് ഗോ എഹെഡ് ടു റെസ്ക്യൂ റിക്വസ്റ്റ് നമ്പർ 23, ചെങ്ങന്നൂർ..."

വോയിസ് കമാൻഡ് നല്കിക്കൊണ്ട് ആസിഫ് മുന്നോട്ടു നടന്നു.

"യെസ് സാർ... വീ ആർ മൂവിംഗ് ഫോർവേഡ്..."

"ഗ്രേറ്റ്... ഗിവ് പ്രയോരിറ്റി ഫോർ ചിൽഡ്രൻ, വിമൻ, ആൻഡ് ഓൾഡ് ഏജ് പീപ്പിൾ..."

"ഷുവർ... സാർ..."

"ട്രൈ ടു ഇവാക്വേറ്റ് ദി ഹോൾ ഏരിയ ബിഫോർ സൺ സെറ്റ് ഗയ്സ്..."

"വിൽ ട്രൈ ഔർ ലെവൽ ബെസ്റ്റ് സാർ... ആൻഡ് വി ആർ ഷുവർ, വി ഷാൾ ഓവർ കം..."

"യെസ്.... വീ ടുഗെദർ ക്യാൻ ഓവർകം..."

ആസിഫിന്റെ കണ്ണുകൾ കലങ്ങി...

"എന്റെ നാട്... ചുറ്റുമുള്ളതെല്ലാം വിലപ്പെട്ട ജീവൻ... കളയാനിനി നേരമില്ല. ഒരു സെക്കന്റ് മതിയാവും ഈ ജലത്തിലേക്ക് ഒരു ജീവൻ ആഴ്ന്നു പോവാൻ... അതേ ഒരു നിമിഷം മതിയാവും മറ്റൊരാൾക്ക് മുന്നിൽ ദൈവദൂതനായി ആരെങ്കിലും ഒരാൾ വന്നെത്താനും..."

'നീഡ് ടു ബി വിജിലന്റ് ആൻഡ് യെസ്... ഐ ആം...' സ്വയം പറഞ്ഞുകൊണ്ട് അയാൾ ലിഫ്റ്റിലേക്ക് കയറി.

നോഹയുടെ പറവകൾ

പ്രളയ ദുരന്തത്തിന്റെ നാലാം ദിവസം. കൺട്രോൾറൂമിലെ എമർജൻസി നമ്പറിലേക്ക് വൈകുന്നേരം നാലുമണിയോടെയാണ് ജനി വിളിക്കുന്നത്. ആസിഫ് അപ്പോൾ ആറാട്ടുപുഴയിൽ വീടിന്റെ ടെറസിൽ ഒറ്റപ്പെട്ടു പോയൊരു ഗർഭിണിയെ രക്ഷപ്പെടുത്താനുള്ള ശ്രമത്തിന്റെ ഭാഗമായി ഹെലികോപ്റ്ററിൽ വന്നിറങ്ങുകയായിരുന്നു. ചുറ്റും കടൽപോലെ പരന്നു കിടക്കുന്ന വെള്ളം. രണ്ടു നില വീടിന്റെ മീതെ ഷാൾ കൊണ്ടു വീശി വഴി കാട്ടുന്ന ആൾക്കൂട്ടം. അതിഭയങ്കരമായ ശബ്ദത്തോടെ ഹെലി കോപ്റ്റർ താഴേക്കു താണു. നീണ്ടു വന്ന വളയം അവളുടെ നെഞ്ചിനു ചുറ്റും മുറുകി. ഒരു പട്ടം കണക്കെ നിറഗർഭിണിയായൊരു മാലാഖ മീതേ ക്കുയർന്നു.

മരത്തലപ്പുകൾ തൊടാതെ താഴ്ന്നു പറക്കുന്ന ആ പക്ഷിയുടെ ചിറ കടിയുടെ ശക്തിയിൽ റബ്ബർ ഷീറ്റുകൾ ഉണക്കാനിടുന്ന പുകപ്പുരയുടെ ഓടുകൾ പറന്നുപൊങ്ങി. ടെറസ്സിൽ സൂക്ഷിച്ചിരുന്ന പഴയ പാത്രങ്ങളും തകരടിന്നുകളും വലിയ ശബ്ദത്തോടെ ചിതറിത്തെറിച്ചു.

ഒരാൾക്കു കുനിഞ്ഞു കയറാവുന്ന രീതിയിൽ മീതേക്കു തുറന്നു പിടിച്ച ചെറിയ വാതിലിനുള്ളിലേക്ക് ആ മാലാഖയെ അകത്തേക്ക് പ്രവേശിപ്പിച്ചു. ആസിഫ് അവളുടെ നെഞ്ചിനു മുറുക്കിയ ബെൽറ്റഴിച്ചു.

അയാളാ മുഖത്തേക്കൊരു നിമിഷം നോക്കി. അതവളായിരുന്നു 'ഏയ്ഞ്ചൽ.' കപ്യാരു തോമാച്ചന്റെ മകൾ.

ആസിഫ് അവളെ നോക്കി ഒന്നു ചിരിച്ചു. അവളുടെ ചുണ്ടിൽ ഉള്ളിലെ പേറ്റു നോവിന്റെ വിഷാദം പടർന്നൊരു ചിരി തെളിഞ്ഞു.

"എടാ... അരയച്ചെക്കാ... നിന്നെ മീൻ നാറുന്നെടാ..." ഓർമ്മയിൽ നിന്നൊരു കളിയാക്കി ചിരിയും പരിഹാസവും ആസിഫിന്റെ ഉള്ളിലും.

അയാൾ അവളെ സീറ്റിലേക്ക് പതിയെ പിടിച്ചിരുത്തി. കുടിവെള്ള ത്തിന്റെ ഒരു ബോട്ടിൽ എടുത്തു കൈയിൽ കൊടുത്തു.

അവൾക്കപ്പോൾ ചേറിന്റെ മണമായിരുന്നു. നനഞ്ഞ നൈറ്റി നിറയെ ചളി പുരണ്ടിരുന്നു. പാദങ്ങൾ നനഞ്ഞ് കുതിർന്ന് കാൽനഖങ്ങൾ അഴുക്കിനെ പുണർന്നു കിടന്നിരുന്നു. പൊടുന്നനെ, തൊണ്ട കീറിയെന്നു തോന്നിപ്പിക്കുന്നതരം അലർച്ചയോടെ, ഏയ്ഞ്ചൽ കുടിച്ച വെള്ളം അപ്പാടെ ആസിഫിന്റെ മീതേക്ക് ഛർദ്ദിച്ചു. ഛർദ്ദിയുടെ പുളിച്ച മണം ഹെലിക്കോപ്റ്ററിനുള്ളിലാകെ പടർന്നു.

ആസിഫ് അത് കൈകൊണ്ട് കുടഞ്ഞു കളഞ്ഞു. അവളെ സീറ്റിലേക്ക് ചായ്ച്ചു കിടത്തി. അതിൽ വേറെയും അഞ്ചു പേരുണ്ടായിരുന്നു.

അതിൽ ഒരു കുഞ്ഞ് പയ്യനും. അവൻ അവളെ നോക്കി. ആസിഫ് കൊടുത്ത കളിപ്പാട്ടം തിരിച്ചും മറിച്ചും നോക്കി പെട്ടെന്ന് സന്തോഷം കൊണ്ട് അവൻ ചിണുങ്ങാൻ തുടങ്ങി.

“എനിക്ക് അമ്മയെ കാണണം.”

ആസിഫ് അവനെ തന്റെ മടിയിലേക്ക് കയറ്റി ഇരുത്തി. ചേർത്തു പിടിച്ചു.

“അമ്മയുടെ അടുത്തേക്കാണ് നിന്നെ കൊണ്ടുപോകുന്നത്.” അവന്റെ കുഞ്ഞിക്കണ്ണുകൾ ആഹ്ലാദംകൊണ്ട് തിളങ്ങി.

അവൾ അവനെ നോക്കി ചിരിച്ചു, ഒരു നേഴ്സ് അടുത്തു വന്നു.

കൊച്ചി നേവൽബേസിലെ ഹെലിപാഡിലേക്കു സീ കിംഗ് ഹെലി കോപ്റ്റർ താണിറങ്ങി. അവൾ വീണ്ടും താഴേക്കിറങ്ങി. ചുറ്റും അവളെ കാത്ത് ഒരു കൂട്ടം ആശുപത്രി ജോലിക്കാർ. അവരുടെ മുഖത്തൊന്നും വ്യസനം കണ്ടില്ല. സ്ട്രെച്ചറുമായ് രണ്ടു പേർ അരികിൽ വന്നു. നേഴ്സു മാർ അവളെ അതിലേക്ക് കേറ്റി കിടത്തി. അകത്തേക്കു തള്ളി. എമർ ജൻസി ലിഫ്റ്റിന്റെ വാതിൽ തുറന്നു.

ഏകദേശം ഒരു മണിക്കൂർ. ആശുപത്രി കേസുമായി ബന്ധപ്പെട്ട പ്രായമുള്ള രണ്ടു ദമ്പതികളെ രക്ഷപ്പെടുത്തി അതേ ഹോസ്പിറ്റലിൽ ആസിഫ് തിരിച്ചെത്തുമ്പോൾ ലേബർ റൂമിന്റെ വാതിൽക്കൽ നിന്നൊരു നേഴ്സിന്റെ ശബ്ദം

“സാർ...”

ആസിഫ് തിരിഞ്ഞു നോക്കി. വെള്ളത്തുണിയിൽ പൊതിഞ്ഞു പിടിച്ച ഒരു പെൺകുഞ്ഞ്.

“സാർ നേരത്തെ ഇവിടെ കൊണ്ട് വന്ന ആ പേഷ്യന്റ് ഇല്ലേ....? ഏയ്ഞ്ചൽ. അവർ പ്രസവിച്ചു. ആ സ്ത്രീ സുഖമായിട്ടിരിക്കുന്നു...”

ആസിഫിന്റെ മനസ്സിൽ സന്തോഷം നിറഞ്ഞു.

“എനിക്കൊന്നു കാണാൻ പറ്റോ...”

"പിന്നെന്താ..."

നീലയുടുപ്പിട്ട ആ നേഴ്സ് നീട്ടി കാണിച്ച കുഞ്ഞിന്റെ മുഖത്തേക്ക് ആസിഫ് ഒന്ന് നോക്കി.

ഭൂമി കണ്ടതിന്റെ സന്തോഷമാവാം അവളുടെ കുഞ്ഞിക്കണ്ണുകളിൽ.

അയാളെ കുഞ്ഞിനെ കൈയിൽ എടുത്തു. അവന്റെ മുഖത്തേക്ക് അവളൊന്നു നോക്കി. പിന്നൊന്നു കൺചിമ്മി. അവനാ നെറുകയിൽ ഒന്നു മുത്തി. അവളൊന്നു ചിരിച്ചു.

ഭൂമി കാണാൻ തനിക്കു രക്ഷകനായി വന്ന ആ പട്ടാളക്കാരന്റെ മുഖത്തേക്ക് ചുറ്റും നടന്നതൊന്നുമറിയാത്ത നിഷ്കളങ്കങ്ങളായ രണ്ടു കുഞ്ഞിക്കണ്ണുകൾ കൗതുകത്തോടെ നോക്കിക്കൊണ്ടേയിരുന്നു.

വാർഡിൽ പ്രസവത്തിന്റെ ആലസ്യവും ക്ഷീണവും നിറഞ്ഞ ഏഞ്ചൽ എന്ന തന്റെ പഴയ കളിക്കൂട്ടുകാരിക്ക് അരികിൽ അയാൾ കുഞ്ഞുമായി നിന്നു.

"ആസിഫ്..." അവൾ അയാളുടെ കൈകളെ പതിയെ ഒന്ന് തൊട്ടു.

ആ കൺകോണുകൾക്ക് അരികിലൂടെ തലയിണയിലേക്ക് പുറത്ത് പെയ്ത മഴയുടെ കണികകൾ എന്ന പോലെ ഒരു അരുവി പതുക്കെ ഒഴുകി.

"നിങ്ങൾ... നിങ്ങൾ ഇല്ലായിരുന്നെങ്കിൽ...." അവളുടെ നനവ് വരണ്ട ചുണ്ടുകൾ പതിയെ വിറകൊണ്ടു.

"ഞാൻ അല്ല... ഇതെന്റെ ജോലിയാണ്.... അങ്ങനെ മാത്രം കണ്ടാൽ മതി..."

ആസിഫ് ആ കുഞ്ഞിനെ ഒന്നുകൂടി മുത്തി. അവളുടെ അരികിലേക്ക് ചേർത്ത് വെച്ചു. കണ്ണിൽ നിറഞ്ഞ സന്തോഷം, പുറത്ത് കാണിക്കാതെ തനിക്കു നേരെ നീളുന്ന സ്നേഹംനിറഞ്ഞ നോട്ടങ്ങൾക്കു നേരെ ഒരു പുഞ്ചിരി തൂവി തന്റെ തൊപ്പി ഒന്ന് കൂടി നേർക്ക് വെച്ച് ആസിഫ് ആ മുറിയുടെ വാതിൽ കടന്നു പുറത്തേക്കു പോയി.

പുറത്തെത്തിയതും അയാൾ തന്റെ കണ്ണുകൾ അമർത്തി തുടച്ചു.

കമാണ്ടർ അവിനാഷ് അയാളുടെ തോളത്ത് ഒന്ന് തട്ടി.

"പാണ്ടനാട് ഒരു എമർജൻസി റിക്വസ്റ്റ് ഉണ്ട്."

"ഓക്കേ സാർ..."

"അങ്ങോട്ടേക്ക് വള്ളങ്ങൾ മാത്രമേ പോകൂ.... കുത്തൊഴുക്ക് അതി ഭീകരം ആണ്. കൂടെ വരിക പാപ്പൻ എന്നൊരു സ്രാങ്ക് ആയിരിക്കും..."

"പാപ്പൻ..."

ആസിഫ് ആ പേര് ഒന്നുകൂടി ഉരുവിട്ടു.

"എന്ത് പറ്റി ? ഭയമുണ്ടോ...?"

ആസിഫ് ഒന്ന് ചിരിച്ചു.

"ഇല്ല.... ഒട്ടുമില്ല. സ്രാങ്ക് പാപ്പൻ ആണെങ്കിൽ അവർ രക്ഷപ്പെട്ടിരിക്കും... സാർ..."

"മനസ്സിലായില്ല..."

"വന്നിട്ട് പറയാം സാർ...."

"ഇതാണ് നമ്പർ... ഈ നമ്പർ ഇപ്പോൾ റീച്ചബിൾ ആണ്.... എത്രയും പെട്ടെന്ന് അവിടെ എത്തിയില്ലെങ്കിൽ അവർ രക്ഷപ്പെട്ടേക്കില്ല. രാത്രി ഒരു വിധ രക്ഷാപ്രവർത്തനവും അവിടെ നടക്കില്ല..."

"ദാ.... ഇറങ്ങുന്നു."

അയാൾക്ക് നേരെ സല്യൂട്ട് അടിച്ചു ആസിഫ് പെട്ടെന്ന് പുറത്തേക്കു പോയി.

ബാറ്ററി ലോ എന്ന് അവന്റെ മൊബൈൽ ശബ്ദം വെച്ചു കരഞ്ഞു.

പാപ്പൻ

വള്ളത്തിലേക്കയാൾ ഒരു കായികാഭ്യാസിയെപോലെ ചാടിക്കയറി. മഴയും കാറ്റും അപ്പോഴും ചിന്നം വിളിക്കുന്നുണ്ടായിരുന്നു. കയ്യിൽ പിടിക്കാനൊരുമ്പെട്ടപ്പോൾ പാപ്പൻ ആസിഫിന്റെ കൈകൾ തട്ടി മാറ്റി...

"ഞാനത്ര പെട്ടെന്നൊന്നും വീഴത്തില്ലെടാ ഉവ്വേ." പിന്നെ ചുണ്ടിൽ എരിഞ്ഞിരുന്ന ബീഡി പ്രളയജലത്തിലേക്ക് നീട്ടി എറിഞ്ഞു. ഉഗ്രകോപം പൂണ്ട കടൽപോലെ കരയിലേക്ക് പ്രളയജലം. കര എവിടെയെന്നു നിശ്ചയം പോരാ. ഏകദേശം പതിനേഴുപേർക്ക് കയറാവുന്ന വള്ളത്തിന്റെ സ്രാങ്ക് ആയി പാപ്പൻ ഇരുന്നു. മഴയും കാറ്റും ദിശയെ തിരിച്ചറിയാനാവാത്ത വിധം സങ്കീർണമാക്കി.

പതിനൊന്നു പേരാണ് ആ വള്ളത്തിൽ രക്ഷാപ്രവർത്തനത്തിന്റെ ഭാഗമായി ഉണ്ടായിരുന്നത്. പൊലീസ് ഡിപ്പാർട്ട്മെന്റിലെ ദീപക്കും പാപ്പനും ഒഴികെ മറ്റെല്ലാവരും മീൻപിടുത്തക്കാർ.

ദുരന്ത നിവാരണത്തിനു കേന്ദ്രത്തോട് കേരളം നേവിയുടെ സഹായം ആവശ്യപ്പെട്ടിട്ടും കേന്ദ്രം കാണിച്ച അവഗണന സർക്കാരിനെ മാത്രമല്ല ജനങ്ങളെയും അക്ഷരാർത്ഥത്തിൽ അമ്പരപ്പിച്ചു. ദുരന്തഭൂമിയിലേക്ക് എത്രയും പെട്ടെന്ന് നേവിയുടെ സേനയെ ഉൾപ്പെടുത്തിയില്ലെങ്കിൽ നാളെ പുലർച്ചെ അൻപതിനായിരത്തോളം മനുഷ്യ ജീവൻ നഷ്ടപ്പെട്ടേക്കുമെന്ന, ചെങ്ങന്നൂർ എം.എൽ.എയുടെ വാക്കുകൾ ചാനലുകൾ പലതരത്തിൽ ആഘോഷിക്കുന്നു.

മാദ്ധ്യമങ്ങൾ നിർത്താതെ കേൾപ്പിച്ചുകൊണ്ടിരുന്ന ആ വാർത്തയുടെ ഞെട്ടലിൽ കേരളം വിറങ്ങലിച്ചു നില്ക്കുമ്പോൾ മുഖ്യമന്ത്രി പിണറായി വിജയൻ മാധ്യമങ്ങളോട് പ്രതികരിച്ചു.

"കേന്ദ്ര സഹായം എത്തും വരെ കാത്തു നിന്ന്, ആയിരക്കണക്കിന് ജനങ്ങളുടെ ജീവൻ അമ്മാനമാടാനാവില്ല. ഇപ്പോഴുള്ള റെസ്ക്യൂ ഫോഴ്സിന്റെ സ്ട്രെങ്ങ്ത് വച്ച്, കാര്യങ്ങൾ ഉദ്ദേശിച്ച വേഗത്തിൽ മുന്നോട്ടു നീങ്ങുകയില്ല. അതുകൊണ്ട് തന്നെ, അടിയന്തിരമായി ചെയ്യാനാവുന്ന

ഒരു കാര്യം എന്ന നിലയ്ക്ക്, പരമാവധി മത്സ്യത്തൊഴിലാളികളുടെയും മത്സ്യബന്ധന ബോട്ടുകളുടെയും സഹായം തേടാൻ ജില്ല കളക്ടർമാർക്ക് നിർദ്ദേശം കൊടുത്തിട്ടുണ്ട്. ജലത്തിലെ പ്രതികൂല സാഹചര്യങ്ങളെ നേരിട്ടുള്ള അവരുടെ അനുഭവസമ്പത്ത് ഉപയോഗപ്പെടുത്തി, കുടുങ്ങിക്കിടക്കുന്ന മാക്സിമം ആളുകളെ പുറത്ത് എത്തിക്കാനാണ് ശ്രമം.

ഇത്ര വലിയൊരു ദുരന്തത്തെ സ്വന്തം സംസ്ഥാനം നേരിടുമ്പോൾ, ഒട്ടും പാനിക് ആവാതെ, മീഡിയകളുടെ മുന്നിലെ ഷോ ഓഫുകൾ ഇല്ലാതെ, വിവിധ വകുപ്പ് മന്ത്രിമാരുടെയും ജില്ല കളക്ടർമാരുടെയും മറ്റു ഗവണ്മെന്റ് ഉദ്യോഗസ്ഥരുടെയും കൃത്യമായ ഏകോപനം വഴി, സധൈര്യം മുന്നിൽനിന്ന് നയിക്കുന്ന ഒരു മുഖ്യമന്ത്രി, രക്ഷാപ്രവർത്തകരുടെ ശ്രമങ്ങൾക്ക് ആയിരം ഇരട്ടി ഊർജ്ജം പകരുകമാത്രമല്ല, എതിരാളികളുടെ പോലും ആദരവുകൾക്ക് പാത്രമായി.

കലക്ടർമാരുടെയും അനുബന്ധമായി അതാതു വില്ലേജ് ഓഫീസർമാരുടെയും അടിയന്തിര യോഗങ്ങൾ, അതുമായി ബന്ധപ്പെട്ടു ഞൊടിയിടയിൽ നടന്നു.

അതിനിടയിലാണ് ആ ആശ്വാസവാർത്തയും എത്തിയത്.

മഴ ഒട്ടും കുറയാതിരിക്കുകയും നദികളിലെ ജലത്തിന്റെ അളവ് ക്രമാതീതമായി ഉയർന്നുകൊണ്ടിരിക്കുകയും മരണസംഖ്യ നിമിഷംതോറും ഉയരുകയും ചെയ്യുന്ന സാഹചര്യത്തിൽ, തുടർച്ചയായ നയതന്ത്ര ഇടപെടലുകളെ തുടർന്ന്, കേരളത്തിലെ ദുരിതാശ്വാസപ്രവർത്തനങ്ങൾക്ക് നേവിയെ അയയ്ക്കാൻ കേന്ദ്രം തീരുമാനിച്ചു.

അതിന്റെ ഭാഗമായി ആദ്യം നിയോഗിക്കപ്പെട്ട സേനയിൽ നിയോഗം പോലെ അയാൾ. മുഹമ്മദ് ഹാജിയെന്ന മത്സ്യത്തൊഴിലാളിയുടെ മകൻ. നാടിന്റെ കൈവഴികളെ, കൈവെള്ളയിൽ എന്നപോലെ അറിയാവുന്ന, ഏറ്റവും പ്രാപ്തനായ ഉദ്യോഗസ്ഥൻ. നേവി ഏവിയേഷൻ പൈലറ്റ്, ലെഫ്റ്റനന്റ് കമാൻഡർ ആസിഫ്.

ഹെലിക്കോപ്റ്റർ സ്ക്വാഡ്രൻ കമാണ്ടിംഗ് ഓഫീസർ സന്ദീപ് ഭട്ട് നിർദ്ദേശം മുൻപോട്ടു വെച്ചപ്പോൾ ഏറ്റവും അഭിമാനത്തോടെ ഏറ്റെടുക്കുകയായിരുന്നു.

തന്റെ ദേശത്ത് ഏറ്റവും അടുത്ത മിത്രം രാജനാണ്. കൂടെ കളിച്ചു വളർന്നവർ. കടപ്പുറജീവിതത്തിന്റെ കറുത്ത രാത്രികൾക്കും പകലിനും ഇടയിൽ ജീവിതത്തെ വച്ച് മറന്നവരിൽ ഒരാൾ.

ഈ ദുരന്തഭൂമിയുടെ രക്ഷാപ്രവർത്തനത്തിൽ അവനോളം പ്രിയപ്പെട്ട മറ്റൊരു മുഖം ഈ അവസരത്തിൽ ഓർത്തെടുക്കാനാവില്ല.

പെങ്ങളുടെ കല്യാണം അറിയിക്കാനാണ് രാജൻ ഒടുവിൽ വിളിക്കുന്നത്.

“എങ്ങനേം നടത്തണം എടാ.... വരത്തനാണ്. അങ്ങ് കോഴിക്കോടൂന്ന്. ലോറി ഡ്രൈവർ ആണ്. എന്നാലും കൊയപ്പോല്ല. കടലീ പോയ കെട്ടി യോൻ വരുവോ ഇല്ലയോന്നറിയാണ്ട് തീ തിന്ന് ജീവിക്കണേലും നല്ല തല്ലെടാ ഒരു ലോറിക്കാരൻ ഒരുത്തന്റെ കൂടെ സമാധാനായി അവളെ കെട്ടിച്ചുവിടണത്...”

ആസിഫിന്റെ നെഞ്ചിൽ ഒരു മത്സ്യത്തിന്റെ പിടപ്പ്.

“രാജി... എന്റെ കൺമുന്നിൽ വളർന്ന കൊച്ചല്ലേടാ... അവളെ നിനക്ക് പഠിപ്പിക്കാൻ ഒക്കൂല്ലേ...?”

“ഇല്ലേടാ... ഞങ്ങ വിചാരിച്ചാലൊന്നും എവിടേം എത്തൂല്ല. കഴിഞ്ഞ മഴയ്ക്ക് ഇടിഞ്ഞ കൂര ഇപ്പളും നന്നാക്കീട്ടില്ല. അപ്പനില്ലാത്ത വീടുകളാ കൂടുതല്... അത് ഞാൻ നിനക്ക് പറഞ്ഞുതരേണ്ട കാര്യമില്ലല്ലോ...” രാജന്റെ ശബ്ദം ഇടറിയിരുന്നു.

“നിന്റെ തീരുമാനം അതാണെങ്കിൽ ഒന്നും പറയാനില്ലെടാ... ഞാനു ണ്ടാവും ഓൾടെ കല്യാണത്തിന്... കാശിന്റെ കാര്യം ഓർത്തു നീ വെഷമി ക്കണ്ട. അവളെ നന്നായി നോക്കണ ഒരുത്തൻ ആയാ മതി...”

രാജൻ ഒന്ന് നെടുവീർപ്പിട്ടു. “മനുഷ്യന്റെ സ്വഭാവം ഏതു നേരാ മാറാ ന്നൊന്നും പറയാൻ ഒക്കേലാ... എന്നാലും അറിഞ്ഞത് വെച്ച് അവളേ ക്കാളും പഠിപ്പുണ്ട്. പറയാൻ ഒരു പണീംണ്ട്...”

രാജന്റെ പെങ്ങളുടെ കല്യാണത്തിനാണ് ഒടുവിൽ ആസിഫ് നാട്ടിൽ വരുന്നത്. തുറ അന്ന് തെങ്ങോല തോരണങ്ങൾകൊണ്ട് അലങ്കരിച്ചിരുന്നു. ആസിഫ് വരുന്നതിന്റെ സന്തോഷം തുറയിൽ എല്ലാവർക്കും ഉണ്ടായി രുന്നു. തുറയിലെ പൊളിഞ്ഞുപോയ കൂരയ്ക്ക് പിൻഭാഗത്ത് കുറച്ചു ദൂരെയായി, കടൽ വെള്ളം കേറാതിരിക്കാൻ പണിത കരിങ്കൽ ഭിത്തി കൾക്ക് അപ്പുറം ആസിഫിന്റെ പുതിയ വീട് പണി കഴിപ്പിച്ചിട്ട് രണ്ടു വർഷമായി.

അപ്പൻ മരിച്ചശേഷം ഒറ്റയാക്കപ്പെട്ട രാത്രികളിൽ മുന്നിലെ ഇപ്പോഴും മുഴുവനായി പൊളിച്ചു മാറ്റാത്ത കൂര ഓർമ്മകളുടെ കടൽ വെള്ളം അയാളുടെ നെഞ്ചിലേക്ക് അടിച്ചു തെറുപ്പിക്കും.

അന്ന് രാജിയുടെ കല്യാണം കഴിഞ്ഞ രാത്രി രാജനും ഐസക്കിനും നവാസിനും ഒപ്പം കടലിന്റെ മുരൾച്ച കേട്ട്, നിലാവ് നിറഞ്ഞ ആകാശ ത്തേക്ക് നോക്കി മണലിൽ മലർന്നുകിടക്കുമ്പോൾ ചങ്ങാതി നവാസ് പറഞ്ഞു.

“അണ്ണൻ മാത്രേ ഈ തുറയിൽ നിന്ന് രക്ഷപ്പെട്ടിട്ടുള്ളൂ. നല്ല പഠിപ്പും ജോലീമൊക്കെ ആയി.”

അപ്പോൾ ആസിഫ് കണ്ണിന്റെ രണ്ടതിരുകൾക്ക് അറ്റത്തും വീഴാൻ ഒരുമ്പെട്ട നനവുകളെ ആരും കാണാതെ വിരൽകൊണ്ട് തുടച്ചു പതുക്കെ പറയും.

"അവൾ... അവളാണ്... എന്നെ ഒരു നല്ല മനുഷ്യനാക്കിയത്... അവളുടെ പ്രണയം..."

നവാസും രാജനും ഐസക്കും അവനു അഭിമുഖമായി ചരിഞ്ഞു കിടന്നു.

"അണ്ണാ.... അടുത്ത വരവിന് അണ്ണൻ അവളെ കെട്ടണം... ഉയർന്ന ജാതിക്കാരി ഒരു പെണ്ണ് നമ്മുടെ തൊറയിലേക്ക് വരണത് അത് ആദ്യാവും അണ്ണാ... അതും തോനെ പഠിപ്പുള്ള ഡോക്ടര്..."

"ജാതിയും മതവും ഒന്നും അവൾക്കൊരു പ്രശ്നല്ല... പാപ്പിച്ചിക്കും ഉള്ളതായി തോന്നീട്ടില്ല. ജാതീം മതോം ഒന്നും ഇല്ലാന്ന് നമ്മള് പറേം. പക്ഷേ കാര്യം വരുമ്പോ ഇതൊക്കെ പൊക്കിക്കൊണ്ട് വരാൻ കുറെ അലവലാതികൾ കാണും."

രാജൻ പിറുപിറുത്തു.

"അവൾക്ക്ങ്ങനെ ഒന്നൂല്ല. പാപ്പൻ സമ്മതിക്കും. അമ്മച്ചി പള്ളീലെ പാട്ടുകുർബാന മൊടക്കാത്ത ആളാ... എല്ലാ ഞായറാഴ്ചയും മൊട ങ്ങാതെ പള്ളീ വരാറൊണ്ട്ന്ന് അവള് ത്രേസ്യ പറഞ്ഞു."

ഐസക്കിന്റെ ഭാര്യയാണ് ത്രേസ്യ.

"പാപ്പനിത് അറിയാംന്നാ എനിക്ക് തോന്നണത്..." നവാസ് ഒരു സംശയം പറഞ്ഞു.

ആസിഫ് ഒന്ന് ചിരിച്ചു.

"അറിയാണ്ടിരിക്കില്ല. കപ്യാര് തോമാച്ചൻ ഒരാൾ മതീല്ലോ അറീക്കാൻ... പക്ഷേ അവൾ ഒരു കാര്യത്തിന് തീരുമാനിച്ചിറങ്ങിയാൽ അതേ നടക്കൂ എന്നറിയണകൊണ്ടാവും പാപ്പിച്ചി ഇതുവരെ ഒന്നും ചോദിച്ചേ ഇല്ല..."

"ഒക്കെ ശരിയാകും അണ്ണാ... ഞങ്ങളുണ്ട് കൂടെ. ഇനി ഒരാളും സമ്മതി ച്ചില്ലേലും അണ്ണൻ അവളെ അങ്ങ് കെട്ടിയേക്കണം..." രാജൻ അവന്റെ കൈകളിൽ മുറുകെ പിടിച്ചു.

"വിവാഹത്തിലൊന്നും വല്യ കഥയില്ലെടാ... പിന്നെ നാട്ടിലെ കഥ മെനച്ചിലുകാരുടെ നാവടക്കാൻ ഒരു ആചാരം..."

ലീവ് കഴിഞ്ഞു മടങ്ങുമ്പോ രാജൻ ആസിഫിന്റെ ബാഗും സാധന ങ്ങളും കാറിലേക്ക് കയറ്റി വെച്ച് അടുത്ത് വന്നു. ആസിഫിന്റെ കൈയിൽ പിടിച്ചു.

“ഓരോ തവണ നീ വന്നു പോകുമ്പോഴും നെഞ്ച് പടപടാ മിടിക്കും. കടലിൽ ഉള്ള ജീവിതമല്ലേ... ഇനി വീണ്ടും കാണുമോ എന്ന് വെറുതെ വിഷമിക്കും...”

“എന്താടാ... നീ ഇങ്ങനെ? അക്കണക്കിന് ഞാനോ? ഏതെല്ലാം അവസരങ്ങളിൽ മരണത്തെ മുന്നിൽ കാണേണ്ടി വന്നിട്ടുണ്ട്...? ആരുടെ കാര്യവും പറയാനാവില്ല.”

രാജൻ ഒന്നും മിണ്ടാതെ ആസിഫിനെ ഒന്ന് കെട്ടിപ്പിടിച്ചു.

ഓർമ്മകളിൽ നിന്നുണർന്ന ആസിഫ്, ഉടൻ തന്നെ രാജനെ ഫോൺ വിളിച്ചു. നാലഞ്ചു പ്രാവശ്യം ശ്രമിച്ചപ്പോൾ ആണ് രാജനെ കിട്ടിയത്.

“എടാ... എനിക്ക് നിന്റെ സഹായം വേണം...”

“നീ എന്താന്നു വെച്ചാ പറയ്... നാട്ടിൽ ആകെ വെള്ളം കേറി ഇരിക്കയാണ് എന്ന് പറയാതെ അറിയാലോ...”

“എടാ.... അത് തന്നെ ആണ് കാര്യം. ഇന്ന് ഞാൻ കൊച്ചി നേവൽ ക്യാമ്പിൽ നിന്നും ചെങ്ങന്നൂർ എത്തും.”

“ഇവിടെ മൊത്തം വെള്ളം കേറീപ്പോ നീ ഇങ്ങോട്ട് വരാണ്ട് അവിടെങ്ങാനും ഇരി...”

“ശെടാ... അതല്ല. എനിക്ക് റെസ്ക്യൂ ഓപ്പറേഷൻ ചാർജ് ഉണ്ട്. നീ എത്രയും പെട്ടെന്ന് പരമാവധി മത്സ്യത്തൊഴിലാളികളെ സംഘടിപ്പിക്കണം. ചെങ്ങന്നൂർ മേഖലയിൽ അവർക്കല്ലാതെ മറ്റാർക്കും ഇനി കുടുങ്ങി കിടക്കുന്നവരെ രക്ഷപ്പെടുത്താനാവില്ല.”

“നീ പറഞ്ഞാ ഞാൻ ചെയ്യൂടാ.... ഈ തുറ മുഴുവൻ കൂടെ ഉണ്ടാകും... നമ്മുടെ നവാസും ഐസക്കും ഒക്കെ കൂടെ ഉണ്ടാകൂട്ടാ. മ്മള് അരയന്മാർക്ക് ഏത് വെള്ളത്തെയാടാ പേടിക്കേണ്ടത്.”

ആസിഫിന്റെ കണ്ണ് നനഞ്ഞു.

‘അത് കേട്ടാ മതീടാ...”

“ആസിഫേ... ഇതൊരു പൊട്ട ഫോണാണ്. എന്നെ വിളിച്ചാ കിട്ടീല്ലേ നീ നവാസിനെ വിളിച്ചാ മതി. ഞാനിതാ അവന്റെ അടുത്തേക്ക് പോവാണ്.”

ആസിഫ് ഫോൺ വെച്ചു. അവരാണ് മത്സ്യത്തെതാഴിലാളികളുടെ രക്ഷാപ്രവർത്തനത്തെ കൂട്ടിയോജിപ്പിക്കുന്നത്.

പാപ്പനു പിന്നിലായി ഇരിപ്പുറപ്പിച്ചു കഴിഞ്ഞപ്പോൾ ആണ് പാപ്പൻ ആസിഫിനെ കണ്ടത്.

“നീയെന്നാണ് വന്നത്...?

ഇറങ്ങിയതേ ഉള്ളൂ പാപ്പച്ചി...”

പാപ്പനെ കാണുമ്പോൾ അറിയാതെ ഉള്ളിൽ നിറയുന്നൊരു ബഹുമാനമുണ്ട് ആസിഫിന്. ആസിഫ് നല്ലൊരു കേൾവിക്കാരൻ മാത്രമാകും.

വള്ളം പാപ്പന്റെ കൈകളിൽ ഒതുങ്ങി. തിരകൾക്കു കുറുകെ പോകുവാൻ പ്രയാസപ്പെട്ടു. പമ്പാ ജലം ആർത്തിപൂണ്ടെന്നപോലെ കലി ഇളകി തുള്ളി. കലങ്ങി മറിഞ്ഞ് തടസ്സങ്ങൾക്ക് മീതെ പതഞ്ഞു ചീറി ഒഴുകുന്ന വെള്ളത്തിൽ ഇതു ദിശയിലാണ് അടിയൊഴുക്ക് എന്നോ ചുഴിയെന്നോ തിരിച്ചറിയാൻ പറ്റാതെ കുഴങ്ങുന്ന അവസ്ഥ. മീതെ ആകാശം അതിലും ഭീകരമായി ആർത്തലച്ചു പെയ്യുന്നു. ഭൂമിയെ നക്കിത്തുടയ്ക്കാൻ പാകത്തിൽ ശക്തമായി.

ഇട തൂർന്ന് നിൽക്കുന്ന കുറ്റിച്ചെടികൾ വള്ളത്തിന് ബാധ്യതയായി. മരക്കുറ്റികളും ലൈൻ കമ്പികളും പലയിടങ്ങളിൽ വള്ളത്തിനെ ചുറ്റി. മരത്തിന്റെ വേരുകൾക്കിടയിൽ അടി തട്ടി വള്ളം ഒരു വട്ടം ശക്തമായി വട്ടം തിരിഞ്ഞു.

പാപ്പൻ ഒരൊറ്റയാനെപോലെ എണീറ്റു നിന്നു. അറ്റം കൂർപ്പിച്ച് മിനുക്കിയ മുളവടിയാൽ വള്ളത്തിനു താഴേക്ക് ആഴ്ത്തി. മൂന്നാൾ പൊക്കത്തിലേക്ക് താഴ്ന്ന് മണ്ണിലോ വേരിലോ അത് തറച്ചു നിന്നതും പാപ്പൻ വള്ളത്തിൽ നിന്നൊരൊറ്റ കുതിപ്പാൽ എണീറ്റ് വള്ളം മുന്നോട്ടു തള്ളി.

വേരുകൾക്കിടയിൽപ്പെട്ട വള്ളവും പാപ്പനൊപ്പം മുന്നോട്ടാഞ്ഞു. ദീപക്കും രാജനും ആസിഫും പാപ്പനും നവാസും ആണ് വള്ളത്തിൽ രക്ഷാപ്രവർത്തകരായി ഉണ്ടായിരുന്നത്. ഹെലിക്കോപ്റ്റർ സർവീസ് കഴിഞ്ഞ് പാണ്ടനാടിനു വേണ്ടി ഇവർക്കൊപ്പം ഇറങ്ങിയതാണ്. വിശപ്പും മറന്നിട്ട് ഒരു ദിവസം കഴിഞ്ഞിരിക്കുന്നു. വിവിധ ക്യാമ്പുകളിൽ പാർപ്പിച്ചിട്ടുള്ള രക്ഷപ്പെട്ട ജനങ്ങൾ പലയിടത്തും കുടിവെള്ളവും ഭക്ഷണവും കിട്ടാതെ കരയുന്നുണ്ട്.

വള്ളത്തിന്റെ ഇരുവശങ്ങളിൽ പിന്നോട്ടായി ഇരുന്ന് അവർ കുടിവെള്ളത്തിന്റെ ബോട്ടിലുകൾ, കൊച്ചു ഭക്ഷണപ്പൊതികൾ നിറഞ്ഞ കവറുകൾ വെള്ളത്തിൽ വീഴാതെ മുറുകെപ്പിടിച്ചു. വള്ളം ചരിയാതെ ഒഴുക്കിനൊപ്പം, ഒഴുക്കിന്റെ ദിശയ്ക്കൊപ്പം മാറി മാറി ഇരുന്നു.

വള്ളം അതിവേഗതയിൽ മുന്നോട്ടു പൊയ്ക്കൊണ്ടിരുന്നു. മുന്നിൽ അതാ ഒരു തെങ്ങിന്റെ തലകൾ മാത്രം അതിൽ നിറയെ കരിക്കുകൾ. അവിടൊരു പള്ളിയുണ്ടായിരുന്നു എന്ന് പള്ളിമിനാരത്തിന്റെ നെറുക സാക്ഷ്യപ്പെടുത്തി.

"വെട്ടി വള്ളത്തിലേക്കിടണം... തിരിച്ചു വരുന്നത് എപ്പോഴെന്നു പറയാൻ പറ്റില്ല."

ഒരു തെങ്ങിന്റെ അടുത്തെത്തിയതും പാപ്പൻ വള്ളമടുപ്പിച്ചു.

കൈയിലെ നീണ്ട അരിവാൾ മുന്നോട്ടു വീശിയതും പാപ്പൻ അടക്കം സ്തംഭിച്ചു പോയി.

ഫണം വിടർത്തി നിൽക്കുന്നൊരു പാമ്പ്. അപ്പോഴാണതു ശ്രദ്ധിച്ചത് ഒന്നല്ല രണ്ടല്ല... ഓരോ ഓലമടലിനെയും ചുറ്റിപ്പിണഞ്ഞു കിടക്കുന്ന പല തരം പാമ്പുകൾ... അതിൽ ഒറ്റ കാഴ്ചയിൽ തന്നെ നാലോ അഞ്ചോ അണലിക്കുഞ്ഞുങ്ങൾ... ജലം പേറിയ വിഷജീവികൾ.

പാപ്പൻ കത്തി വള്ളത്തിലേക്കിട്ടു. വലയുടെ കെട്ടറുക്കാൻ ഉപയോഗിക്കുന്ന മൂർച്ചയുള്ള കത്തി.

വീണ്ടും വള്ളം മുന്നോട്ടു പോയി. അതിനിടയിൽ ഒലിച്ചു വന്നൊരു ആട്ടിൻകുഞ്ഞിനെ പാപ്പൻ കോരിയെടുത്ത് വള്ളത്തിൽ കിടത്തി. എവിടെയോ വേഗത കുറഞ്ഞ നേരം വള്ളത്തിൽ പിടിച്ചു കയറാൻ നോക്കിയൊരു പൂച്ചക്കുട്ടിക്ക് പാപ്പൻ വീണ്ടും രക്ഷകനായി.

നോഹയുടെ പേടകം കണക്കെ ഒരുപാട് ജീവനുകൾക്ക് രക്ഷയുമായി വള്ളം കുതിച്ചു. മീതെ ഹെലികോപ്റ്ററിന്റെ ശബ്ദം.

"വള്ളമല്ലാതെ മറ്റു വഴി നോക്കണ്ട. കുത്തൊഴുക്കാണ്... വള്ളം തന്നെ അപകടത്തിൽപെടാൻ സാധ്യതയുണ്ട്."

ആസിഫ് നിർദ്ദേശം നൽകി.

ഇരുട്ട് വീണു തുടങ്ങും മുൻപേ വീടു കണ്ടെത്തണം. മുന്നിൽ മരത്തടി പോലെന്തോ തടഞ്ഞു. അതൊരു മലമ്പാമ്പായിരുന്നു.

"പാപ്പന്റെ കൈ മുറിഞ്ഞിരിക്കുന്നു." അപ്പോഴാണത് ആസിഫ് ശ്രദ്ധിച്ചത്.

അയാളുടെ കൈയിൽ നിന്ന് ചോര പൊടിയുന്നുണ്ടായിരുന്നു.

"എവിടേലും തട്ടീതാരിക്കുമെടാ ചെറുക്കാ..." പാപ്പൻ ശ്രദ്ധിക്കാതെ പറഞ്ഞു.

"പാപ്പിച്ചി മാറിയിരിക്കൂ..." ആസിഫ് പാപ്പനെ നിർബന്ധിച്ചു മാറ്റിയിരുത്തി വള്ളത്തിന്റെ നിയന്ത്രണം ഏറ്റെടുത്തു.

'നിനക്കാവുമെടാ... നീയ് ആ ഉപ്പാന്റെ മോനല്ലേ."

പാപ്പൻ മാറിയിരുന്നു.

വീണ്ടും വള്ളത്തിന്റെ. അടിഭാഗം എവിടേയോ വന്നടിച്ചു. വള്ളമൊന്നുലഞ്ഞു. ഒരു ഭാഗത്തു നിന്നും മരക്കഷണം ചീന്തിയടർന്നു. ദീപക് വെള്ളത്തിലേക്ക് തെറിച്ചു വീണു. വള്ളം അടുപ്പിക്കാനോ നിർത്താനോ കഴിയാതെ പാപ്പൻ വള്ളത്തിൽ മുന്നോട്ടും പിന്നോട്ടുമുലഞ്ഞു. അവർ മൂവരും അന്തം വിട്ട കാഴ്ച താഴെയുള്ളതേതോ വീടിന്റെ മേൽക്കൂരയായിരുന്നു.

ഈ പ്രളയം പേറുന്നതൊരു നാടിനെ തന്നെയാണ്. അതിന്റെ സ്വപ്ന ങ്ങളെ. അയാളുടെ നെഞ്ചിടിപ്പ് കൂടി.

പ്രളയജലത്തിലേക്ക് പാപ്പനൊരു ചകിരിക്കയർ നീട്ടിയെറിഞ്ഞു. ആസിഫ് വള്ളത്തിന്റെ വേഗത്തിനനുസരിച്ച് കയർ മുന്നോട്ടു വലിച്ചും അയച്ചും ദീപക്കിനെ വള്ളത്തോടടുപ്പിച്ചു. അയാളെ മറ്റുള്ളവർ വലിച്ചു കയറ്റി. അയാൾ വായിലകപ്പെട്ട ജലം വള്ളത്തിലേക്ക് ഛർദ്ദിച്ചു. മണ്ണു നിറഞ്ഞ ചളി ജലം. അതു കണ്ടതും അയാൾ ഓക്കാനിക്കാൻ തുടങ്ങി.

അയാളുടെ ചെവിക്ക് മീതെ നിന്നും വേദനയോടെ എന്തോ തട്ടി ക്കളഞ്ഞു. കൊച്ചു തീവണ്ടി പോലെ നീളൻ പഴുതാര. ഉടുപ്പിലൊക്കെ പേരറിയാത്ത കൊച്ചുജീവികൾ. അട്ടകൾ. കാൽമുട്ടിന്റെ തൊലി പാതി അടർന്നിരുന്നു. പാൻസുരഞ്ഞ് വട്ടത്തിൽ കീറിയിരുന്നു.

അവിടവിടെ വീടിന്റെ ടെറസ്സുകൾ കാണായി. ഉയർന്ന പ്രദേശമായ തിനാൽ. എതിർഭാഗത്തു നിന്നുമൊരു ബോട്ട് വന്നു.

“നിങ്ങ പോവല്ല കേട്ടാ... രക്ഷയില്ല.... മലവെള്ളം കൂട്ടത്തിലൊരു ത്തന കൊണ്ടായി... ആവതും നോക്കി. നടന്നില്ല. ഒത്ത ചുഴിയാണ്.” അയാൾ പറഞ്ഞതു കേട്ട് പാപ്പൻ ഒരു നിമിഷം നിശ്ശബ്ദനായി.

അവർ നില്ക്കുന്നിടത്തു നിന്നും വെള്ളത്തിലൂടെ ഏകദേശം അഞ്ചു കിലോമീറ്റർ ഉണ്ട് അവിടേക്ക്.

ആസിഫ് ദീപക്കിനെയും പിന്നെ പാപ്പനെയും നോക്കി. ഒന്നും പറ യാതെ തന്നെ ആസിഫ് വള്ളം മുൻപോട്ടേക്കെടുത്തു.

“വരുന്നത് വരും പോലെ...” ആസിഫ് പിറുപിറുത്തു.

“ഒന്നും വരില്ലെടാ മക്കളെ... ഞാനല്ലേ കൂടെ...” പാപ്പൻ മുണ്ടൊന്നു മാടിക്കുത്തി. അയാളുടെ ചുണ്ടിൽ അപ്പോഴും ഒരു ബീഡി പുകഞ്ഞു. കണ്ണുകൾ ചക്രവാളംപോലെ ചുവപ്പ് രാശിയിൽ തുടുത്തിരുന്നു. നെഞ്ചിലെ നരച്ച രോമങ്ങൾ വിയർപ്പും മഴയും നനഞ്ഞു ഒട്ടിക്കിടന്നു.

ഇലക്ട്രിക് ലൈനുകൾ പലയിടത്തും മുറിഞ്ഞും തടസ്സം സൃഷ്ടിച്ചു വെള്ളത്തിനു മീതെ കിടന്നു. മാലിന്യങ്ങളുടെ കൂമ്പാരം തങ്ങി പലയിട ങ്ങളിലും ഒഴുക്കടഞ്ഞിരുന്നു. വെള്ളം പല ദിക്കുകളിലേക്ക് ചിതറിപ്പായു മ്പോൾ അതിലോരോ മനുഷ്യന്റെയും സ്വപ്നങ്ങൾ ഉണ്ടായിരുന്നു.... മനുഷ്യൻ പ്രകൃതിയോടു ചെയ്തത് പ്രകൃതി ഇപ്പോൾ മനുഷ്യരോട് ചെയ്യുന്നു.

ഒരു ട്രാൻസ്ഫോർമർ കണ്ടതും പാപ്പൻ പറഞ്ഞു.

‘ഇടത്തോട്ട് വേഗത്തിൽ...”

ആസിഫ് വള്ളത്തിന്റെ വേഗത അല്പം കൂട്ടി.

പാപ്പൻ പറഞ്ഞു, “നിനക്ക് ഞാൻ പറഞ്ഞു തരേണ്ട കാര്യം ഒന്നുമില്ല. കടല് നമ്മുടെ കൈവെള്ളയിലാ. ഇതങ്ങനല്ല.. പക്ഷേ ഇങ്ങനൊരു പ്രളയത്തെ നമ്മളാർക്കും പരിചയം പോരാ... പ്രതീക്ഷിക്കാത്ത അപകടങ്ങൾ ഓരോ ചുവടിലും പതിയിരിപ്പുണ്ടാകാം.”

പറഞ്ഞു തീർന്നതും വീണ്ടും വള്ളം ഏതോ മരത്തിൽ കുടുങ്ങി.

പാപ്പൻ വീണ്ടും വള്ളം ഏറ്റെടുത്തു. അതിവേഗതയിൽ മുന്നോട്ടെടുത്തു. വള്ളവും പാപ്പനും ഒരാൾ പൊക്കത്തിൽ വീശിയാർക്കുന്ന ജലത്തിന് മീതേക്കുയർന്നു. ദീപക്കും ആസിഫും വള്ളത്തിലേക്ക് തന്നെ തെറിച്ചു വീണു.

പാപ്പൻ രണ്ടു കാലിൽ തന്നെ നിവർന്നു വീണു. അയാളുടെ കാലുകളിലെ മസിലുകൾക്ക് മീതെ ഞരമ്പുകൾ വിരൽക്കനം തടിപ്പോടെ തള്ളിനിന്നു.

കൊളുത്ത് പോലിരിക്കുന്ന കമ്പിയുടെ അറ്റംകൊണ്ട് ലൈൻ കമ്പികൾ വകഞ്ഞുമാറ്റിയും അതീവ ശ്രദ്ധയോടെയും എഞ്ചിൻ ഓഫ് ചെയ്ത് പാപ്പൻ തുഴ കൈയിലെടുത്തു. അയാൾ പതിയെ വീടിനു ലക്ഷ്യമായി നീങ്ങി തുടങ്ങി. മീതെ മഴ വീണ്ടും കണ്ണുകൾ തുറന്നു. ഭൂമിക്ക്, പ്രളയ ജലത്തിന് മീതേക്ക് പെയ്തു തുടങ്ങി.

ദൂരെ ഒരു ചുവന്ന കൊടി കണ്ടു.

“ദാ... ആ പാർട്ടി ഓഫീസിന്റെ ഇടത്തു ഭാഗത്താണ് വീട്.” വഴി കാട്ടാൻ വന്ന ദീപക് രാജൻ എന്ന നാട്ടുകാരൻ കൈചൂണ്ടി.

പാപ്പൻ വള്ളം ഒന്ന് കരയടുപ്പിക്കാൻ ശ്രമിച്ചു. നില്ക്കുന്നില്ല. വള്ളം ഒഴുക്കിനൊപ്പം താഴേക്കു പോവുകയാണ്.

ആസിഫ് അടുത്ത തുഴ കയ്യിൽ എടുത്തു. വള്ളത്തിൽ നിരന്നിരുന്ന പത്ത് പേരും തുഴ പിടിച്ചു. പമ്പയുടെ ക്രൗര്യത്തിനു കുറുകെ മനുഷ്യ കൈകൾ അതിവേഗതയിൽ ചലിച്ചു.

വീടിന്റെ ഏകദേശം അടുത്തെത്തിയതും അവർ ഒച്ച വെച്ച് ആളുകളുടെ ശ്രദ്ധ കൂട്ടാൻ ശ്രമിച്ചു. ടെറസ്സിൽ കയറി തുടങ്ങിയ വെള്ളത്തിൽ നിന്നും ഒരു സ്ത്രീ എണീറ്റ് നിന്നു. അവർക്ക് ഒപ്പം മറ്റു നാല് തലകൾ കൂടി പ്രത്യക്ഷപ്പെട്ടു.

ആ സ്ത്രീ കൈയ്യുയർത്തി കാട്ടിയതും വള്ളം ആ ദിശയിലേക്കു നീങ്ങി. ടെറസ്സിനോട് ചേർന്ന് നിന്നതും ആറ്റിൽ നിന്നുള്ള കുത്തൊഴുക്ക് കാരണം വള്ളം വീണ്ടും താഴേക്കു പോവാൻ തുടങ്ങി.

“പിന്നിലൂടെ പോവാതെ രക്ഷയില്ല... വലതു ഭാഗത്ത് നിയന്ത്രണാതീതമായ ഒഴുക്കാണ്...” പാപ്പൻ നിർദ്ദേശിച്ചു.

മുന്നിൽ കൂറ്റൻ മതിൽ. ഗേറ്റിലെ കൂർത്ത കമ്പികൾ വള്ളത്തിനേക്കാൾ ഉയരത്തിൽ നില്ക്കുന്നു.

"രണ്ടും വള്ളം തകർത്തേക്കും. ഈ ശ്രമങ്ങൾ എല്ലാം വെറുതെ ആവും." നവാസ് എന്ന മത്സ്യ തൊഴിലാളി പറഞ്ഞു.

'പിന്നോട്ടേക്ക്..." പാപ്പൻ വള്ളം പിന്നിലെക്കെടുക്കാൻ നടത്തിയ ശ്രമം പരാജയപ്പെട്ടില്ല. അവർ അഞ്ചു പേരുടെയും മനസ്സിൽ സന്തോഷം തൂവി തുടങ്ങി.

കുറച്ചു കൂടി തുഴഞ്ഞ് വള്ളം വീടിന്റെ പിൻഭാഗത്തേക്ക് എത്തി. അവിടേക്ക് വള്ളം ചേർത്ത് പിടിക്കാനായില്ല എങ്കിൽ ഈ ഉദ്യമം വെറുതെയാവും. തങ്ങൾക്കു മടക്കം സാധ്യമായേക്കാം. പക്ഷേ ഈ കണ്ട നാല് ജീവനുകൾ.

പാപ്പൻ മീതേക്ക് നോക്കി.

ആ സ്ത്രീയുടെ കൈയിൽ ഒരു കൈക്കുഞ്ഞ് ഉണ്ടായിരുന്നു.

കണ്ടു നിന്നവരുടെ ഉള്ളം ഒന്നാളി.

"എങ്ങനെയും രക്ഷിച്ചെടുക്കണം."

വീടിന്റെ പിൻഭാഗത്ത് തേക്കിൻമരങ്ങൾ ഇടതിങ്ങി നില്ക്കുന്നു. രാജനും നവാസും വള്ളത്തിന്റെ ഏറ്റവും മുൻഭാഗത്ത് ഇരുന്നു. തടസ്സമായി നിന്ന മരച്ചില്ലകൾ വെട്ടി ഒതുക്കി. ജലത്തിലൂടൊരു വഴി. ചുറ്റും വെള്ളത്തിൽ ഉലഞ്ഞാടുന്ന ചെറു മഹാഗണികൾ, പേരകൾ.

അര മണിക്കൂർ നീണ്ട യാതനകൾക്ക് ഒടുവിൽ ഒരു വഴി തെളിഞ്ഞു. അപ്പോഴൊക്കെ വള്ളം ഒരേ നിലയിൽ ഉലഞ്ഞുനിന്നു. മറ്റുള്ളവർ വള്ളത്തിന്റെ ഗതി നിയന്ത്രിക്കാൻ സർവ്വശക്തിയും ഉപയോഗിച്ച് ശ്രമിച്ചുകൊണ്ടിരുന്നു. വള്ളത്തിന്റെ ഇരുഭാഗങ്ങളിൽ നിന്നും മരച്ചില്ലകളുടെ തലപ്പുകൾ, രണ്ടുപേർ കോതിവിട്ടുകൊണ്ടിരുന്നു. മതിലിലെ കുപ്പിച്ചില്ലുകൾ ഉരഞ്ഞു സർവ്വരുടെയും കൈകൾ വരഞ്ഞു കീറിയിരുന്നു. അവരാരും അത് ശ്രദ്ധിച്ചതേയില്ല.

ആസിഫിന്റെ ഫോൺ വല്ലപ്പോഴും ഒരിക്കൽ ചിലച്ചു.

"ഏകദേശം നാല്പതിനായിരത്തോളം പേർ ഇന്ന് രക്ഷപ്പെട്ടു കഴിഞ്ഞു. നമ്മൾ ഇതിനെ അതിജീവിക്കും." അയാൾ സന്തോഷത്തോടെ പറഞ്ഞു.

ഒറ്റ നിമിഷം കൊണ്ട് അവരിലെല്ലാം സന്തോഷത്തിന്റെ ആർജ്ജവത്തിൽ കടൽ ജലം നിറഞ്ഞു.

"പറ്റും. ജീവന് ആപത്തായാലും പ്രശ്നോല്ല. ഞങ്ങൾ ഒണ്ടാവും കൂടെ. ഞങ്ങടെ ജീവൻ ഒരു ഞാണിന്മേൽ കളിയാ എപ്പളും. അതോണ്ട്

ഞങ്ങ മരണത്തെ പേടിക്കുന്നില്ല സാറേ...” രാജന്റെ വാക്കുകൾ ആസിഫിന്റെയും ദീപക്കിന്റെയും ചങ്കിൽ കൊളുത്തി വലിഞ്ഞു.

ആസിഫ് അയാളുടെ തോളത്തൊന്നു തട്ടി വീണ്ടും തുഴ പിന്നോട്ട് കുത്തി.

വീടിന്റെ രണ്ടാംനിലയിൽ ആളുകൾ പ്രതീക്ഷ അറ്റതുപോലെ ഞങ്ങളെ നോക്കി നില്ക്കുകയാണ്.

“വള്ളം നിയന്ത്രിച്ചോണം...” കൂടെ ഉള്ളവരെ ജാഗരൂകരാക്കി പാപ്പനും ആസിഫും വള്ളത്തിൽ നിന്നും വെള്ളത്തിലേക്ക് എടുത്തു ചാടി.

കുത്തൊഴുക്കിൽ പെട്ട്, പോയ അതേ വേഗതയിൽ ആസിഫ് പിന്നോട്ടേക്ക് വീശിയടിച്ചു. പിൻവശത്തെ മതിലിൽ ചെന്നിടിച്ചു.

“കയ്യേ പിടിയെടാ...” പാപ്പൻ ഉച്ചത്തിൽ അലറി. ആസിഫ് അയാൾക്ക് നേരെ കയ്യെത്തിക്കാൻ ശ്രമിച്ചിട്ടും ആയില്ല.

ആസിഫ് ഒഴുക്കിലെക്കൊന്നു പൊങ്ങിത്താണു. വീണ്ടും ഒന്നു കൂടി പൊങ്ങി. ഇത്തവണ പാപ്പൻ അവന്റെ ഷർട്ടിൽ പിടിമുറുക്കി വലിച്ചു വള്ളത്തിൽ കയറ്റി.

ഏറെ നേരത്തെ പ്രയത്നത്തിന് ശേഷം, അവർ ആ വീടിന്റെ പിന്നാമ്പുറത്ത് വള്ളം അടുപ്പിച്ചു.

“ചാടൂ...” ആസിഫ് മീതേക്ക് നോക്കി ഉച്ചത്തിൽ പറഞ്ഞു.

പത്തു വയസ്സോളം പ്രായം തോന്നിയ ഒരു പയ്യൻ താഴേക്കു ചാടി വള്ളം അടുത്തെത്തി. അവനൊന്നു താണതും ആസിഫ് അവനെ മേലേക്കുയർത്തി . വള്ളത്തിൽ നിന്നും ദീപക്കും റെജിയും അവനെ വള്ളത്തിലേക്ക് പിടിച്ചുകയറ്റി.

അടുത്തത് ആ കുഞ്ഞിന്റെ ഊഴമായിരുന്നു. പാപ്പൻ ഷെഡ്നു മീതേക്ക് വലിഞ്ഞു കയറി. കാലിൽ പൊട്ടിക്കിടന്ന ഒരു കുപ്പിയുടെ ചില്ലുകൾ പാപ്പന്റെ കാലിൽ ആഴ്ന്നു. കലങ്ങിയ വെള്ളത്തിലും ചോരയുടെ നിറം പടർന്നു.

“പാപ്പാ... വേണ്ട...” പാപ്പനെ ആസിഫ് പിന്നോട്ട് വലിക്കാൻ ശ്രമിച്ചു.

“നീ മിണ്ടാതിരിയെടാ.”

പാപ്പൻ ഒറ്റ ആട്ടായിരുന്നു.

ഒരു പൂവ് കണക്കെ പാപ്പന്റെ കൈകളിലേക്ക് നനഞ്ഞ തുണിയിൽ പൊതിഞ്ഞ ആ കുഞ്ഞു വന്നു വീണു. അയാളതിനെ ഞൊടിയിടയിൽ നെഞ്ചിലേക്ക് ചേർത്ത് പിടിച്ചു. പാപ്പൻ ഒന്നുലഞ്ഞു. വെള്ളത്തിൽ ചോരയുടെ നിറം കൂടി വന്നു. അയാളാ കുഞ്ഞിനെറുകയിൽ ഒന്ന് മുത്തി.

ദീപക് കുഞ്ഞിനെ ഏറ്റുവാങ്ങി. അടുത്തത് അമ്മയുടെ ഊഴമായിരുന്നു. അവർ വെള്ളത്തിലേക്ക് എടുത്തു ചാടിയതും ആസിഫും രാജനും ചേർന്നവരുടെ ഉടുപ്പിലേക്ക് പിടുത്തമിട്ടു. മൂന്നുവട്ടം അവർ വെള്ളത്തിലേക്ക് താണ് പൊങ്ങി. നാലാമത് അവർ വള്ളത്തിലേക്ക് അവരെ വലിച്ചടുപ്പിച്ചു. പാപ്പൻ വെള്ളത്തിലേക്ക് കാലിടറി വീണു. രാജൻ അയാളെ രക്ഷിക്കാനായി വെള്ളത്തിലേക്ക് ചാടി.

ഒഴുക്കിനൊപ്പം ഉലഞ്ഞുപോകുമ്പോൾ ചുഴിയിൽ അകപ്പെടാതെ പരസ്പരം സഹായിച്ച് രാജനും പാപ്പനും.

രണ്ടുപേരും തിരികെ വള്ളത്തിൽ കയറി. തീരം തേടിയുള്ള യാത്ര... ജീവൻ തിരിച്ചു കിട്ടിയതിന്റെ സന്തോഷം ആ മൂന്നു മുഖങ്ങളിൽ ആസിഫ് കണ്ടു. വിശപ്പും ക്ഷീണവും തളർച്ചയും നിഴലിച്ച കണ്ണുകൾ. രാജൻ ഒരു കുട നിവർത്തി. ആസിഫിന്റെ കൈകളിൽ കിടന്നു കുഞ്ഞുമാലാഖ കൺതുറന്നു. അവളൊന്നു ചിരിച്ചു.

നോഹയുടെ പേടകം പോലെ വള്ളം അവർ രക്ഷിച്ചെടുത്ത മനുഷ്യരെയും കൊണ്ട് മുൻപോട്ടു നീങ്ങി.

ആസിഫിന്റെ ഫോൺ വീണ്ടും ശബ്ദിച്ചു.

"ജനി..."

അയാൾ പാപ്പനെ ഒന്ന് നോക്കി.

അയാളുടെ കാലിലെ മുറിവിൽ നിന്നും ചോര മഴവെള്ളപ്പാച്ചിൽ പോലെ ഒഴുകിക്കൊണ്ടിരുന്നു.

നവാസ് മുണ്ട് കീറി മുറിവ് വലിച്ചു കെട്ടി. അപ്പോഴും പാപ്പൻ, നോവ് മാറ്റാൻ എന്നോണം അടുത്ത ബീഡിക്ക് തീ കൊളുത്തിയിരുന്നു.

അവസാനത്തെ രാത്രി

വള്ളം മുന്നോട്ടു നീങ്ങിക്കൊണ്ടിരിക്കുമ്പോൾ പാപ്പന്റെ കാലിലെ ചോരയുടെ ഒഴുക്കും ഏറി വന്നു. രാജൻ വള്ളത്തിന്റെ ഗതി നിയന്ത്രിച്ചു. പമ്പ കൂടുതൽ കുത്തൊഴുക്കിലേക്കും ക്രമാതീതമായ ഉയർച്ചയിലേക്കുമാണ് പോകുന്നതെന്ന് മടങ്ങുന്ന വഴി വള്ളക്കാർ തിരിച്ചറിഞ്ഞു.

എങ്ങനെയും കര തൊടണം.

വള്ളത്തിന്റെ സ്പീഡ് കൂട്ടി അതീവ ജാഗ്രതയോടെ അച്ചൻകോവിൽ ആറിന്റെയും പമ്പയുടെയും ആക്രമണത്തെ മറികടക്കാൻ അവർ ഉറപ്പിച്ചു.

"ഇനിയെല്ലാം വരുംപോലെ."

അത് കേട്ടതും വള്ളത്തിലിരുന്ന അമ്മ മകനെ ഒന്ന് ചേർത്തുപിടിച്ചു.

"ഇവന്റെ അച്ഛൻ...?" പാപ്പൻ ചോദിച്ചു.

"മൂപ്പര് വെള്ളം കേറിത്തുടങ്ങീന്നു വിവരം കിട്ടിയപ്പോ അക്കരെ അനിയന്റെ വീട്ടിലേക്കു അവരെ രക്ഷിക്കാൻ പോയതാണ്. തിരിച്ചു വരാനായില്ല. വെള്ളം കൂടീട്ട്..."

പാപ്പൻ മൂളുക മാത്രം ചെയ്തു.

ആസിഫ് പാപ്പന് അടുത്തായി വന്നിരുന്നു. അയാളുടെ തോളിൽ പിടിച്ചു.

പാപ്പൻ അവശതനിറഞ്ഞ കണ്ണുകളോടെ ആസിഫിനെ ഒന്ന് നോക്കി. അപ്പോൾ അവർ

"അമ്മച്ചി...?"

"അവൾ വീട്ടിൽ ഉണ്ട്. രണ്ടാം നിലയിൽ വെള്ളം കേറീട്ടില്ല. കർത്താവ് കാക്കും എന്നും പറഞ്ഞു വീട്ടീന്നിറങ്ങാതെ ഇരിപ്പാ. വെള്ളത്തിന്റെ കാര്യാണ്..." വെള്ളത്തിന്റെ ഉയർച്ച കണ്ടു പാപ്പൻ നെഞ്ചൊന്നു തടവി.

ഇത്തിരി മുന്നോട്ടു പോയതും പാപ്പൻ ഒന്ന് ഛർദ്ദിച്ചു. ആസിഫ് അയാളുടെ നെഞ്ച് തടവി.

"എന്ത് പറ്റി...?"

"ഹേ.... ഒന്നൂല്ലെടാ ചെറുക്കാ... രാവിലെ മൊതൽ കാലി വയറല്ലേ... അതിന്റെ ആവും..."

കുറച്ചു ദൂരെ നിന്നൊരു ഉച്ചത്തിലുള്ള നിലവിളി. ആരും ഇല്ലെന്നു കരുതിയ വീട്ടിൽ നിന്നാണ്.

ഒന്നാം നിലയ്ക്ക് മീതെ വരെ വെള്ളം കേറിയിരിക്കുന്നു.

"അങ്ങോട്ടൊന്നു ചേർന്നുപോയി നോക്ക്." പാപ്പൻ പറഞ്ഞു.

രാജനും നവാസും വള്ളത്തിന്റെ ഗതി അങ്ങോട്ട് നിയന്ത്രിച്ചു. രണ്ടാം നിലയുടെ ജനലിലൂടെ ഒരു വളയിട്ട കൈ നീണ്ടു വരുന്നത് പാപ്പന്റെ ശ്രദ്ധയിൽപെട്ടു.

"ആ വീട്ടിൽ ആളുണ്ട്..." പാപ്പൻ ഉച്ചത്തിൽ പറഞ്ഞു.

ഒരു കാറ്റ് ആഞ്ഞുവീശി. വെള്ളത്തിന്റെ ഒഴുക്കും വള്ളത്തിന്റെ ഒഴുക്കും നിയന്ത്രിക്കാൻ പറ്റാതായി.

"ശ്രദ്ധയോടെ മതി. അപകടം കൂടുതൽ ആണ്..."

രാജൻ പറഞ്ഞു.

ആസിഫ് ആ വീടിനുള്ളിലേക്ക് നോക്കി.

രണ്ടാംനിലയിലേക്ക് വെള്ളം കയറി തുടങ്ങീട്ടില്ല.

നവാസ് ബാൽക്കണിക്ക് നേരെ കുടിവെള്ളത്തിന്റെ കുപ്പികൾ നീട്ടി എറിഞ്ഞു. ബ്രഡ്ഡിന്റെ പാക്കറ്റും.

"ബാൽക്കണിക്ക് പുറത്തേക്ക് വാതിൽ ഉണ്ട്. അകത്തുനിന്ന് അവർക്ക് തുറക്കാൻ പറ്റിയേക്കും."

ആസിഫ് പറഞ്ഞു.

"ആരെങ്കിലും ഉണ്ടെങ്കിൽ ബാൽക്കണിയിലേക്ക് വേഗം വരൂ." രാജനും നവാസും ഒച്ച വെച്ചു.

നന്നേ തളർന്ന് അവശയായ ഒരു മദ്ധ്യവയസ്ക 'എന്റെ മോൻ... എന്റെ പൊന്നുമോൻ..." എന്ന് വലിയ വായിലേ നിലവിളിച്ചുകൊണ്ട് പുറത്തേക്ക് വന്ന് വള്ളത്തിലിരുന്നവരുടെ നേരെ കൈകൂപ്പിക്കരഞ്ഞു. "ഇന്നലെ വരെ താഴത്തെ നിലയിൽ എന്റെ പൊന്നുമോനുണ്ടായിരുന്നു സാറേ.... അരയ്ക്കു താഴോട്ട് തളർന്നുകിടന്ന എന്റെ കുഞ്ഞിനെ ഈ രണ്ടു ദിവസവും ഞാൻ വായിൽ വെള്ളം കേറാതെ എന്റെ തോളോട് കോരിയെടുത്ത് നിന്നു. പത്തുമുപ്പത്തഞ്ച് വയസ്സൊള്ള വല്യ ചെറുക്ക നല്ലിയോ സാറേ... അവസാനം വന്നപ്പോ എനിക്ക് പറ്റിയില്ല. എനിക്ക് പറ്റിയില്ലെന്റെ ദൈവമേ... ചുറ്റുംകണ്ണെത്താത്ത ദൂരം വെള്ളവും ഇരുട്ടും

മാത്രമാരുന്നു. പ്രാണഭയത്തിൽ എന്റെ കുഞ്ഞും ഞാനും അലറി ക്കരഞ്ഞു. ആരും കേട്ടില്ല സാറേ... എന്റെ ഈ കയ്യിലിട്ടു വളത്തിയ പൊന്നാ ഈ കയ്യീന്ന് തന്നെ വെള്ളത്തിനടിയിലേക്ക് പോയത്. എന്റെ പൊന്നിനെ ഞാൻ കൈവിട്ടു കളഞ്ഞേ... എന്റെ ദൈവമേ... എന്റെ കുഞ്ഞിനെ ഞാൻ കൈവിട്ടു കളഞ്ഞേ... വെള്ളം മൊഖത്ത് കേറിയപ്പം അനങ്ങാൻ വയ്യാത്ത അവന് ശ്വാസംമുട്ടിക്കാണത്തില്ലിയോ.. അവൻ അമ്മേന്ന് വിളിച്ചു കരഞ്ഞുകാണത്തില്ലിയോ... എന്റെ പൊന്നിനെ വിട്ടേച്ച് എന്നെയങ്ങെടുത്തൂടാരുന്നോ..."

ആസിഫിന്റെ കണ്ണുകൾ നിറഞ്ഞൊഴുകിയതയാൾ ആരും കാണാതെ തുടച്ചു. ഒരു പട്ടാളക്കാരൻ തളർന്നാൽ, കൂടെയുള്ള സാധാരണക്കാരുടെ അവസ്ഥ എന്താവുമെന്നയാൾ ഓർത്തു. ബാക്കിയുള്ളവരുടെ അവ സ്ഥയും വ്യത്യസ്തമായിരുന്നില്ല. പാപ്പന്റെ കണ്ണ് ചുവന്നു വീങ്ങിയിരുന്നു. കരച്ചിലടക്കാൻ പാപ്പൻ ഒരു ജീവിതം മുഴുവൻ പഠിച്ചവനാണ്.

പാപ്പനും കൂട്ടരും വള്ളത്തെ അങ്ങോട്ടേക്ക് കടത്തി വിടാൻ വല്ല വഴിയും ഉണ്ടോന്നു നോക്കി. ചുറ്റും മതിലാണ്. പൊളിക്കുക എളുപ്പമല്ല. ബാൽക്കണി പുറത്തേക്ക് തള്ളിനില്ക്കുന്നത് മാത്രമാണ് ആ സ്ത്രീയെ രക്ഷപ്പെടുത്താൻ സാധിച്ചേക്കും എന്നുള്ള ഏക പ്രതീക്ഷ.

താഴത്തെ നിലയിലെ അടച്ചിട്ട ജനലിനു മുന്നിൽ പാപ്പന് നെഞ്ച് വിങ്ങി. പ്രാണഭയത്താൽ അതിനുള്ളിൽ ആരോ അലറിക്കരയുന്നുണ്ടെ ന്നയാൾക്ക് തോന്നി. കണ്ണടച്ചു നിന്ന്, മനക്കണ്ണിൽ അയാളാ കാഴ്ച കണ്ടു. വെള്ളത്തിനടിയിൽ കമിഴ്ന്ന് വീണു കിടക്കുന്ന ഒരു പുരുഷ ശരീരം. "മാപ്പ്.... മാപ്പ്" എന്ന് നിശ്ശബ്ദമായി പാപ്പന്റെ ചങ്കിടറി. ഒരു ദിനം മുന്നേ വന്നെത്താൻ കഴിഞ്ഞെങ്കിൽ, ആ ചെറുപ്പക്കാരൻ രക്ഷപ്പെട്ടേനേ എന്നയാൾക്ക് തോന്നി.

"നിങ്ങൾ രക്ഷപ്പെടാൻ നോക്കൂ... പുറത്തേക്ക് ചാടൂ... വെള്ളം കൂടി വരികയാണ്...." ആസിഫ് ഉച്ചത്തിൽ ആ സ്ത്രീയോട് പറഞ്ഞു.

"ഇരുട്ടായി തുടങ്ങി. ഇന്നിനി രക്ഷാപ്രവർത്തനങ്ങൾ ഒന്നും നടക്കില്ല. നിങ്ങൾ ഇപ്പോൾ രക്ഷപ്പെടാൻ നോക്കൂ."

രാജൻ പറഞ്ഞു.

"ഇല്ല.... അവനില്ലാത്ത ഈ ലോകത്ത്, മകനെ മരണത്തിലേക്ക് തള്ളി യിട്ടൊരു അമ്മയായി എനിക്ക് ജീവിക്കണ്ടാ..." ആ സ്ത്രീ കരച്ചിലോടെ പറഞ്ഞു.

"നിങ്ങൾ ദയവായി പുറത്തേക്ക് ചാടൂ.... വള്ളം അടുപ്പിക്കാനാവു ന്നില്ല. നിങ്ങൾക്ക് വേണ്ടി ഇവിടെ ഇനിയും സമയം ചിലവിട്ടാൽ ഈ വള്ളത്തിൽ ഉള്ളവർ പോലും അപകടപ്പെട്ടേക്കും."

എത്ര പറഞ്ഞിട്ടും ആ സ്ത്രീ വരാൻ കൂട്ടാക്കിയില്ല.

പിന്നിൽ നിന്ന് പൊടുന്നനെ മലവെള്ളം പോലെ ജലം കുത്തി യൊലിച്ചു. വള്ളം മുപ്പതു മീറ്റർ അകലേക്ക് വട്ടം കറങ്ങി പോയി നിന്നു.

വള്ളത്തിൽ ഉള്ളവർ പരസ്പരം കൈകോർത്ത് പിടിച്ചു. അവരാ വീട്ടി ലേക്കു നോക്കി. ബാൽക്കണി ശൂന്യമായിരുന്നു. തിരികെ വള്ളം അടുപ്പി ക്കാൻ ആവാത്തവിധം വിപരീത ദിശയിൽ വെള്ളം കുത്തിയൊഴുകി ക്കൊണ്ടിരുന്നു.

ഇനി പിന്നോട്ട് പോകുക അസാധ്യം. രക്ഷയ്ക്ക് വേണ്ടി കൈ നീട്ടിയ ആ കൈകളെ മറന്ന് വള്ളം മുന്നോട്ടു പോയതും പാപ്പൻ ഉച്ചത്തിൽ ഒന്ന് കരഞ്ഞു. ആരും സമാധാനിപ്പിച്ചില്ല. ആർക്കുമാർക്കും ഒന്നും പറ യാനായില്ല.

വള്ളം പാണ്ടനാട്, തന്റെ വീടിന്റെ പ്രദേശത്തേക്ക് എത്തുന്നത് പാപ്പൻ അറിഞ്ഞു. അയാളുടെ ചങ്ക് പിടച്ചു. വീടിന്റെ രണ്ടാം നിലയുടെ മുക്കാൽ ഭാഗത്തോളം കയറിയ ജലം.

പാപ്പൻ ആസിഫിന്റെ തോളിൽ ഒന്ന് പിടിച്ചു. അയാളുടെ കൈകൾ തളരുന്നത് ആസിഫ് അറിഞ്ഞു.

"പാപ്പിച്ചി..." ആസിഫിന്റെ തൊണ്ട ഇടറി.

'അവളോട് ഞാൻ പറഞ്ഞതാ.... കൂടെ വാടീന്ന്... എന്റെ പെണ്ണമ്മ കേട്ടില്ല... ഇല്ല അവൾക്കൊന്നും സംഭവിക്കേല... എന്റെ പെണ്ണമ്മയ്ക്ക് ഒന്നും സംഭവിക്കേല..."

മതിലുകൾ കാണാനേ ഇല്ല... വീടിനു ചുറ്റും കുത്തിയൊലിച്ചു നാലും പാടും ജലം മാത്രം.

"നാല്ക്കാലികളെ ഒക്കെ തുറന്നു വിട്ടാരുന്നു... അതുങ്ങൾ ഒക്കെ രക്ഷപ്പെട്ടു കാണും..." പാപ്പൻ പതംപറഞ്ഞു.

ആസിഫ് വീട്ടിലേക്കു നോക്കി.

"പാപ്പനിപ്പോ അങ്ങോട്ട് പോണ്ട..." രാജൻ അയാളെ വള്ളത്തിൽ പിടിച്ചിരുത്താൻ നോക്കി.

"നീ വിടടാ ഉവ്വേ... അവൾ അതിനുള്ളിൽ കാണും.. എന്റെ പെണ്ണമ്മ..."

ഇത്തവണ പാപ്പന്റെ ഒച്ച ഇടറുന്നത് എല്ലാവരും അറിഞ്ഞു.

"ഇറങ്ങാൻ ആവില്ല പാപ്പാ... അപകടമാണ്.." ആസിഫ് അയാളെ നിരുത്സാഹപ്പെടുത്തി.

ഫോണിൽ ജനിയുടെ റസ്ക്യൂ റിക്വസ്റ്റ് വന്നത് ആസിഫ് തുറന്നു നോക്കി.

“അപ്പനും അമ്മേം സേഫല്ലേ...? അവർ ഏതു ക്യാമ്പിൽ ആണ്? വിളിച്ചിട്ട് കിട്ടുന്നില്ല ആസിഫ്....”

ആസിഫ് എന്ന കമാണ്ടർ തലയിലെ തൊപ്പിയൂരി.

പാപ്പൻ തന്നെ പിടിച്ചു നിർത്തിയ കൈകളെ തട്ടി മാറ്റി. രാത്രി തൂവി തുടങ്ങിയിരുന്നു.

അടച്ചിട്ട വാതിലിനു നേർക്ക് ഒരിക്കലും ഇല്ലാത്ത വേഗതയിൽ പാപ്പൻ നീന്തി. വാതിൽ തള്ളിയതും തുറന്നു വന്നു. ഇരുട്ട് കുഴഞ്ഞു കിടക്കുന്ന വീടിനകത്ത് ആരുമുണ്ടായിരുന്നില്ല. പാപ്പന്റെ പ്രതീക്ഷ അസ്തമിച്ചു. ‘അന്നക്കൊച്ചേ...’ എന്ന് അയാൾ വാവിട്ടു കരഞ്ഞുകൊണ്ടേയിരുന്നു. എങ്കിലും ഒരു അവസാന ശ്രമം എന്ന നിലയിൽ അയാൾ വീടിന്റെ റൂഫ് ടോപ്പിലേക്കുള്ള പടവുകൾ തിരഞ്ഞു. വളരെ ശ്രമത്തിനൊടുവിൽ, ടെറസ്സി ലേക്കുള്ള സ്റ്റെയർ കേസ് അയാൾ കണ്ടെത്തി. പാതിയോളം വെള്ളം കയറിയ പടികളിലൂടെ പാപ്പൻ വേച്ചു വേച്ച് കയറുമ്പോഴേക്കും ആസിഫും പിന്നാലെ എത്തി. ടെറസ്സിലേക്കുള്ള ഡോർ തുറന്ന അവർ, ബോധരഹിതയായി കിടക്കുന്ന പെണ്ണമ്മയെ കണ്ടെത്തി. അവിടെ നിന്നുകൊണ്ട് തന്നെ ആസിഫ് താഴെ വള്ളത്തിൽ ഇരിക്കുന്നവരെ ആ വിവരം അറിയിച്ചു. തിരികെ അവരെ വള്ളത്തിലെത്തിക്കുന്നത് എങ്ങനെ യെന്ന് ആസിഫ് ആലോചിക്കുമ്പോഴേക്കും പാപ്പൻ അവരെ തോളിലിട്ട് വെള്ളത്തിലേക്ക് ഇറങ്ങി നീന്താൻ തുടങ്ങിയിരുന്നു. ആസിഫും രാജനും അവരെ വള്ളത്തിലേക്ക് എടുത്ത് കിടത്തി. നന്നേ തളർന്നുപോയെങ്കിലും സന്തോഷം കൊണ്ട് പാപ്പന്റെ കണ്ണ് നിറഞ്ഞൊഴുകുന്നുണ്ടായിരുന്നു. എന്നാൽ ആ സന്തോഷം അധികം നീണ്ടു നില്ക്കാത്ത വണ്ണം, മറ്റൊരു ദുരന്തം അതിനിടയിൽ അവർക്ക് മുന്നിൽ രൂപപ്പെട്ടിരുന്നു. പാപ്പന്റെ ജീവിതകാലം മുഴുവൻ വലിയൊരു മുറിവായി അത് ചോരയൊഴുക്കി കിടക്കുകയും ചെയ്തു.

മുന്നോട്ടു പോകവേ,ഒട്ടും പ്രതീക്ഷിക്കാത്ത വണ്ണം വള്ളത്തിന്റെ ഗതി മാറി. പാപ്പന്റെയോ ആസിഫിന്റെയോ പരിചയസമ്പത്തിന് വഴങ്ങാതെ വള്ളം എങ്ങോട്ടെന്നില്ലാതെ, കുത്തൊഴുക്കിനൊപ്പം മുന്നോട്ട് കുതിച്ചു. പമ്പ അതിന്റെ സർവ്വസംഹാരരൂപം പുറത്തെടുത്ത് അവരെ വിളിക്കു ന്നുണ്ടായിരുന്നു. പൊടുന്നനെ ചുഴിയിലെന്നപോലെ വള്ളം ശക്തിയായി വട്ടം കറങ്ങാൻ തുടങ്ങി. തെല്ലു ശമിച്ചു നിന്ന മഴ ആർത്തുലച്ചു പെയ്തു. പാപ്പൻ, ബോധമറ്റ പെണ്ണമ്മയുടെ ശരീരം വള്ളത്തോടു ചേർത്ത് ഇറുകെ പുണർന്നു കിടന്നു. വള്ളം നിയന്ത്രിക്കാൻ ആസിഫ് ഒറ്റയ്ക്ക് ആവതു ശ്രമിച്ചെങ്കിലും അലറിപ്പാഞ്ഞ് ഒഴുകുന്ന നദിയിലേക്കാണതിന്റെ കുതിപ്പെന്ന് ആസിഫിന് മനസ്സിലായി. ഒഴുക്കിനൊപ്പം നദിയിലേക്ക് പാഞ്ഞ വള്ളം, പൊടുന്നനെ നദിക്ക് ഒരു വള്ളപ്പാടകലെവച്ച്, എന്തിലോ

അതിശക്തമായി ചെന്നിടിച്ചു നിന്നു. പാപ്പനും പെണ്ണമ്മയും മറ്റൊരാളും നിലയില്ലാത്ത വെള്ളത്തിലേക്ക് തെറിച്ചുവീണു. വള്ളത്തിൽ നിന്നും ആർത്തനാദങ്ങൾ ഉയർന്നു. രാജനും മറ്റൊരാളും വെള്ളത്തിലേക്ക് ചാടി അവരെ വള്ളത്തിലേക്ക് തിരികെ ശ്രമപ്പെട്ടു കയറ്റി. പെട്ടെന്നാണ് ആസിഫിനെ കാണുന്നില്ല എന്നവരോർത്തത്. പാപ്പന്റെ നെഞ്ചിലൂടെ ഇടിവാൾ പാഞ്ഞു. രാജൻ കരഞ്ഞുകൊണ്ട് വെള്ളത്തിലേക്ക് മുങ്ങാം കുഴിയിട്ടു. അലറിവിളിച്ചുകൊണ്ടേയിരുന്ന പാപ്പാനാണ് അത് കണ്ടത്. നദിയുടെ ഉള്ളിലേക്ക് ആഴ്ന്നു പോകുന്ന ഒരാൾ. രക്ഷയ്ക്കായെന്നോണം ഉയർത്തിപ്പിടിച്ച ഒരു കൈ, താണ്താണ് പൊയ്ക്കൊണ്ടേയിരുന്നു. നോക്കിനില്ക്കേ അതും നദിയുടെ ആഴങ്ങളിലേക്ക് മാഞ്ഞുപോയി. പാപ്പനും രാജനും നെഞ്ച് നുറുങ്ങിക്കരഞ്ഞു.

പാപ്പൻ തണുത്തുറഞ്ഞ പെണ്ണമ്മയുടെ ദേഹത്തെ കുടഞ്ഞു കൊണ്ടലറി....

“അന്നാമ്മോ.... നീ കണ്ടില്ലല്ലോടീ.... അവൾടെ ജീവനാടീ ആ പോയത്... എന്റെ ജനിമോൾടെ ജീവൻ... ഒരാളെ മതിയാരുന്നേൽ, എന്റെ ചെറുക്കനെ തന്നേച്ച്, എന്നെയങ്ങ് കൊണ്ടുപോയാ മതിയാരുന്നല്ലോ...”

രാജൻ വള്ളത്തിന്റെ പടിമേലെ തലയിട്ടിടിച്ചു. ഇത്ര നേരം കൂടെ നിന്ന് നയിച്ച ഒരുവനാണ്, നൊടിനേരംകൊണ്ട് ഇല്ലാതെ ആയതെന്നു അയാൾക്ക് വിശ്വസിക്കാനേ കഴിഞ്ഞില്ല.

ദൂരെ ആകാശം കറുത്ത മഴ പെയ്യിച്ചു. കറുപ്പിന് മീതെ കറുപ്പ് മൂടി.

ദൂരെ കര ഒരു പൊട്ടുപോലെ തെളിഞ്ഞു വന്നു.

അനന്തരം

ഒരു ദുരന്തമുഖത്ത് മനുഷ്യൻ മാത്രമല്ല മൃഗങ്ങൾ പോലും സ്വീകരിക്കുന്ന ഒരു നീതിയുണ്ട്. അപകടം മുന്നിൽ കാണുമ്പോൾ ഇരയായ് കിട്ടുന്ന ഒന്നിനോടും മനുഷ്യനപ്പോൾ ആർത്തി തോന്നില്ല. അക്ഷരാർത്ഥത്തിൽ ആ ഒരു കാഴ്ച പ്രളയബാധിതപ്രദേശങ്ങളിൽ എല്ലാ ഇടങ്ങളിലും കാണാമായിരുന്നു. ലോകത്തിന്റെ പല ഭാഗങ്ങളിൽനിന്നും മനുഷ്യർ ഒന്നിച്ചു കൈകോർത്തു. ആരും ജാതിയുടെ, മതത്തിന്റെ രാഷ്ട്രീയത്തിന്റെ പകിട്ട് പറഞ്ഞില്ല. സഹജീവികൾക്ക് നേരെ ഇത്രയും കരുണയും സ്നേഹവും നിറഞ്ഞ നോട്ടം മറ്റൊരിക്കലും കേരളം ദർശിച്ചില്ല. മനുഷ്യരുടെ ഹൃദയത്തിൽ ഇത്രമാത്രം നന്മയുടെ വിത്തുകൾ മുളയ്ക്കാതെ കിടന്നിരുന്നുവെന്നു പ്രളയമുഖം ഓർമ്മപ്പെടുത്തി. ജീവന് വേണ്ടി പരക്കം പായുന്നതിന്റെ ഇടയിലും ജീവനുള്ള സകലതിനോടും അവൻ രക്ഷയുടെ കരങ്ങൾ നീട്ടിക്കൊടുത്തു. ആരാധനാലയങ്ങൾ മനുഷ്യർക്ക് ഒരേപോലെ വന്നു കയറാനുള്ള ഇടങ്ങൾ ആയി. കറുപ്പും വെളുപ്പുമെന്ന വേർതിരിവില്ലാതെ മനുഷ്യർ ഒരേ പാത്രത്തിൽ കിട്ടിയ ഭക്ഷണപ്പൊതികൾ പങ്കു വെച്ച് കഴിച്ചു. ഒരേ പായയിൽ കിടന്നുറങ്ങി. ഒരേ അപ്പം പലർക്കായി വീതിച്ചു നല്കി. ദാഹജലം തിരഞ്ഞവർക്ക് ഏതൊക്കയോ ദിക്കുകളിൽ നിന്ന് സ്നേഹത്തിന്റെ മധുരമുള്ള ജലം വന്നെത്തി. ആരുടെയൊക്കെയോ വീടുകളിൽ പാചകംചെയ്ത ഭക്ഷണ പൊതികൾക്കായി അവർ കാത്തുനിന്നു. കാട്ടിലും നാട്ടിലും മനുഷ്യർ ഒരുപോലെ രക്ഷാപ്രവർത്തനം ചെയ്തു. സ്ത്രീകൾ ദുരന്തത്തെ അതിജീവിച്ച മനുഷ്യർക്കിടയിലേക്ക് അതിജീവനത്തിന്റെ പുതിയ പാഠങ്ങളുമായി സഹായങ്ങളുമായി അണിനിരന്നു. പണത്തിന്റെ, അഹങ്കാരത്തിന്റെ മുഖംമൂടികൾ പ്രളയജലം നക്കി നീക്കുന്ന കാഴ്ച്ചയിൽ കേരളം മാറുകയായിരുന്നു.

ഒരിക്കലും അനുഭവിച്ചിട്ടില്ലാത്ത ഒരു ദുരന്തത്തിന് കേരളം സാക്ഷിയായി. മുന്നിൽനിന്ന് നയിക്കാൻ ഒരു മുഖ്യമന്ത്രി ഉണ്ടായി. ജനങ്ങൾക്കൊപ്പം എന്ന് അയാൾ നിരന്തരം വിളിച്ചു പറഞ്ഞുകൊണ്ടിരുന്നു. ആ

സാമാന്യമായ ചങ്കുറപ്പോടെ തന്റെ ജനത്തെ ആ ഭരണാധികാരി ചേർത്തുപിടിച്ചു. അയാൾക്കൊപ്പം പരാതികളില്ലാതെ നിന്ന് പ്രതിപക്ഷം മനുഷ്യത്വത്തിന്റെ പുതിയ മുഖം അണിഞ്ഞു.

കേരളം ഒരൊറ്റ നിമിഷംകൊണ്ട് ലോകത്തിന്റെ ശ്രദ്ധയിലേക്ക് അപാരമായ ഐക്യത്തെ, സ്വന്തം നാടിനോടുള്ള സ്നേഹത്തെ, മനുഷ്യർ തമ്മിലുള്ള സാഹോദര്യത്തെ, വിവേകത്തെ അടയാളപ്പെടുത്തി. ലോകം അവരെ അസൂയയോടെ നോക്കി നിന്നു.

വിവേചനത്തിന്റെ ഏറ്റവും ദയനീയമായ മുഖം കണ്ട മുക്കുവർ, തീരദേശ നിവാസികൾ പ്രളയത്തിൽ മുങ്ങി തുടങ്ങിയ കേരളത്തിന്റെ സൈന്യമായി. ഇരുകൈകളുടെ ഉറപ്പിൽ, മരണഭയമില്ലാതെ അവർ നാടിനെ ഉയർത്തിക്കൊണ്ടു വന്നു. നാല്പതിനായിരത്തോളം ആളുകളെ മരണത്തിന്റെ മുനമ്പിൽനിന്ന് അവർ കരയുടെ പ്രതീക്ഷയിലേക്ക് ചുമന്നുകൊണ്ട് വരുന്ന കാഴ്ചയിൽ മനുഷ്യർ അവരെ ആദരപൂർവ്വം നമസ്കരിച്ചു.

അപ്പോഴും ജലമുറിവുകൾ ഒന്ന് അവളുടേതായിരുന്നു, ഡോ. ജനിയുടെ. ഒരിക്കലും മറക്കാനാവാത്ത ഒരു പ്രണയകാലത്തിന്റെ ഓർമ്മയിൽ, ഒരു മൂന്നാറിന്റെ. പ്രണയത്തിന്റെ രാജ്ഞിയായി ഹെൻട്രിയെ പോലെ ഡോ. ജനി മുറിവുകളുടെ വസന്തത്തിന്റെ രാജ്ഞിയായി.

രക്ഷാപ്രവർത്തനത്തിന്റെ അവസാന ദിവസം. ജനിയുടെ ഫോൺ നിർത്താതെ അടിച്ചിട്ടും ആസിഫിന്റെ അനക്കമുണ്ടായില്ല. ടീമിലെ അംഗങ്ങൾ പരസ്പരം പുഞ്ചിരിക്കാൻ കഴിയുന്നത്ര എളുപ്പത്തിലേക്ക് രക്ഷാപ്രവർത്തനം നാട്ടിൽ ഫലം കണ്ടുതുടങ്ങിയിരുന്നു.

അടുത്ത വെള്ളി. നീണ്ട ഒരാഴ്ചയുടെ വിശ്രമമില്ലായ്മ. ആസിഫിന്റെ ഫോൺ സ്വിച്ച് ഓഫ് ആയിട്ട് ഒരു ദിവസം കഴിഞ്ഞിരിക്കുന്നു.

സോഷ്യൽ മീഡിയയിൽ പ്രളയവാർത്തകളുടെ പോസ്റ്റുകൾ സ്ക്രോൾ ചെയ്യുന്നതിന്റെ ഇടയിൽ ആദരാഞ്ജലികൾ എന്നെഴുതിയ പോസ്റ്റിൽ അവളാ മുഖം കണ്ടു. നേവി സീകിംഗ് പൈലറ്റ് ലെഫ്റ്റനന്റ് കമാണ്ടർ ആസിഫ് മുഹമ്മദ്.

നെഞ്ചിൽ പ്രളയജലം ഉയർന്നുപൊങ്ങി. ഓർമ്മകളിൽ മൂന്നാറിലെ കാടെരിഞ്ഞു. ചിന്തകളെ അപ്പാടെ കുടഞ്ഞുകളഞ്ഞുകൊണ്ട് കണ്ണിൽ അന്ധകാരം നിറഞ്ഞു. കൈയിൽ നിന്നും മൊബൈൽ ഫോൺ തറയിൽ വീണു ചിതറി.

ചുറ്റും ഇപ്പോൾ അവരുണ്ട്. തോളിൽ ആരുടെയൊക്കയോ കൈകൾ. ചേർത്തുപിടിച്ച മറ്റാരുടെയോ നെഞ്ച്. കൈകളിൽ മുറുകുന്ന വിരൽ തണുപ്പുകൾ. കടലിനപ്പുറം നിന്ന് മരണം അതിന്റെ മണം ചുറ്റും

നിറയുന്നു. ആശുപത്രിയിൽ മരണം എന്ന് തീർപ്പ് കല്പിച്ചു സീൽ വെയ്ക്കുമ്പോൾ മൃതദേഹത്തിൽ നിന്നും ഉയർന്നുവരുന്നുവെന്ന് സംശയിക്കുന്ന ആ ഒരേ മണം.

ഇല്ല... കരയരുത്. പ്രണയത്തിന് മരണമില്ലെന്ന് പറഞ്ഞത് ആസിഫ് തന്നെയല്ലേ...? ആണ്.

ഒരു ശവഘോഷയാത്രയുടെ അകമ്പടി സേവിക്കാൻ ഉള്ള പുറപ്പെടലിനായി അവൾ ജെറ്റ് എയർവേയ്‌സിന്റെ വിൻഡോ സീറ്റിൽ കണ്ണടച്ചിരുന്നു. പ്രളയം കൊണ്ടുപോയ നൂറുകണക്കിന് മനുഷ്യരുടെ വിലാപങ്ങളാൽ അവൾ ആസിഫ് എന്ന അസാന്നിധ്യത്തിന്റെ മുറിവുകൾ മൂടി.

ഇല്ല... ഇപ്പോൾ മുന്നിൽ പ്രളയമില്ല. മുന്നിൽ നീലക്കുറിഞ്ഞികൾ പൂത്ത ആ താഴ്‌വാരം മാത്രം. വരയാടിൻ പറ്റങ്ങളും തൂവെള്ള ജാലകവിരികൾ ഉള്ള കണ്ണാടി വീടുകളും മാത്രം. അരണ്ട വെളിച്ചത്തിൽ നൃത്തം ചെയ്യുന്ന നഗ്നരായ രണ്ടു നിഴലുകൾ മാത്രം. ∎

www.ingramcontent.com/pod-product-compliance
Lightning Source LLC
LaVergne TN
LVHW041849070526
838199LV00045BB/1514
9789387357556